நெருக்கடி நிலை உலகம்

தொகுதி 1

நெருக்கடி நிலை உலகம்

தொகுதி 1

அ. மார்க்ஸ்

எழுத்து பிரசுரம்

Title: Nerukkadi Nilai Ulagam Part-1
Author's Name: A. Marx

Published by Ezutthu Prachuram

Ezutthu Prachuram
(An imprint of Zero Degree Publishing)
No. 55(7), R Block, 6th Avenue,
Anna Nagar,
Chennai - 600 040

Website: www.zerodegreepublishing.com
E Mail id: zerodegreepublishing@gmail.com
Phone : 89250 61999

Ezutthu Prachuram First Edition: July 2022
ISBN: 978-93-93882-12-7
TITLE NO EP:354

Rs.

Cover Design & Layout: Vijayan

மனித உரிமைப் போராளி
புதுவை கோ. சுகுமாரன் அவர்களுக்கு...

பொருளடக்கம்

முன்னுரை

செப்டம்பர் 11க்குப் பின் மனித உரிமைகள் இன்று...

01. தடுத்துவைக்கப்பட்டவர்களும், உரிமைகள் விலக்கப்பட்ட பகுதிகளும்

இந்நூலிலுள்ள முதற் கட்டுரை 2005இல் எழுதப்பட்டது. அமெரிக்காவிற்குக் கீழே கியூபப் பகுதியிலுள்ள குவான்டனமோபே சிறைக் கொடுமை குறித்து உலகளவில் பேசப்பட்ட ஒரு காலத்தில் அது எழுதப்பட்டது. இவர்களைக் கைதிகள் என அமெரிக்க அரசு வரையறுப்பதில்லை என்பது குறித்து அக்கட்டுரையில் குறிப்பிட்டுள்ளேன். கைதிகள் என்றால் கைதிகளுக்கான மனித உரிமைகள், ஹேபியஸ் கார்பஸ் உட்பட்ட சட்ட உரிமைகள் மற்றும் சித்திரவதைக்கு எதிரான உரிமைகளுக்கு அவர்கள் உரியவர்களாகிறார்கள் என்பதால் அவர்களைப் பொதுவாகத் தடுத்துவைக்கப்பட்டவர்கள் *(detainees)* எனவும், சட்டவிரோதப் போராளிகள் *(Unlawful combatants)*, எதிரி அயலான்கள் *(enemy aliens)* எனவும் பலவாறாக அமெரிக்க அரசு அழைத்து வருவது பற்றியும் உள்ளே குறிப்பிட்டுள்ளேன்.

இவ்வாறு தடுத்துவைக்கப்பட்டவர்களின் முதற்குழு

குவான்டனமோபேக்கு இடம் பெயர்க்கப்பட்டு சென்ற ஜனவரியுடன் (ஜன. 11, 2008) சரியாக ஆறு ஆண்டுகள் முடிகின்றன. நடைமுறையிலுள்ள எந்த தேசிய அரசுகளின் சட்டங்களும் செல்லுபடியாகாத, உரிமைகள் விலக்கப்பட்ட பகுதிகளாக (*right free zone*) குவான்டனமோபே போன்றவை அமெரிக்க அரசால் இன்று பயன்படுத்தப்பட்டு வருகின்றன. தடுத்துவைக்கப்பட்டவர்கள் சாதாரண மனிதர்களல்ல. அவர்கள் பயங்கரவாதிகள். பயங்கரவாதத்திற்கு எதிரான போரினூடாகத் தடுத்துவைக்கப்பட்டவர்கள் அவர்கள். அமெரிக்காவின் இறையாண்மை செயல்படும் புவியியற் பகுதியாயின் அங்கே அமெரிக்காவின் நடைமுறைச் சட்டங்கள் செல்லுபடியாகும் என்பதால் அமெரிக்க அரசின் இறையாண்மைக்கு அப்பாற்பட்ட, ஆனால் அதன் அதிகாரங்கள் செயல்படக்கூடிய குவான்டனமோபே இத்தகையோரைத் தடுத்து வைப்பதற்கும், கையாள்வதற்கும், விசாரணை செய்வதற்கும் பயன்படுத்தப்படுகிறது. அமெரிக்கக் குடிமக்கள் அல்லாத யாரையும் காலவரையறையின்றி, குற்றச்சாட்டுகளின்றி இவ்வாறு தடுத்து வைப்பதற்கு பென்டகனுக்கு அதிகாரங்கள் அளிக்கப்பட்டுள்ளன.

இங்கே தடுத்து வைக்கப்பட்டவர்கள் தமது அடிப்படை உரிமைகளுக்காக அமெரிக்க நீதிமன்றங்களை மட்டுமல்ல, வேறு எந்த நாட்டு நீதிமன்றங்களையோ, இல்லை சர்வதேச நீதிமன்றத்தையோ அணுக இயலாது. அவர்கள் மீதான குற்றச் சாட்டுகளை ஒரு ராணுவ ஆணையம் (*Military Commission*) விசாரிக்கும். அதாவது சுதந்திரமான நீதி விசாரணை அமைப்பு ஒன்று விசாரிப்பதற்குப் பதிலாக யார் கைது செய்தார்களோ அந்த அரசு நிர்வாகத்தின் ஓரங்கமே (*executive body*) அதைச் செய்யும்.

தடுத்துவைக்கப்பட்டவர்கள் கொடூரமான, மனிதத் தன்மையற்ற முறைகளில் நடத்தப்படுவது குறித்தும் சித்திரவதைகள் மேற்கொள்ளப்படுவது குறித்தும் ஊடகங்கள் வாயிலாகக் கசிந்துள்ள தகவல்களை நாம் அறிவோம். இவை

அனைத்தும், ஐ.நா. அவையின் மனித உரிமை தொடர்பான பிரகடனங்களையும், சித்திரவதைகள் மற்றும் மனிதாபிமானமற்ற மூன்றாந்தர நடைமுறைகளுக்கெதிரான ஒப்பந்தத்தையும், ஜெனிவா உடன்பாட்டையும், மனித உரிமைகளுக்கான ஐரோப்பிய ஒன்றிய உடன்பாட்டையும், சிவில் மற்றும் அரசியல் உரிமைகளுக்கான சர்வதேச உடன்பாட்டையும் மீறுகின்றனவே என யாரும் குற்றம் சுமத்த இயலாது. அமெரிக்காவிற்கு எதிராக வழக்காட முடியாது. ஏனெனில் தடுத்துவைக்கப்பட்டுள்ளவர்கள் இத்தகைய உரிமைகளுக்குரியவர்கள் அல்லர்.

குவான்டனமோபேயில் தடுத்துவைக்கப்பட்டவர்கள் மீது மேற்கொள்ளப்படும் இத்தகைய மூன்றாந்தரச் செயற்பாடுகள் ஏற்கனவே எழுபதுகளில் வட அயர்லாந்திலும், பின் சமீப காலங்களில் ஆப்கானிஸ்தானிலும் அமெரிக்க சி.ஐ.ஏ. நடத்துகிற ரகசியச் சிறைகளிலும் கடைப்பிடிக்கப்பட்டுக் கண்டிக்கப்பட்டவை. தடுத்துவைக்கப்பட்டவர்களைத் தூங்க விடாதிருப்பது, ஒரே நிலையில் பல நாட்கள் நிற்க வைப்பது, செல்களில் தனிமைச் சிறைகளில் பலநாட்கள் அடைத்து வைத்திருப்பது, கடுங்குளிரில் அம்மணமாக நிற்க வைப்பது, அச்சமூட்டும் ஒலிகளுக்கு ஆட்படுத்துவது முதலான *(Sensory Depriva tions)* புலனுணர்வு சார்ந்த மறுப்புகள், விசாரணை என்ற பெயரில் தலையில் அடிப்பது, வயிற்றில் குத்துவது, நாய்களை ஏவுவது, மூச்சுத் திணறி சாகும் எல்லைவரை நீருக்குள் மூழ்க வைப்பது *(Water Boarding)*, பாலியல் ரீதியான சித்ரவதைகள் முதலியன இன்று குவான்டன மோபேயில் தடுத்து வைக்கப்பட்டவர்கள் மீது மேற்கொள்ளப்படும் கொடுமைகளில் சில. ஆம்னஸ்டி இன்டர்நேஷனல் அமைப்பு சென்ற ஆண்டு (2007) இறுதியில் வெளியிட்ட அறிக்கை ஒன்றின்படி சுமார் 800 பேர்கள் குவான்டனமோபேயில் தடுத்துவைக்கப்பட்டுள்ளனர்.

தடுத்துவைக்கப்பட்டவர்களில் பெரும்பாலோர் ஆறு ஆண்டுகளாக, நியாயமான விசாரணை குறித்த எந்தவிதமான உறுதியும் இன்றி, குடும்பத்தினரையோ வழக்குரைஞரையோ சந்திக்க வாய்ப்பின்றி, எங்கிருக்கிறோம் என்பது கூட அறியாமல்

அடைத்து வைக்கப்பட்டுள்ளனர். குறைந்தபட்சம் நால்வர் உளவியல் காரணங்களால் தற்கொலை செய்து கொண்டுள்ளனர். இன்னும் பலர் தற்கொலை முயற்சிகளில் ஈடுபட்டுத் தோல்வியடைந்துள்ளனர். பயங்கரவாதத்திற்கெதிரான போரில் தடுத்துவைக்கப்பட்ட இத்தகையோர் தவிர ரகசியமாக வைக்கப்பட்டு திட்டமிட்டு அழித்தொழிக்கப்பட்டோர் எண்ணிக்கைகள் இன்னும் அதிகம். தடுத்துவைக்கப்பட்டோரை இதுபோன்ற வேறு பல உரிமைகள் மறுக்கப்பட்ட பகுதிகளுக்குச் சட்ட விரோதமாக அனுப்பி வைப்பதை rendition' என்கின்றனர். 2002க்கும் 2007க்கும் இடையில் தடுத்துவைக்கப்பட்ட 470 பேர் பிறநாடுகளுக்கு அனுப்பப்பட்டுள்ளனர். குவான்டனமோபேயில் தடுத்துவைக்கப்பட்டுள்ளவர்கள், 10க்கும் மேற்பட்ட நாடுகளில் கைதுசெய்யப்பட்டோர். 30க்கும் மேற்பட்ட நாடுகளைச் சேர்ந்தவர்கள் எந்தவித நீதிமன்ற நடைமுறைகளுமின்றி குவான்டனமோபேக்கு இடப் பெயர்ச்சி செய்யப் பெற்றனர். தகவல் கிடைத்த 500 பேர்களில் 5 சதத்தினரே அமெரிக்கப் படைகளால் கைது செய்யப்பட்டவர்கள். 86 சதம் பேர் பாகிஸ்தானிலும், ஆப்கானிஸ்தானிலுமுள்ள வட கூட்டுப் படையினரால் (Northern Alliance) அமெரிக்காவுக்கு அனுப்பப்பட்டவர்கள். இவ்வாறு அனுப்பும்போது பல்லாயிரக்கணக்கான டாலர் ரிவார்டுகளை அமெரிக்க அரசு அளித்துள்ளது.

சித்திரவதைக்கு எதிரான ஐ.நா. உடன்பாடுகளில் கையெழுத்திட்ட - நாடுகளில் ஒன்று அமெரிக்கா. குவான்டனமோபேயில் நடைபெறும் மனிதாபிமானமற்ற செயற்பாடுகளுக்காகக் கடுமையான விமர்சனங்களை எதிர்கொண்டபோது அமெரிக்க அரசின் நீதித்துறை 2002ல், “சித்ரவதை” என்பதற்கான வரையறையைச் சற்றே மாற்றியது. உடல் உள் அவயவங்கள் செயலிழத்தல், மரணம், உடலியற் செயற்பாடுகள் பாதிக்கப்படுதல் ஆகியவற்றுக்குக் காரணமான கடும் வேதனைகள் மட்டும் சித்ரவதைகளாகக் கருதப்படும் என அறிவிக்கப்பட்டது. அடுத்த இரண்டாண்டுகளில் இந்த வரையறையை அது திரும்பப் பெற்றுக் கொண்ட போதிலும்

இன்றளவும் சித்ரவதை குறித்த வரையறைக் குழப்பத்தை அது வேண்டுமென்றே தக்கவைத்துள்ளது. நீதித்துறைத் தலைவராக மிஷேல் முகாசியின் பெயரை புஷ் அறிவித்தபோது, அமெரிக்க நடைமுறைகளுக்கிணங்க அவர் செனட் முன் பதவி ஏற்புரை நிகழ்த்தும்போது நீரில் மூழ்கடிக்கும் சித்ரவதை *(Water Boarding)* பற்றிய நிலைப்பாடு குறித்த கேள்விகளுக்கு அவர் மழுப்பினார். எனினும் இன்று அவரே அமெரிக்காவின் அட்டர்னி ஜெனரல். சென்ற ஜனவரி 2007ல் குவான்டனமோபேயில் தடுத்து வைக்கப்பட்டவர்களுக்கு ஹேபியஸ் கார்பஸ் உரிமை வழங்குவது குறித்த வழக்கு அமெரிக்க உச்ச நீதிமன்றத்திற்கு வந்தபோது அமெரிக்க அரசின் சாலிசிடர் ஜெனரல் பால் கிளமென்ட் அதற்கு ஒப்பவில்லை. 1789ல் முதன் முதலில் ஹேபியஸ் சட்டம் இயற்றப்பட்டபோது இருந்த உரிமைகளைக் காட்டிலும் ஹேபியஸ் கார்பஸ் இல்லாமலே இன்று அவர்களுக்கு அதிக உரிமைகள் இருப்பதாக அவர் வாதிட்டார்.

இந்த அப்பட்டமான மனித உரிமை மீறல்களை மனித உரிமைப் போராளிகள் தொடர்ந்து கண்டித்து வருகின்றனர். ஐ.நா. பொதுச் செயலாளர் பான்கிமூன், முன்னாள் அமெரிக்க குடியரசுத் தலைவர்கள் பில் கிளிண்டன், ஜிம்மி கார்டர் முதலியோரும் கூட குவான்டனமோபே சித்திரவதைக் கூடத்தை மூட வேண்டும் என்கிற கோரிக்கையை ஆதரித்துள்ளனர். இது தொடர்பான இரு வழக்குகளில் அமெரிக்க உச்ச நீதிமன்றமும் கூட அரசைக் கண்டித்துள்ளது. மூன்றாவதாக இப்போது நடைபெற்றுக்கொண்டுள்ள ஒரு வழக்கு பற்றித்தான் சற்றுமுன் குறிப்பிட்டேன்.

ஆனாலும் குவான்டனமோபே காவற்கூடத்தை மூடுகிற உத்தேசத்தில் அமெரிக்கா இல்லை. அதற்குரிய அழுத்தத்தை எந்த நாடும், ஆட்சியிலுள்ள எந்த அரசும் வலிமையாக முன்வைக்கவில்லை. ஐரோப்பிய நாடுகளின் மறைமுகமான ஒத்துழைப்புடன்தான் இன்று இது நடைமுறைப்படுத்தப்பட்டுள்ளது. ஐரோப்பிய ஒன்றியத்தின் பாராளுமன்றப் பேரவையின் சட்டப் பிரச்சினைகள் மற்றும்

மனித உரிமைகள் தொடர்பான குழுவின் அறிக்கையாளர் *(Rapporteur of the Committee on Legal Affairs and Human Rights of the Parliamentary Assembly of the Council of Europe)* டிக் மார்ட்டியின் அறிக்கை (ஜூன் 7, 2006) இங்கே குறிப்பிடப்பட வேண்டிய ஒன்று. "சர்வதேச பயங்கரவாதத்திற்கு எதிரான இன்றைய போர்ச் சூழலில் தங்களது விமான நிலையங்களிலும், வான்வெளியிலும், தங்கள் பகுதியிலுள்ள அமெரிக்கப் படைத்தளங்களிலும் என்ன நடக்கிறது என்பது ஐரோப்பிய அரசுகளுக்குத் தெரிந்திருக்கவில்லை என்பதை நாங்கள் சேகரித்துள்ள தகவல்கள் பொய்யாக்குகின்றன. அவர்களுக்குத் தெரிந்திருக்கவில்லை என்பதன் பொருள், அவர்கள் தெரிந்துகொள்ள விரும்பவில்லை என்பதே. அமெரிக்கப் படைகள் செய்துள்ள சில காரியங்கள் உள்ளூர் அரசுகளின் ஒத்துழைப்பின்றி சாத்தியமில்லை."

மனித உரிமை மீறல்கள், அநீதியான ஆக்கிரமிப்புகள், படை எடுப்புகள், ஆயுதக் குவியல்கள் ஆகியவற்றை நேரு போன்ற உலகத் தலைவர்கள் அற அடிப்படையில் நின்று கடுமையாக எதிர்த்து வந்தது ஒரு காலம். 1990களுக்குப் பின் இந்நிலை மாறியது. பயங்கரவாதம், சட்டம் - ஒழுங்கு முதலான பிரச்சினைகளையும் தாண்டி இங்கே உருவாகியுள்ள புதிய பொருளியற் கொள்கைகள், சந்தைத் திறப்பு ஆகியவற்றுடனும் இணைத்துப் பார்க்க வேண்டிய விஷயமிது. தேசியச் சட்டங்களைச் செல்லாததாக்கும் சிறப்புப் பொருளாதார மண்டலங்கள், கார்ப்பரேட்களுக்கு வழங்கப்படும் அபரிமிதமான அதிகாரங்கள், விவசாய நிலங்களைக் கைப்பற்றுதல், நீர் வளங்களையும், கனிம வளங்களையும் தாரை வார்த்தல் ஆகியவற்றுக்கும் இன்றைய மனித உரிமைப் பார்வைகளில் ஏற்பட்டுள்ள வழிவிலக்கங்களுக்கும் ஒரு தொடர்பு உண்டு. வாஜ்பேயி, மன்மோகன் சிங், சோனியா ஆட்சிக் காலத்தில் இந்தியாவின் பாரம்பரியமான அணிசேராக் கொள்கை காற்றில் விடப்பட்டு அமெரிக்காவுடன் அணிசேர்வது மட்டுமல்ல, அடிவருடுதல் என்கிற நிலைப்பாடு மேற்கொள்ளப்பட்டிருப்பது கண்கூடு. 1998ல் அன்றைய உள்துறை அமைச்சர் எல்.

கே.அத்வானி இதை வெளிப்படையாகவே அறிவித்தார்: "இனி வெளியுறவுக் கொள்கையில் அறச் சொல்லாடல்களுக்கு இடமில்லை. எதார்த்த அரசியலே *(Real Politic)* இனி முக்கியம்."

0.2 பயங்கரவாதத்தின் அரசியல்

இந்தப் பின்னணியில்தான் செப்டம்பர் 11 நிகழ்ந்தது. பயங்கரவாதம் தலைவிரித்தாடும் சூழலில், பயங்கரவாதத்திற்கெதிரான ஒரு போரை நிகழ்த்த வேண்டிய சூழலில் எத்தகைய அறங்களுக்கும், அற அடிப்படையான அணுகல் முறைகளுக்கும் இடமில்லை என்று உலக அளவில் வெளிப்படையாக அறிவிக்கப்பட்டது. இந்த மாதிரி அம்சங்களில் உலகத்திற்குத் தலைமை ஏற்கும் அமெரிக்கா இதிலும் முன்கை எடுத்தது. அமெரிக்காவின் தலைமையை ஏற்றுள்ள இந்தியா முதலான நாடுகள் அமெரிக்காவின் பயங்கரவாதத்திற்கு எதிரான யுத்தம் என்பதை மட்டுமல்ல, அத்துடன் அது விரிக்கும் கதையாடல்களான *Rougue States, Axis of Evil,* முன்கூட்டிய தாக்குதல் *(Pre-emptive strike),* 'இனி கலாச்சாரங்களுக்கிடையேதான் மோதல்களும் முரண்பாடுகளும் சாத்தியம்' முதலியனவற்றிற்கும் இவை சார்ந்த கருத்தியல்களுக்கும் வெளிப்படையாகவும் மௌனமாகவும் ஏற்பு வழங்குகின்றன.

பயங்கரவாதம், அது எல்லை தாண்டி வருவதாக இருந்தாலும் சரி, உள்நாட்டிலேயே உருப்பெறுவதாக இருந்தாலும் சரி அதற்கெதிரான போரை நடத்தி தேசப் பாதுகாப்பை உறுதி செய்வது என்பதற்கு முன்னுரிமை அளிப்பது என்கிற அடிப்படையில், இதற்குப் பிரதியாக இதுநாள்வரை மனித நாகரிகம் வளர்த்து வந்த இழக்க இயலாத பல மதிப்பீடுகளையும் கூடப் பலியிட வேண்டியதுதான் என்கிற கருத்து மிக்க வலுவுடன் முன்வைக்கப்பட்டது. தேசப் பாதுகாப்பை உறுதிசெய்வதற்காக முன்வைக்கப்பட்ட நெறிமுறைகள்: "சட்ட ஒழுங்கை நிறைவேற்றும் வழிமுறைகளை பலப்படுத்துவது *(Strengthening LawEnactment Machinery)* இராணுவம், உளவுத்துறை, காவல்துறை ஆகியவற்றிற்கு அதிக அளவில் நிதி ஒதுக்கீடு

செய்வதன் மூலமாகவும் அரசியல் சட்டம் வழங்கியுள்ள அடிப்படை சிவில் உரிமைகளைப் பறிக்கும் வகையில் புதிய சட்டங்களை இயற்றி அரசை அதிகாரப்படுத்துவதன் மூலமாகவும் இதைச் செய்யலாம் என்பதே உலக அளவில் பயங்கரவாதத்திற்கு எதிரான யுத்தத்தின் அணுகல் முறையாக இருக்கிறது.

பயங்கரவாதத்தை யாரும் எதிர்க்காது இருக்க இயலாது. என்னதான் உயரிய அரசியல் நோக்கமாயினும் அதற்காக அப்பாவி மக்களை பலியாக்குவதை யாரும் ஏற்க முடியாது. மக்களின் மிக அடிப்படையான உரிமையாகிய உயிர் வாழும் உரிமையைப் பறிப்பது பயங்கரவாதம். பயங்கரவாதத்தை எதிர்ப்பதற்கு மிக்க வலுவான அரசும், ஊடகங்களும் உள்ளன என்கிற வகையில்தான் மனித உரிமைப் போராளிகள் அதற்கெதிரான செயற்பாடுகளுக்கு முன்னுரிமை அளிப்பதில்லை. பயங்கரவாதத்தை எதிர்த்துப் பிரச்சாரம் செய்வது மனித உரிமைப் போராளிகளின் பணி முன்னுரிமையில் இடம்பெறாதிருப்பதன் பொருள் அவர்கள் பயங்கரவாதத்தை ஏற்றுக்கொண்டுவிட்டார்கள் என்பதல்ல. பயங்கரவாதத்தை எதிர்ப்பது குறித்த முன்னுரிமையில் மட்டுமின்றி அதன், வழிமுறைகளிலும் மனித உரிமைப் போராளிகள் வேறுபடுகின்றனர்.

பயங்கரவாதம் எவ்வாறு உருவாகிறது? எத்தனை கொடிய சட்டங்கள், அடக்குமுறைகள் இருந்தபோதிலும் பயங்கரவாதச் செயல்கள் பெருகிவருவதேன்? தற்கொலைப் போராளிகள் எப்படி உருவாகிறார்கள்?

பயங்கரவாதத்தை எதிர்க்கும் போரில் முன்னிலையில் இருக்கக்கூடிய நமது அரசுகளும், அதிகாரிகளும் இதுகுறித்த மிகவும் தவறான புரிதல்களையே கொண்டுள்ளனர். ‘ப்ரண்ட்லைன் இதழில் தொடர் பத்தி எழுதிவரும் முன்னாள் சி.பி.ஐ. இயக்குனர் ஆர்.கே.இராகவனை எடுத்துக் கொள்வோம். அவர் இதை ஓர் கிரிமினல் மனப்பாங்கின் விளைவாகவே பார்க்கிறார். 2006 ஜூனில் அமெரிக்கப்

படைகளால் கொல்லப்பட்ட அல்குவேதா தலைவர்களில் ஒருவரான அபுமுசாப் அல் ஸர்காவி பற்றி அவர் ஒரு கட்டுரை எழுதியிருந்தார். "என்ன மாதிரியான பொருளால் ஒரு பயங்கரவாதி உருவாக்கப்பட்டுள்ளான் என்பதற்கு ஸர்காவியின் வாழ்க்கை ஒரு அளவுகோல்" என்று அவர் அதில் குறிப்பிட்டிருந்தார் *(Frontline Sep8, 2006).*

"1966ல் ஸர்காவி பிறந்த போது அவனுக்கு இடப்பட்ட பெயர்: அஹமத் ஃபாஸில் அல் கலைலாஹ். ஜோர்டானியப் பாலைவனத்தைச் சேர்ந்த ஒரு பெரிய, ஏழ்மை நிறைந்த பெதோய்ன் குடும்பத்தில் அவன் பிறந்தான். 16ம் வயதில் பள்ளிப் படிப்பை நிறுத்தினான் *(dropped out)*. சில அற்ப வேலை*(Job)*களுக்குப் பின், முரட்டுத்தனமான இயல்பும் குறைபடிப்புமுள்ள அவன் ஒரு கிரிமினல் வாழ்க்கையைத் தேர்வு செய்தது ரொம்பவும் இயல்பானது. அவன் ஒரு குடிகாரனானான். பாலியல் குற்றங்களுக்காக அவன் சிறைத் தண்டனையையும் கூட அனுபவித்திருக்கிறான். 1989ம் ஆண்டில் அவனுள்ளிருந்த ஜிஹாத் அவனை ஆப்கானிஸ்தானத்து சோவியத் ஆக்கிரமிப்புக்கு எதிராக இழுத்துச் சென்றது...."

- இப்படிச் செல்கிறது கட்டுரை. ஒவ்வொரு வரியையும் கூர்ந்து கவனியுங்கள். கிரிமினல் வாழ்வும் மனமுமே பயங்கரவாதத்திற்கு இட்டுச் செல்கிறது என்பதே இராகவனது போலீஸ் மூளையின் கண்டுபிடிப்பு. ஆனால் இன்று பயங்கரவாத நடவடிக்கைகளுக்காகக் குற்றம் சாட்டப்பட்டுள்ள பலர் அப்படியானவர்களாக இல்லை. டாக்டர்கள், கணினிப் பொறியாளர்கள், அப்பழுக்கில்லாத கல்லூரி வாழ்க்கை முடித்தவர்களெல்லாம் கூட இன்று பயங்கரவாதப் பட்டியலில் உள்ளனர். இவற்றை எப்படி விளக்குவார் இராகவன்?

ஒப்பீட்டுக்காக இங்கே ஒரு பயங்கரவாதியின் மனநிலையைச் சுட்டிக்காட்ட விரும்புகிறேன். மோஸம் பெக் என்கிற பிரிட்டிஷ் முஸ்லிம் ஒருவரால் எழுதப்பட்ட ஒரு முக்கிய நூல் : *'Enemy Combatant'* (எதிரிப் போராளி). இந்தப் பெயர் அமெரிக்க அரசால் குவான்டன மோபேயில் தடுத்து நிறுத்தப்பட்டுள்ளவர்களுக்கு

இடப்பட்டது என்பதை நினைவுபடுத்திக்கொள்ளுங்கள். மோஸம் பெக்கும் குவான்டன மோபேயில் தடுத்து நிறுத்தப்பட்டு விடுதலை செய்யப்பட்ட விரல்விட்டு எண்ணக்கூடிய ஓரிருவரில் ஒருவர். எந்த அடிப்படையில் பிரிட்டிஷ் சமூகத்திலிருந்து தான் அன்னியப்பட்டு ஒரு தீவிரவாதப் பாதையைத் தேர்வு செய்ய நேர்ந்தது என்பதை பெக் பதிவு செய்கிறார். பிரிட்டிஷ் சரித்திரத்திலிருந்த இனவாதப் பார்வையும் தொண்ணூறுகளில் போஸ்னியோ, செசன்யா முதலான நாடுகளில் முஸ்லிம்களுக்கு எதிராக இழைக்கப்பட்ட கொடுமைகளும் தன்னைத் தீவிரவாதப் பார்வையை நோக்கி இட்டுச் சென்றன என்கிறார் பெக். விசாரணை அறை ஒன்றில் ஒரு சி.ஐ.ஏ. அதிகாரி கேட்ட கேள்விக்கு அவர் இவ்வாறு பதில் சொன்னார்:

“ஐரோப்பாவிலேயே சிறந்த பல்கலாச்சாரச் சமூகம் பிரிட்டனில்தான் உள்ளது. ஆனால், இந்த நாட்டின் பல இடங்களில் நான் பொருத்தமற்றவனாகவே உணர்ந்தேன். ஆங்கிர கிராமம் ஒன்றிற்கு எனது கருத்த தோலுடனும், தாடியுடனும், முகத்திரை அணிந்த மனைவியுடன் செல்லும்போது என்னை அந்நியனாகப் பார்க்காத நிலையை நான் விரும்பினேன். தம் வாழ்வில் அவர்கள் என்ன விரும்புகிறார்களோ அவற்றைத்தான் நாங்களும் விரும்புகிறோம் என்று அவர்கள் உணர்ந்து எங்களை அணுக வேண்டும் என்றுதான் நான் நினைத்தேன். நான் அவர்களோடு ஒன்றுகலக்க விரும்பும்போது, என்னை வெறுமனே சகித்துக்கொள்வது என்பதாகவன்றி என்னை ஆங்கிலேயர்கள் நேசிக்க வேண்டுமென விரும்பினேன்....” ஆனால் பிரிட்டிஷ் சமூகம் மோஸம் பெக்கின் விருப்பைப் பூர்த்திசெய்யவில்லை.

பாகிஸ்தானிலிருந்த ஒரு தீவிரவாத முகாமின் தலைவர் (எமிர்) ஒருவரை பெக் மேற்கோள் காட்டுவார்.

“என்னைப் பொறுத்தமட்டில் ஜிஹாத் எனக்கு அனுமதிக்கப்பட்ட ஒரு போதைப் (*drug*) பொருள். மீண்டும் மீண்டும் அதிகம் வேண்டுமென அதை நோக்கித் திரும்பி வந்தேன்.

ஒடுக்கப்பட்டவர்களின் உரிமைகளைப் பாதுகாப்பதற்காக நான் நின்றபோது என் வாழ்வின் குறிக்கோள் நிறைவேறியதாக உணர்ந்தேன். முஸ்லிம் நாடுகள் ஆக்கிரமிக்கப்பட்டிருக்கும் வரை அவற்றின் விடுதலைக்காகப் போராடுவதென நான் சபதமேற்றேன். ஒரு முஸ்லிம், ஒரு பாகிஸ்தானி, ஒரு மனிதன் என்கிற வகையில் அது என் கடமை. இந்தப் பாதையில் சாவைச் சந்திக்க நான் அச்சப்படவில்லை. இரு கரங்களையும் நீட்டி அதை நான் வரவேற்கிறேன்."

என்பது அந்த எமிரின் கூற்று. ராபர்ட் பேப் என்கிற அமெரிக்க அறிஞர் ஒருவரை பிரஃபுல் பித்வாய் மேற்கோள் காட்டுவார். அது:

"எல்லா பயங்கரவாதத் தற்கொலைத் தாக்குதல்களுக்கும் பொதுவானதாக உள்ளது, அவற்றின் மதம் சாராத நோக்கங்களே. பயங்கரவாதிகளின் தாயகமாக உள்ள மண்ணிலிருந்து ஆக்ரமிப்பு இராணுவங்களை நவீன ஜனநாயக (ஆக்கிரமிப்பு) அரசுகள் திரும்பப் பெறுவதை வற்புறுத்துவது என்கிற (அரசியல்) நோக்கமே அது. ஆட்களைத் திரட்டுவதற்கும் விரிந்த போர்நிலைச் செயற்பாடுகளுக்கும் மதத்தை ஒரு கருவியாக அவர்கள் பயன்படுத்திய போதும் அவர்களின் நடவடிக்கை களுக்கான ஆணிவேர் மதமல்ல."

நீங்கள் அவர்களின் பாலஸ்தீனத்தை ஆக்கிரமித்தீர்கள். காஸாவை முற்றுகையிட்டு அப்பாவி மக்களைத் தண்ணீரும், மருந்தும், உணவும் இல்லாமல் சாகவிட்டீர்கள். அமைதி வேண்டி அராபத் கை நீட்டியபோது, அந்தக் கைகளில் விலங்கை மாட்டிச் சிறைவைத்து அவமானப்படுத்தினீர்கள். இறையாண்மையுள்ள ஈராக்கைப் பொய்க் காரணங்கள் சொல்லி ஆக்கிரமித்தீர்கள். கூலிப்படைகளை வைத்துக் கொன்று குவிக்கிறீர்கள். ஆப்கானிஸ்தானில் மசூதை ஒஸாமாவிற்கு எதிராக நிறுத்துகிறீர்கள். ஈராக்கில் சன்னிகளை வைத்து ஷியாக்களைக் கொல்கிறீர்கள். பாலஸ்தீனத்தில் ஹமாஸையும், ஃபடாவையும் மோதவிடுகிறீர்கள். முஸ்லிம்களை

முஸ்லிம்களுக்கு விரோதமாக நிறுத்தி, உள்நாட்டு யுத்தத்தை உருவாக்கி உங்கள் கொள்ளையைத் தொடர்கிறீர்கள். இருப்பை உறுதிப்படுத்திக் கொள்கிறீர்கள்.

பிரச்சினை அரசியல் சார்ந்தது. பயங்கரவாதம் வெற்றிடத்தில் முளைப்பதில்லை. யாரும் ஆர்.டி.எக்ஸ். மருந்தை வயிற்றில் கட்டிக்கொண்டு மரணத்தை விரும்பி ஏற்பதில்லை. நீங்கள் அவர்களின் மண்ணில் தினந்தோறும் புரிகிற ஒவ்வொரு கொடுமையும் பல்லாயிரம் தற்கொலைப் போராளிகளை உருவாக்குகிறது என்பதை மறந்துவிடாதீர்கள்.

தன்னுடைய நாடு அல்லது தன்னுடைய மக்களுக்கு அநீதி இழைக்கப்படுகிறது என ஒரு சமூகம் ஐயந்திரிபற உணரும் போது, இன்றைய சூழலுக்குள் இந்த அநீதியை முடிவுக்குக் கொண்டு வர முடியாது என்கிற நிலை உள்ளபோது அங்கே பயங்கரவாதம் முளைவிடுகிறது. மேலும் மேலும் இந்த உணர்வு மேலிடும் வரை பயங்கரவாதத்தை முடிவுக்குக் கொண்டு வர இயலாது. பிரச்சினை பிரதானமாக அரசியலடிப்படையிலானது என்கிறபோது தீர்வும் அதனடிப்படையிலேயே அமைய வேண்டும். காஷ்மீர் பிரச்சினையை அரசியல் ரீதியில் தீர்க்காமல், இந்தியாவில் எல்லை கடந்த பயங்கரவாதத்தை எப்படி ஒழிக்க இயலும்? காஷ்மீர் மக்களுக்கு இந்திய அரசு அளித்த வாக்குறுதிகளையெல்லாம் காற்றில் பறக்கவிட்டுவிட்டு, ஒவ்வொரு மூன்று காஷ்மீரிக்கும் ஒரு இந்தியப் படைவீரன் என்கிற அடிப்படையில் ஆக்கிரமிப்புப் படை ஒன்றை நிறுத்துவதன் மூலம் பிரச்சினை தீர்ந்துவிடுமா?

0.3. சந்தேகத்திற்குரிய சமூகங்களைக் கட்டமைத்தல்

எனினும் உலக அளவிலும் சரி, இந்தியாவிலும் சரி அரசியலில் அரசுகளின் முறைகள் இவற்றைக் கணக்கில் கொள்வதாக இல்லை. சந்தேகத்திற்குரிய சமூகங்களின் மீது கண்காணிப்பையும் கட்டுப்பாடுகளையும் மிகுதிப்படுத்துவது, பயங்கரவாதத்தைக் காரணஞ் சொல்லி தற்காலிகமாகத் தொடங்கி நிரந்தரமாகவே சிவில் உரிமைகளைப் பறிக்கும் அடக்குமுறைச் சட்டங்களை

உருவாக்குவது, ஆக்ரமிப்பின் மூலமும், ராணுவ வல்லமையைப் பெருக்கியும் பயங்கரவாதத்தையும் உள்நாட்டுப் போர்களையும் அடக்க முனைவது என்பனவே இன்றைய நடைமுறைகள்.

பயங்கரவாதம் x சிவில் உரிமைகள் என்கிற இருமை முரண் இன்று இவ்வாறு கற்பிக்கப்படுவது செப்டம்பர் 11க்குப் பிந்திய நிகழ்வாகிவிட்டது. இந்தியாவைப் பொறுத்தமட்டில் நமது ஊடகங்களும், சிவில் சமூகமும் இதை அப்படியே ஏற்றுக் கொள்ளும் நிலையே உள்ளது. சென்ற ஆண்டு மத்தியில் உலக ஊடகங்களை ஆக்ரமித்த டாக்டர் முகமது ஹனீஃப் பிரச்சினையை எடுத்துக்கொள்வோம். நமது ஊடகங்கள் அந்தப் பிரச்சினையை எவ்வாறு கையாண்டன? ஒரு முஸ்லிம் என்கிற வகையில் வழக்கம் போல முஸ்லிம் பயங்கரவாதத்தைக் கட்டமைப்பதற்கு ஹனீஃப் பிரச்சினையைப் பயன்படுத்திக் கொண்டது ஒரு பக்கம். இன்னொரு பக்கம் ஹனீஃப் ஒரு மருத்துவர், லண்டனிலும் அமெரிக்காவிலும் தாக்குதலில் ஈடுபட்ட சிலர் மருத்துவர்கள் என்பதால் மருத்துவர்களுக்கும் பயங்கரவாதத்திற்குமுள்ள உறவை ஆராய்ந்தது ஒரு இதழ். ஹனீஃப் ஹைதராபாத்காரர் என்பதால் ஹைதராபாத்திற்கும் பயங்கரவாதத்திற்குமுள்ள உறவையும் ஊடகங்கள் ஆய்ந்தன. நியூ இந்தியன் எக்ஸ்பிரஸில் 'ஹைதராபாத்தும் பயங்கரவாதமும்' என்ற கட்டுரையை எழுதிய ஜி. எஸ். வாசு (செப்டம்பர் 4, 2007),

"பயங்கரவாதத்திற்கு முழுமையாகத் தளம் அமைத்துத் தருவதற்கான எல்லா உட்காரணிகளையும் ஹைதராபாத் கொண்டுள்ளது. முஸ்லிம்களை அதிக அளவில் கொண்டிருப்பது (மொத்த மக்கள் தொகையில் இவர்கள் 40 சதம்) குறிப்பிடத்தக்கது. இவர்களின் பெரும்பாலோர் படிப்பும் வேலையும் இல்லாதவர்கள். எனவே எளிதில் மூளைச் சலவை செய்யத்தக்கவர்கள்..."

- என்கிற ரீதியில் தன் ஆராய்ச்சியை வளர்த்துச் சென்றார். இந்து நாளிதழில் முஸ்லிம் பயங்கரவாதம் குறித்துத் தொடர்ந்து

எழுதிவரும் பிரவீன் ஸ்வாமி எழுதிய *An Inheritance of Hatred and Unrest* என்னும் கட்டுரையில் (இந்து, செப்7, 2007), 1948 ஏப்ரலில் செங்கோட்டையில் ஹைதராபாத் நிஜாமின் கொடியை ஏற்றுவது குறித்துப் பேசிய மரபு வழிப்பட்ட முஸ்லிம் ஆடை அணிந்த ஒருவர் தொடங்கி ரஸாக்கர்கள், மதவாத அரசொன்றை நிறுவப் போராடிய காஸிம் ரிஸ்வி தொடங்கி இன்றைய ஹைதராபாத் பயங்கரவாதிகள் பற்றி எழுதினார். 'இஸ்லாமிய பயங்கரவாதம்' (Islamic Terrorism) என்கிற சொல்லைப் பயன்படுத்த அவர் தயங்கவில்லை. ஹைதராபாத்தை ஆண்ட கடைசி நிஜாமின் ஆட்சியில் வெறும் 10 சதமே இருந்த முஸ்லிம்களுக்கு அரசுப் பணியில் 75 சதம் ஒதுக்கப்பட்டதாகவும் ஸ்வாமி குறிப்பிட்டிருந்தார். ஹனீஃபின் பெயர் அதில் குறிக்கப்படாவிட்டாலும் ஹனீஃப் விவாதம் நடைபெற்றுக்கொண்டிருந்தபோதே அக்கட்டுரை எழுதப்பட்டது. பாராளுமன்றத் தாக்குதல் வழக்கில் டெல்லி பேராசிரியர் எஸ்.ஏ.ஆர். கீலானி தொடர்புபடுத்தப்பட்ட போதும் இதுபோலவே நமது ஊடகங்கள் மோசமாக எழுதின.

ஆனால் டாக்டர் ஹனீஃப் விஷயத்தில் ஆஸ்திரேலிய ஊடகங்கள் முற்றிலும் வேறுவிதமாக நடந்துகொண்டன (பார்க்க: வித்யா சுப்ரமணியம், இந்து. ஆக.12, 2007). ஹனீஃப்பை எப்படியும் லண்டன் பயங்கரவாதத்தில் முடிச்சுப்போட்டுச் சிக்கவைப்பதில் தீவிரமாக இருந்த ஆஸ்திரேலிய ஃபெடரல் காவல்துறை ஆணையர் மிக் கீல்ட்டி, அவருக்கு உறுதியான ஆதரவை அளித்த பிரதமர் ஜான் ஹோவர்ட், ஆஸ்திரேலியாவில் வாழ்கிற பிறநாட்டார் பிரச்சினையைக் கவனிக்கும் அமைச்சர் கெவின் ஆன்ட்ரூஸ் ஆகியோர் ஹனீஃப் குறித்து வெளியிட்ட அத்தனை பொய்களையும், அவதூறுகளையும் ஆஸ்திரேலிய ஊடகங்கள் நெத்தியடியாகத் தோலுரித்தன. எடுத்துக்காட்டாக ஒன்று: கிளாஸ்கோவில் தற்கொலைத் தாக்குதல் நடைபெற்ற நாள் ஜூன் 30. அடுத்த ஜூலை 4க்குள் இந்திய இதழ்கள் ஹனீஃபை அதனுடன் இணைத்து செய்திகள் வெளியிடத் தொடங்கின. உடனடியாக ஹனீஃப் ஏன் இந்தியாவிற்குப் பறந்து வர அவசரப்பட்டார்? ஏன் ஒருவழிப் பயணச் சீட்டை

மட்டும் வாங்கியிருந்தார்? என்றெல்லாம் கேள்விகள் எழுப்பின. தற்கொலைத் தாக்குதலுக்குக் காரணமாயிருந்த கலீல், சபீல் சகோதரர்களுக்கு ஹனீஃப் நெருங்கிய உறவினராக இருந்தது ஒன்று போதாதா இவர்களுக்கு ஆதாரம். அல்குவேதா வரைக்கும் ஹனீஃப் இணைத்துப் பேசப்பட்டார்.

ஆஸ்திரேலியக் காவல்துறை விரித்த கதையை நம்மூர் ஊடகங்களைப் போல அங்குள்ள ஊடகங்கள் அப்படியே திருப்பிச் சொல்லவில்லை. முறையான குற்றச்சாட்டுகள் கூறப்படாமல் ஏன் ஹனீஃப் காவலில் வைக்கப்படவேண்டும் என்ற கேள்வியை எழுப்பின. ஹனீஃப் ஒரு காலத்தில் பயன்படுத்திய சிம்கார்டு, வெடித்த காரில் இருந்தது என்கிற அற்ப காரணத்தின் அடிப்படையில் கட்டமைக்கப்பட்ட கதை அவரைச் சிக்கவைக்கப் போதுமானதாக இல்லை. ஆஸ்திரேலிய நீதிமன்றம் ஹனீஃபை பிணையில் விடுவித்தது. ஆனால், அமைச்சர் ஆன்ட்ரூஸ், ஹனீஃபின் விசாவை ரத்து செய்து காவலில் வைக்க ஆணையிட்டார். விசாரணையின் போது ஹனீஃப் கூறியவை என காவல்துறை ஓர் உரையாடலை வெளியிட்டது. அது அரைகுறையாகவும், முக்கியச் செய்திகள் தணிக்கை செய்யப்பட்டதாகவும் இருந்ததைக் கண்டறிந்த ஆஸ்திரேலிய ஊடகங்கள் முழு உரையாடலையும் வெளியிட்டன. லண்டனில் ஹனீஃப் தற்கொலைத் தாக்குதல் நடத்திய சகோதரர்களுடன் தங்கியிருந்ததாகக் காவல்துறை வெளியிட்ட தகவல் கூறியதென்றால், ஹனீஃப் வேறு நான்கு மருத்துவர்களுடன் ஒரு ஃப்ளாட்டில் தங்கியிருந்ததை பத்திரிகைகள் வெளிப்படுத்தின.

ஹனீஃபின் மாமனாரிடம் போதிய பணமில்லாததால் அவர் ஒருவழிப் பயணச் சீட்டை மட்டும் வாங்கியிருந்ததும், ஹனீஃப் தன் சொந்தப் பணத்தில் திரும்பி வரும் சீட்டை வாங்க இருந்ததும் பத்திரிகைச் செய்திகளில் அம்பலமாயின. கிளாஸ்கோவில் வெடித்த காரில் அந்தப் பிரச்சினைக்குரிய சிம்கார்டு இல்லை என்பதும் வெளியாகியது. ஆஸ்திரேலியாவிலிருந்து புறப்படுவதற்கு முன் நான்கு முறை ஹனீஃப் பிரிட்டிஷ் போலீஸ்

அதிகாரி கென் வெப்ஸ்டருடன் தொடர்புகொண்டிருந்ததும் வெளிப்படுத்தப்பட்டது. அமைச்சர் அவர்களே முழுக் கதையையும் சொல்லுங்கள் என *'The Age'* இதழில் டோனி ரைட் எழுதினார்.

ஊடகங்கள் மட்டுமல்ல; ஆஸ்திரேலிய நீதிமன்றம், வழக்குரைஞர்கள், மனித உரிமைப் போராளிகள் ஆகியோரின் பங்கும் இந்தியாவுடன் ஒப்பிடும்போது மிகவும் குறிப்பிடத்தக்கதாக அமைந்தது. பயங்கரவாத நடவடிக்கைகளில் குற்றம் சாட்டப்பட்டுக் கைதானவர்களுக்கு யாரும் வழக்காடக் கூடாது என இங்கே சில இயக்கங்கள் மிரட்டுவதையும் அதற்கஞ்சி வழக்கறிஞர்கள் பின்வாங்குவதையும் நாம் யோசித்துப் பார்க்க வேண்டும். எவ்வளவு மோசமான குற்றவாளியாக இருந்தபோதிலும், பயங்கரவாதியாக இருந்த போதிலும் அவனுக்கு வழக்காட உரிமையுண்டு. அவனுக்காக வழக்காடுவதற்கு வழக்கறிஞர்களுக்கும் உரிமை உண்டு. அப்படி வழக்காடுவதால் அந்த வழக்கறிஞரின் பெயருக்கு மாசு கற்பிப்பது சிறந்த பண்பாகாது. குற்றம் சுமத்தப்பட்ட ஒருவர் மீது ஒரு குற்றப் பிரிவு சுமத்தப்பட்டுள்ளபோது அந்தப் பிரிவின் சகல கூறுகளின்படியும் அவர் குற்றவாளி என நிரூபிக்கப்பட வேண்டும். அப்படி இல்லாத பட்சத்தில் அதை எடுத்துக் காட்டுவது வழக்கறிஞர்களின் உரிமை மட்டுமல்ல, கடமையும்கூட. ஒரு வழக்கை எடுப்பதும் எடுக்காமலிருப்பதும் ஒரு வழக்குரைஞரின் உரிமை. ஆனால் கோழைத்தனத்தின் அடிப்படையில் அதைச் செய்யாதிருப்பது தொழில் நேர்மையன்று. தவிரவும் வழக்குரைஞர் நீதிபதியல்ல. அவர் பணி தனது கட்சிக்காரருக்காக வழக்காடுவதுதானேயொழிய நீதிபதி போலச் செயல்படுவதல்ல.

ஆஸ்திரேலியப் பிரதமர் ஹோவர்ட் இன்று தேர்தலில் படுதோல்வியுற்றுள்ளார். கண்ணை மூடிக்கொண்டு புஷ்ஷின் போர் நடவடிக்கைகளை ஆதரித்த பல தலைவர்களுக்கு நேர்ந்த கதி அவருக்கும் நேர்ந்துள்ளது. தோல்வி நிச்சயம் என்கிற சூழலில் பயங்கரவாதத்திற்கு எதிரான போரில்

தமது நிலைப்பாட்டை நியாயப்படுத்துவதற்கான ஓர் இறுதி முயற்சியாக அவர் ஹனீஃப் பிரச்சினையைப் பயன்படுத்த முனைந்ததை அங்குள்ள ஊடகங்களும், நீதித்துறையும், சிவில் சமூகமும் முறியடித்தது மனித உரிமைப் போராளிகளுக்கு நம்பிக்கையூட்டக்கூடிய ஒன்று.

சிவில் சமூகம் இப்படி விழிப்புடன் இருந்தால்தான் பயங்கரவாதத்தைக் காரணம் காட்டி ஒரு அரசு சிவில் உரிமைகளைப் பறிக்க முனைவதை முறியடிக்கவோ, அல்லது அத்தகைய முயற்சிகள் நிரந்தரமாகாமல் மீண்டும் பழைய நிலைக்குத் திரும்பிச் செல்லவோ இயலும். இந்தியாவில் துரதிருஷ்டவசமாக அத்தகைய சூழல் இல்லை.

இந்தியச் சூழலில் தேசபக்தி: சிவில் உரிமைகள் என்கிற ஒரு முரண் கட்டமைக்கப்படுவதும் குறிப்பிடத்தக்கது. நரேந்திரமோடியின் ஆட்சிக் காலத்தில் மேற்கொள்ளப்பட்ட 21 என்கவுண்டர் கொலைகளில் 15ஐச் செய்த ஐ.ஜி. வன்சாராவைக் காப்பாற்றுவதற்கு இன்று தேசபக்தி ஒரு கேடயமாகப் பயன்படுத்தப்படுகிறது.

2005 நவம்பர் 3ஆம் தேதியன்று கர்நாடக மாநிலத்தில் பெல்காம் அருகில் ஒரு டூரிஸ்ட் பஸ்சில் சென்றுகொண்டிருந்தபோது வழிமறித்து ஷெராப்தீனும், கவுசர் பீவியும் வன்சாரா கும்பலால் கடத்திச் செல்லப்பட்டனர். மூன்று நாள் கழித்து ஷெராப்தீனை குஜராத் மாநிலத்தில் உள்ள சபர்கந்தாவில் நடைபெற்ற ஒரு என்கவுன்டரில் கொன்றதாக அறிவிக்கிறான் பயங்கரவாத எதிர்ப்புப் படையின் தலைவன் வன்சாரா. மனைவி கவுசர் பீவி காணாமற் போய்விடுகிறார். அவர் பாலியல் வன்முறைக்குள்ளாக்கப்பட்டு, கொன்று எரிக்கப்பட்டு, எஞ்சிய உடற்பாகங்கள் ஒரு கிணற்றில் எறியப்பட்டு, அதன்மீது ஒரு கட்டிடம் எழுப்பி அவர் காணாமலடிக்கப்படுகிறார்.

இத்தகைய கொடிய மனித உரிமை மீறலைப் புரிந்த வன்சாராவுக்கு எதிராக இன்று பா.ஜ.க. வெளிப்படையாகப் போராட்டங்களை நடத்துகிறது. மோடி பின்னணியிலிருந்து

இதைச் செய்கிறார். வன்சாரா நீதிமன்றத்திற்கு அழைத்து வரப்படும் ஒவ்வொரு முறையும் பா.ஜ.க. வினரும் வன்சாராவின் சாதியைச் சேர்ந்தவர்களும் திரண்டு நின்று, "பாரு பாரு யாரு வருது, குஜராத்தின் சிங்கம் வருது" என முழக்கங்கள் எழுப்புகின்றனர். வன்சாராவின் படங்கள் ஏராளமாக இதழ்களில் வெளியிடப்படுகின்றன. எத்தனை கம்பீரமாகவும், திமிராகவும் அவன் காட்சியளிக்கிறான். அவனது உதவியாளனும் இன்னொரு ஐ.பி.எஸ். அதிகாரியுமான ராஜ்குமார் பாண்டியன் 'லெவிஸ்ட்ராஸ்' பெயரெழுதிய டி சர்ட்டுடன் ஒரு சினிமா ஹீரோபோல நீதிமன்றத்திற்கு வருகிறான்.

தாங்கள் தேசபக்தர்கள், "தேசத்தைக் காப்பதற்காகவே இந்தக் கொலைகள் செய்யப்பட்டன" எனப் பத்திரிகைகளுக்குப் பேட்டி அளிக்கிறான் வன்சாரா. கூசாமல் சொல்கிறான். தொழிற்போட்டியுள்ள சலவைக்கல் உரிமையாளர்களிடம் காசு வாங்கிக் கொண்டு ஷெராப்தீனைப் போட்டுத்தள்ளி, மனைவியைப் பாலியல் வன்முறைக்கு உள்ளாக்கிக் கொன்று, ஒரே சாட்சியான துளசிராம் பிரஜாபதியையும் கொன்று அழித்ததற்கு வன்சாரா, மோடி கும்பல் சொல்லும் காரணம் 'தேசபக்தி'. பா.ஜ.க.வும் அதைத்தான் சொல்கிறது. "*Battle Lines Are Drawn*" - அதாவது போர் முரசு ஒலித்துவிட்டதாம். பாதிக்கப்பட்ட குடும்பத்தினர் நீதிமன்றத்திற்குப் போனதாலும், இது ஒரு பிரச்சினையாக இந்திய அளவில் வெளிப்பட நேர்ந்ததாலும், ஏதோ அதிர்ஷ்டவசமாக நீதிமன்றம் உத்தரவிட்டு இன்று வன்சாரா கும்பல் உள்ளே இருக்க வேண்டிய நிர்ப்பந்தம் ஏற்பட்டுள்ளது. இதற்கு அவர்களின் எதிர்வினை "போர் முரசு ஒலித்துவிட்டது." இதன் பொருளென்ன? யாருடன் அவர்கள் போரிடப் போகின்றனர்? யார் எதிரிகள்? வேறு யார் முஸ்லிம்கள்தான்.

தெரியாமலா சொன்னார் பெரியார் - "அயோக்கியர்களின் கடைசிப் புகலிடம் தேசபக்தி" என்று.

0.4. அரசின் காரணங்களும் அசாதாரணச் சட்டங்களும்

நமது சிவில் சமூகத்திற்கு இத்தகைய விழிப்புணர்வு இல்லாததன் விளைவாகவே பயங்கரவாதச் செயல்களைக் காரணம் காட்டி, தற்காலிகம் எனச் சொல்லி அரசியல் சட்டம் வழங்கியுள்ள உரிமைகளைப் பறிக்கும் அசாதாரணச் சட்டங்களை இயற்றிப் பின் நிரந்தரமாக அவற்றை வைத்துக்கொள்ளும் போக்கு இருக்கிறது. உள்ளே உள்ள, சிறையில் வாடும் மனித உரிமைப் போராளிகள் பற்றிய கட்டுரையில் எவ்வாறு பொடா சட்டத்தை நீக்கிய கையோடு, இதன் மிகவும் ஆபத்தான சில கூறுகளை உள்ளடக்கி சட்ட விரோதச் செயல்கள் தடுப்புச் சட்டம் திருத்திப் பிரகடனப்படுத்தப்பட்டது என்பதைக் குறித்துள்ளேன்.

2004ம் ஆண்டில் இன்றைய ஐக்கிய முற்போக்குக் கூட்டணி அரசு மத்தியில் பதவி ஏற்றபோது பொடா (POTA - 2002) சட்டத்தை நீக்குவது தவிர்க்க இயலாததாகியது. இக்கூட்டணிக் கட்சிகள் எதிர்க்கட்சிகளாய் இருந்தபோது பொடா சட்டத்தை எதிர்த்ததாலும், வைகோவைப் பொடா சட்டத்தின் கீழ் சிறை வைத்திருந்ததைக் கண்டித்து வந்ததாலும் இந்நிலை அதற்கு உருவாகியது. எனினும் கூட்டணியிலுள்ள இக்கட்சிகள் எதுவும் மனித உரிமை அடிப்படையில், இத்தகைய சட்டங்களை எதிர்ப்பவை அல்ல என்பதையும் நெருக்கடிச் சூழல்களில் (Exceptional Situations), வழக்கமான சட்டங்களின் வரையறைக்குள் அடங்காத அசாதாரணக் கூறுகளைச் சட்டமாக்கும் அரசின் அத்தியாவசிய உரிமையை ஏற்பவை என்பதையும் நாம் மறந்துவிடலாகாது.

எனவே அவர்கள் பொடா நீக்க மசோதாவை (Pota RepealAct Ordi nance) முன்மொழிந்த அதே நேரத்தில் சட்டவிரோதச் சட்டங்கள் (திருத்த) மசோதாவையும் (UAPO) செப்டம்பர் 21, 2004 அன்று முன்வைத்தனர். பொடா நீக்கத்தால் ஏற்படும் சட்ட வெற்றிடத்தை நிரப்புவது எனக் காரணம் சொல்லப்பட்டது. பொடாவிலுள்ள சில முக்கிய அசாதாரணக் கூறுகள் வடித்தெடுக்கப்பட்டு இதில் சேர்த்து

நிரந்தரமாக்கப்பட்டன. அதே நேரத்தில் பொடா, தடா முதலியன தற்காலிக அசாதாரணச் சட்டங்களிலிருந்த சில பாதுகாப்புக் கூறுகள் இதன் மூலம் நீக்கப்பட்டன. இரண்டு அல்லது மூன்றாண்டுகளுக்கு ஒருமுறை இத்தகைய சட்டங்கள் பாராளுமன்றத்தில் பரிசீலிக்கப்பட்டு தொடர்வதா, வேண்டாமா என்று முடிவு செய்தல் என்பது இத்தகைய பாதுகாப்புகளில் ஒன்று. சட்ட விரோத நடவடிக்கைகள் தடுப்புச் சட்டம் நிரந்தரமானது என்பதால் அது இத்தகைய பாராளுமன்றப் பரிசீலனைகள் இல்லாமலேயே நிரந்தரமாய்த் தொடரும். தவிரவும் பொடா சட்டத்தின் 58ம் பிரிவின்படி ஒரு போலீஸ் அதிகாரி ஊழல் காரணமாகவோ, தவறான உள்நோக்கங்களுடனோ, அச்சட்டத்தைத் தேவையின்றிப் பயன்படுத்தினால் அவர் குற்றம் செய்தவராகக் கருதப்படுவார். புதிய நிரந்தரச் சட்டத்தில் இந்தப் பாதுகாப்பும் கிடையாது.

பழைய 1967 சட்டத்தின் 4ம் அத்தியாயத்துடன் மேலும் நான்கு அத்தியாயங்கள் (4,5,6,7) புதிய UAPA 2004இல் சேர்க்கப்பட்டன. சட்ட விரோத நடவடிக்கைகளுடன் பயங்கரவாத நடவடிக்கைகளும் இவ்வாறு இச்சட்டத்திற்குள் கொண்டுவரப்பட்டன. இரண்டையும் எதிர்கொள்வதற்கு வெவ்வேறு விதமான நடைமுறைகளும் வரையறுக்கப்பட்டன. பயங்கரவாத நடவடிக்கைகள் பற்றிய வரையறை, தண்டனை, கூடுதலான ஒறுப்புகள் (Enhanced Penalities) ஆகியவை தொடர்பாகவும், பயங்கரவாதச் சட்டங்களைத் தடை செய்வது உட்பட ஒட்டுக் கேட்பது, எலக்ட்ரானிக் தகவல் தொடர்புகளை இடைபுகுந்து கண்காணிப்பது ஆகிய நடவடிக்கைகளும் சட்டபூர்வமாக்கப்பட்டன.

இந்த முன்னுரையை எழுதிக்கொண்டிருந்தபோது தடை செய்யப்பட்ட இயக்கமான விடுதலைப் புலிகளை ஆதரித்துப் பேசுபவர்கள் மீது இந்த UAPA - 2007 சட்டம் பாயும் என தமிழக அரசால் அறிவிக்கப்பட்டுள்ளது. புதிய சட்டங்கள் தேவையில்லை என அரசுத் தரப்பில் சொல்லப்பட்ட போதும், கூடவே தேவையானால் புதிய சட்டங்களும் இயற்றப்படும்

எனவும் கூறப்பட்டுள்ளது. தேசப் பாதுகாப்பிற்காக எங்களின் உயிரினும் மேலான திராவிட நாட்டுக் கொள்கையை விட்டுவிட்ட நாங்கள் இந்த விஷயத்தில் விட்டுக் கொடுத்து விடுவோமோ எனச் சூளுரைத்துத் தன் தேசபக்தியை நிலைநாட்டியுள்ளார் கருணாநிதி. இன்று மனித உரிமை அமைப்புகள் மெல்ல மெல்ல அச்சட்டத்தை *(UAPA)* நீக்க வேண்டும் என்கிற கோரிக்கையை வைக்கத் தொடங்கியுள்ள நேரத்தில் தமிழக அரசு இந்தச் சட்டத்தைக் காட்டி அச்சுறுத்துகிறது. சரியாகச் சொல்வதானால் இத்தகைய அச்சுறுத்தலைச் செய்யுமாறு இந்திய அரசாலும், மத்தியிலுள்ள ஆளும் கட்சியாலும் நிர்ப்பந்திக்கப்பட்டுள்ளது. இதில் கருணாநிதியை மட்டும் குறைசொல்லிப் பயனில்லை. செப்டம்பர் 11க்குப் பிந்திய உலகளாவிய மாற்றங்களின் ஓரங்கமாகவே இதைக் காண வேண்டும்.

மறுமலர்ச்சி திராவிட முன்னேற்றக் கழகத் தலைவர் வைகோ, பொடா சட்டம் பா.ஜ.க. அரசால் கொண்டு வரப்பட்ட போது அதை ஆதரித்தவர். அன்றைய ஜெயலலிதா அரசு அதே சட்டத்தைப் பயன்படுத்தி அவரைக் கைது செய்தது. 301 பாராளுமன்ற உறுப்பினர்கள் கையெழுத்திட்டு வேண்டிக் கொண்டும், மத்தியிலிருந்த பா.ஜ.க. அரசின் ஆதரவு வைகோவுக்கு இருந்தும் கூட அவர் விடுவிக்கப்படவில்லை. கிட்டத்தட்ட ஒன்றரையாண்டு காலம் சிறையில் இருந்த பின்னரே இச்சட்டத்தைத் தான் ஆதரித்திருக்கக்கூடாது என்று அவர் கூற வேண்டியதாயிற்று. தடை செய்யப்பட்ட இயக்கம் *(LTTE)* ஒன்றை ஆதரிப்பதைக் காரணம் காட்டி பொடா சட்டத்தின் 21ம் பிரிவின் கீழ் அவர் கைது செய்யப்பட்டார்.

பொடாவில் வைகோ சிறை வைக்கப்பட்டிருந்தது தொடர்பாக இரு வழக்குகள் உச்ச நீதிமன்றம் வரை சென்றன. ஜெயலலிதா அரசின் நடவடிக்கையைக் கட்டுப்படுத்த அன்றைய மத்திய அரசு பொடா கைதிகள் தொடர்பான பரிசீலனைக்கு, குழு *(Review Committee)* ஒன்றை அமைக்கத் திருத்தம் ஒன்றைக் கொண்டு வந்தது. அவ்வாறு அமைக்கப்பட்ட குழு வைகோவின் மீது பொடா சட்டம் பிரயோகிக்கும் அளவிற்கு அவர் குற்றம்

செய்யவில்லை எனக் கூறியது. இதை எதிர்த்து ஜெயலலிதா அரசு உச்ச நீதிமன்றத்தில் மேல் முறையீடு செய்தது. எனினும் இந்த முறையீடு உச்ச நீதிமன்றத்தில் தள்ளுபடி செய்யப்பட்டது. மற்றொரு வழக்கில் = சிறையிலிருந்த வைகோ பொடா சட்டத்தின் 21ம் பிரிவு அரசியல் சட்டம் வழங்கியுள்ள பேச்சுரிமை மற்றும் கருத்துச் சுதந்திரத்திற்கு முரணானது என வாதிட்டார். ஸ்ரீலங்கா அரசுக்கும் விடுதலைப் புலிகளுக்குமிடையே அமைதிப் பேச்சுவார்த்தை நடைபெற்றுக்கொண்டுள்ள சூழலில் ஒரு அரசியல் கட்சித் தலைவராக உள்ள தான் எப்படிக் கருத்துச் சொல்வது குற்றமாக இருக்க முடியும் என வினவினார். ஈழத் தமிழர்களின் முக்கிய பிரதிநிதியாக உள்ளது விடுதலைப் புலிகள் இயக்கம் என்பதால் ஈழப் பிரச்சினையைப் பேசும்போது எப்படி அதைப் பற்றிப் பேசாதிருக்க இயலும் என்கிற கேள்வியினையும் அவர் முன்வைத்தார். எனினும் உச்ச நீதிமன்றம் அவரது வாதத்தை ஏற்றுக்கொள்ளவில்லை. பொடா சட்டத்தின் 21ம் பிரிவு அரசியல் சட்டத்திற்குட்பட்டதே எனக் கூறியது. *(i)* செய்யப்பட்ட குற்றம் இயல்பில் பயங்கரமானது *(aggravated in nature)*. எனவே சாதாரணச் சட்டங்களிலிருந்து விலகிய சிறப்புப் பிரிவுகள் இத்தகைய குற்றங்களைக் கையாள்வதற்கு அத்தியாவசியமாகின்றன. *(ii)* பிரிவு 21 என்பது பிரிவுகள் 20, 21 உடன் இணைந்து தண்டனைத் தன்மையுடையதாக அமைகிறது. புதிய சூழல்களை எதிர்கொள்வதற்காகவும், பயங்கரவாத நடவடிக்கைகளுக்கும் பயங்கரவாதச் செயல்களுக்கும் ஆதரவு அளிப்பதைத் தண்டிக்கும் நோக்கிலும் இது உருவாக்கப்பட்டுள்ளது. *(i)* இந்தப் பிரிவுகளின் அடிப்படையில் ஒருவரைக் குற்றம் சாட்ட வேண்டுமானால் அவர் பயங்கரவாதச் செயற்பாடுகளை அதிகரிக்கும் அல்லது அத்தகைய நடவடிக்கையை ஊக்குவிக்கும் உள்ளார்ந்த விருப்புடன் செயற்பட்டிருக்க வேண்டும். *(iv)* இந்த வகையில் புரிந்து கொள்வதன் மூலம் இப்பிரிவுகளைத் தவறாகப் பயன்படுத்தலாகாது என்பன தீர்ப்பின் முக்கிய கூறுகள். 21ம் பிரிவிற்கு அரசியல் சட்ட ஏற்பு வழங்கிய உச்ச நீதிமன்றம் குற்றம் சுமத்தப்பட்டவர்

அத்தகைய உள்நோக்கத்துடன் செயற்பட்டிருக்க வேண்டும் என்கிற நிபந்தனையைப் பெரிய மனது பண்ணி வற்புறுத்தியது. இந்த முரணின் அடிப்படையிலேயே சில நாட்களுக்கு முன் தமிழகச் சட்டமன்றத்தில் ஜெயலலிதாவும், திமுக அரசும் மோதிக்கொண்டன.

தேவையானால் புதிய சட்டம் இயற்றப்படும் என மாநில அரசு சொல்வதன் பொருளென்ன? செப்டம்பர் 11 ஐ ஒட்டி உலகெங்கிலும் பயங்கரவாதத்திற்கெதிரான போர் என்கிற பெயரில் மனித உரிமைகள் தேசப் பாதுகாப்புக்குட்பட்ட வையாக *(Securitisation of Liberty)* மாற்றப்படுவது குறித்துப் பேசிக்கொண்டிருக்கிறோம். செப்டம்பர் 11க்குப் பிறகு உடனடியாக அமெரிக்கா, பிரிட்டன், சீனா, இந்தியா உள்ளிட்ட இருபதுக்கும் மேற்பட்ட நாடுகள் இத்தகைய சட்டங்களை இயற்றின. அமெரிக்காவில் *Anti-Terrorism Crime and security Act (ACSA)*, கனடாவில் சி36, ஆஸ்திரேலியாவில் *(Security Legislation Amendment (Terrorism) Act 2002*, நியூசிலாந்தில் *(Supression of Terrorism Act, 2002)*, இந்தியாவின் பொடா சட்டம் (2002) ஆகியவை இவற்றில் சில.

இவை தவிர மாநிலங்கள் அளவிலும் அமைப்பாக்கப்பட்ட குற்ற நடவடிக்கைகள் கட்டுப்பாட்டுச் சட்டங்கள் (COCA) இயற்றப்பட்டன. உத்தரபிரதேசத்தில் UPCOCA 2007, மகாராஷ்டிராவில் NPCOCA 1999, சட்டிஸ்கரில் சிறப்புப் பாதுகாப்புச் சட்டம் (CSPSA 2006A), மத்திய பிரதேசத்தின் சிறப்புப் பகுதிகள் பாதுகாப்புச் சட்டம்' (MPSASA 2001) ஆகியவை இவற்றில் சில. இந்த வரிசையில் இன்று தமிழ் நாட்டிலும் இத்தகைய சட்டம் ஒன்று இயற்றப்படுவதற்கு அழுத்தம் அளிக்கப்படுகிறது.

தடா சட்டம் 1995ல் நீக்கப்பட்டவுடன் மகாராஷ்டிரத்தில் மேற்குறிப்பிட்ட சட்டம் இயற்றப்பட்டது. இதே நேரத்தில் தமிழகம் (பொடோ) ஆந்திரம், ஜம்மு - காஷ்மீர் மாநிலங்களில் இத்தகைய சட்டங்கள் இயற்ற முயற்சிக்கப்பட்டன. எனினும்

எதிர்ப்புகளின் விளைவால் பிற மாநிலங்களில் அவை கைவிடப்பட்ட போதும் மகாராஷ்டிரத்தில் அது தொடர்ந்தது. ம.பி., உ.பி. முதலான மாநிலங்களில் இத்தகைய சட்டம் இயற்றப்படுவதற்கு மகாராஷ்டிரச் சட்டமே முன்மாதிரி.

இந்தச் சட்டங்களின் மூலம் எந்த மாநிலத்திலும் நடைபெற்று வரும் குற்றங்கள் எதுவும் குறைந்தபாடில்லை. எனினும் காவல்துறையினருக்கு விருப்பம் போல் கைது செய்யவும், சித்திரவதை செய்யவும், பிணையில்லாமல் நீண்ட காலம் சிறை வைத்திருக்கவும் ஐயத்திற்குரிய குழுக்களைக் கண்காணிப்பு வலைக்குள் வைக்கவும் வானளாவிய அதிகாரம் இச்சட்டங்களின் மூலம் வழங்கப்பட்டுள்ளது. உத்தரபிரதேசச் சட்டத்தை *(UPCOCA)* எடுத்துக்கொண்டோமானால் குற்றம் முதல் முறை பதிவு செய்யப்படும்போது குற்றம் சுமத்தப்படுபவர் ‘எக்ஸ் பார்ட்டியாக பிணை பெறும் உரிமையை இழக்கிறார். இரண்டாம் முறை பதிவாகும்போது அக்குற்றம் பிணையில் அனுமதிக்க இயலாத குற்றமாகிறது. மாநில அளவில் உள்துறைச் செயலாளர் தலைமையிலும், மாவட்ட அளவில் ஆட்சியர்கள் தலைமையிலும் அமைக்கப்பட்ட குழுக்கள் இச்சட்டத்தை நடைமுறைப்படுத்தும். இந்தக் குழு இடும் ஆணை குறித்து 30 நாட்களுக்குள் ஓய்வு பெற்ற உயர் நீதிமன்ற நீதிபதி ஒருவரின் தலைமையில் அமைக்கப்பட்ட மேல்முறையீட்டு அமைப்பிடம் முறையீடு செய்யலாம். ஆனால் இந்த மேல் முறையீட்டு அமைப்பில் காவல்துறை டி.ஜி.பி.யும் அரசு முதன்மைச் செயலாளரும் பங்கு பெறுவர். அதாவது யார் குற்றம் சுமத்தினார்களோ அவர்களே மேல்முறையீட்டின் மீது தீர்ப்பும் வழங்குவார். இச்சட்டத்தின் மீதான தண்டனையும் கூட சாதாரணச் சட்டங்களைக் காட்டிலும் அதிகம்.

இந்தியக் குற்றவியல் சட்டம், தேசியப் பாதுகாப்புச் சட்டம், ஆயுதங்கள் மற்றும் வெடிமருந்துச் சட்டம், போதைப் பொருட்கள் சட்டம், குண்டர் சட்டம் முதலான பல சட்டங்கள் கைவசம் இருந்த போதிலும் இத்தகைய அசாதாரணச் சிறப்பு அதிகாரச் சட்டங்களின் மூலமே அரசுகள் மக்கள் மீதான

தமது அதிகாரத்தை எல்லையில்லாததாக்கிக்கொள்கின்றன.

அரசுகள் அதிகாரத்தை இவ்வாறு பெருக்கிக்கொள்வதன் மூலம் தனது ஜனநாயகத் தன்மையை இழக்கின்றன. காந்தியடிகள், தோரோவை மேற்கோள் காட்டிச் சொல்வது போல, எந்த அளவு அரசு குறைவாக உள்ளதோ அந்த அளவே சமூகம் ஜனநாயகமானதாக அமையும். அரசு அதிகாரங்களுக்கு வரம்புகளும் தடைகளும் இருப்பது ஜனநாயக சமூகத்தின் அடிப்படைப் பண்பு. ஜனநாயகம் என்கிற கருத்தியல், தனியார் உரிமைகள், சட்டத்தின் ஆட்சி என்பவற்றின் பொருள் நெருக்கடி நிலைகளிலும் கூட அரசு வரம்புக்குட்பட்டதாக இருக்க வேண்டும் என்பதே. அரசைப் பாதுகாப்பது என்கிற பெயரில் அது இந்த வரம்புகளை மீறக்கூடாது. ஆனால் நடைமுறை அரசுகள் அனைத்தும் இந்த வரம்புகளை மீறிய *(States of Exception)* நெருக்கடி நிலை அரசுகளாகவே இருந்தன என்பதை ஜியார்ஜியோ அகம்பன் சுட்டிக்காட்டுவது முதல் கட்டுரையில் பேசப்பட்டுள்ளது. "அரசின் காரணங்கள்" *(Raisond'etat - Reasonsof State)* என்பதாகவே நெருக்கடிநிலைச் சட்டங்களை அரசுகள் நியாயப்படுத்துகின்றன. 'அரசின் காரணம்' என்பதே அரசுகளின் இருப்பியல் நியாயமாக காலம் காலமாக இருந்து வந்துள்ளது. எனவே அரசின் காரணங்களுக்காக இந்த மனிதத் தன்மையற்ற செயற்பாடுகளை நிறைவேற்றுவதற்கான பொறுப்பிலுள்ள கனவான்கள் கூச்சப்படவோ, வெட்கப்படவோ தேவையில்லை.

அராஜகவாதச் சிந்தனையாளரும் கார்ல் மார்க்ஸால் சற்று நியாயமின்றிக் கண்டிக்கப்பட்டவருமான மிஷேல் பகூனின், அவரது காலத்தில் இந்தோனேஷியாவில் அமெரிக்காவின் செயற்பாடுகளை ஆராய்ந்த போது, அரசின் காரணங்கள் என்பதை வன்மையாகக் கண்டித்தது நினைவுகூரத்தக்கது. அரசின் காரணங்கள் என்பது உண்மையில் அமைப்பு ரீதியாகத் திரட்டப்பட்ட அதிகாரம், மேலாதிக்கம், பெரும்பான்மை மக்களின் மீது சொத்துள்ள வர்க்கங்களின் அதிகாரம் ஆகியவற்றையே குறிக்கிறது. பிரபஞ்ச ஒருமை, மனிதகுல

ஒற்றுமை, மனிதாயம் ஆகியவற்றின் வெட்கக்கேடான மறுப்பு இது என்றார் பகூனின். அரசின் சாராம்சமே இந்த மறுப்பில்தான் உள்ளது. ஆனால் அரசின் நிலைப்பாட்டைப் பொறுத்தமட்டில் இதுவே அதன் பெரும் கடமை, உன்னத மாண்பு.

"இவ்வாறு துன்புறுத்துவது, ஒதுக்குவது, சீரழிப்பது, கொள்ளை கொள்வது சகமனிதரைக் கொல்வது, அடிமையாக்குவது முதலான சாதாரணமான குற்றங்களாகக் கருதப்படக்கூடிய நடைமுறைகள், அரசின் காரணங்கள் என்கிற நிலைப்பாட்டால் அரசின் பெருமைக்காகவும், அதன் அதிகாரத்தைத் தக்க வைப்பதற்காகவும், விரிவாக்குவதற்காகவும் செய்யப்படும் காரியங்களாகிவிடுகின்றன. புராதன அரசுகளாயினும் நவீன அரசுகளாயினும் சரி அவற்றின் வரலாறுகள் அரசின் பிரதிநிதிகள் செய்த இதுபோன்ற ஏராளமான குற்றங்களின் வரலாறாகவே இருந்து வந்துள்ளன. எண்ணற்ற அர்த்தங்கள் சாத்தியமான, அவர்களுக்கு வசதியான, ஆனால் கொடூரமான அரசின் காரணங்கள் என்கிற சொற்களின் மூலமே அவை நியாயப்படுத்தப்பட்டன."

- என்றார் பகூனின். தேச இறையாண்மை, நெருக்கடி நிலை குறித்த வரையறை, அதன் இன்னொரு பக்கமான இயல்பான சூழல் குறித்த விளக்கம் எல்லாமே அரசின் காரணங்கள் என்கிற அடிப்படையிலேயே வரையறுக்கப்பட்டன. குடிமக்கள் அல்லாதவர்கள் 'மற்றவர்கள்'. என்றென்றும் கண்காணிப்பிற் குள்ளாக்கப்பட வேண்டியவர்கள். தடுத்து நிறுத்தப்பட வேண்டியவர்கள். இவர்கள் அரசுகளுக்குரியவர்கள் அல்லர். உள்நாட்டவர்களாக இருந்தபோதும் அவர்கள் ஒருவகையில அரசற்றவர்களாக, அகதிகளாகக் கருதப்படத்தக்கவர்கள். அற நடைமுறைகளுக்கும் கூட தகுதியற்றவர்கள். இவர்களைக் கையாள அரசு மேற்கொள்ளும் நடவடிக்கைகள் எந்தவித அறநியாயங்களையும் கடைப்பிடிக்க வேண்டியதில்லை. சொல்லவும் வேண்டியதில்லை.

0.5 உள்நாட்டுக் கலகங்களும், சிவிலியன்களைக் கையாளுதலும்

சட்டிஸ்கர் மாநிலத்தில் மாவோயிஸ்டுகளைக் கையாள இன்று அரசு உருவாக்கியுள்ள 'சல்வாஜுடும்' என்கிற கூலிப்படை இதற்கொரு சான்று. இது குறித்து நான் விரிவாக வேறொரு நூலில் எழுதியுள்ளேன். (உலகமயத்திற்குப் பின் இந்தியா, 2007). போராடும் மாவோயிஸ்டுகளுக்கு எதிராக சக பழங்குடியினருக்கு ஆயுதமும் ஊதியமும் வழங்கி இன்று அங்கே நிறுத்தப் பட்டுள்ளனர். அரசும் (பா.ஜ.க), எதிர்க்கட்சியும் (காங்கிரஸ்) இதில் ஒத்த கருத்துடன் மட்டுமின்றி ஒருமித்துச் செயல்படவும் செய்கின்றனர். உள்ளூர் எதிர்ப்பு *(Local Resistance)* என இதற்குப் பெயர் சூட்டப்படுகிறது. பாதுகாப்பு தொடர்பான செலவு *(Security Related Expenditure)* என்கிற பெயரில் அரசு நிதியிலிருந்து இதற்கு ஒதுக்கீடு செய்யப்படுகிறது. இது ஏதோ மாநில அளவில் செயல்படுகிற விவகாரமும் அல்ல. மத்திய அரசின் உள்துறை அமைச்சகத்தின் ஒப்புதலுடன் இது நிறைவேற்றப்படுகிறது. சட்டிஸ்கரில் மட்டுமின்றி நக்சலைட்டுகள் செயல்படுகிற இதர மாநிலங்களிலும் கூட (எ.டு. ஆந்திராவில் நல்லமல்லா நாகம்) இத்தகைய சட்ட விரோதப் படைகள் அரசாதரவுடன் செயல்படுகின்றன. இந்த அறங்கெட்ட கொடூரத்தை எந்த அரசியல் கட்சியும், சிந்தனையாளர்களும், எழுத்தாளப் புடுங்கிகளும் எதிர்ப்பதில்லை. பினாயக் சென்னைப் போல எதிர்க்கத் துணிந்தவர்கள் இன்று சிறைகளில்!

'சல்வாஜுடும்' என்கிற இச்சட்ட விரோதப் படையினர் மாவோயிஸ்டுகளை மட்டும் கொல்வதில்லை. மாவோயிஸ்டுகளின் ஆதரவாளர்களாகக் கருதப்படும் யாரையும் இவர்கள் கொல்வர். பழங்குடியினர் செறிவாக உள்ள பகுதிகளில் மாவோயிஸ்டுகள் ஊடுருவி வருவதைத் தடுப்பது என்கிற பெயரில் கிராமம் கிராமமாகத் தாக்குதல் நடத்தி அங்குள்ள பழங்குடியினரைத் தமது நிலத்திலிருந்தும், வீடுகளிலிருந்தும் வெளியேற்றி அகதிகளாக்குகின்றனர். திரும்பி வரத் துணிபவர்களும், முயல்பவர்களும் கொல்லப்படுகின்றனர்.

2005–2006ம் ஆண்டில் மட்டும் இவ்வாறு கொல்லப்பட்ட சிவிலியன்களின் எண்ணிக்கை 243. மாவோயிஸ்டுகளால் கொல்லப்பட்ட படையினரின் எண்ணிக்கை 65.

அயல்நாடுகளுக்கு எதிரான போர்களுக்கும், உள்நாட்டுக் கலவரங்களை ஒடுக்குவதற்கும் இடையிலுள்ள வித்தியாசங்களை அழிப்பது செப்டம்பர் 11க்குப் பிந்திய நடைமுறைகளில் ஒன்று என்கிறார் புகழ்பெற்ற வரலாற்றாசிரியர் எரிக் ஹாப்ஸ்வாம். இதன் இன்னொரு பக்கமாக சிவிலியன்களுக்கும் ஆயுதப்படைகளுக்கும் உள்ள வித்தியாசங்களை மறுத்தல், போருக்கும் போரற்ற நிலைக்கும் உள்ள வேறுபாடுகளை அழித்தல் ஆகியவை உள்ளன எனலாம். ஈராக்கில் சதாம் அரசு வீழ்ந்ததற்கும், வீழ்ந்தபின்னிற்கும் என்ன வித்தியாசம்? சிவிலியன்களும் உள்நாட்டுக் கலகக்காரர்களும் (insurgents) எந்த வகையில் வேறுபடுத்தப்படுகின்றனர்?

ஆக்கிரமிப்புப் படைகளை நிறுத்துதல், மக்களை உள்நாட்டிலேயே அகதிகளாக்கி முகாம்களில் குடியேற்றுதல் (எ.டு. சட்டிஸ்கர்) முதலியனவும் கூட செப்டம்பர் 11க்குப் பின் விரிவாகியுள்ள நடைமுறைகளே. கூலிப் படைகளைப் பயன்படுத்துவதையும் இத்துடன் சேர்த்துக்கொள்வோம். ஈராக்கில் இன்று நிறுத்தப்பட்டுள்ள அமெரிக்கத் துருப்புகளின் எண்ணிக்கை 1,68,000 என்றால் அங்கே நிறுத்தப்பட்டுள்ள கூலிப்படைகளின் எண்ணிக்கை 1,80,000. 25 தனியார் பாதுகாப்பு நிறுவனங்கள் (Public Security Companies) இவர்களை அனுப்பியுள்ளன. இவர்களில் பலர் சமையல், துணி வெளுப்பு முதலிய பணிகளுக்காக வந்தவர்கள் என்ற போதிலும் குறைந்தபட்சம் 40,000 பேர் ஆயுதம் ஏந்திய படையினராகச் செயல்படுகின்றனர். அமெரிக்கப் படைகளின் எண்ணிக்கையைக் குறைப்பதற்கு இவர்களை இறக்குமதி செய்வது அவசியம் என அமெரிக்கத் தரப்பில் சொல்லப்படுகிறது. ஹாலிவுட் படங்களில் வரும் 'கௌபாய்கள்' போல ஆயுதங்களுடன் திரியும் இவர்கள் குடித்துவிட்டு வேடிக்கையாகச் சிவிலியன்களைக் கொல்வது அங்கு வாடிக்கை. சென்ற செப்டம்பர் 16 அன்று பாக்தாத்

சதுக்கம் ஒன்றில் கூடியிருந்த மக்கள் மீது பிளாக் வாட்டர் என்கிற தனியார் நிறுவனத்தைச் சேர்ந்த கூலிப்படையினர் சுட்டபோது 17 சிவிலியன்கள் கொல்லப்பட்டனர். மாலிகியின் எடுபிடி அரசு பிளாக் வாட்டர் நிறுவனம் வெளியேற வேண்டும் எனக் கட்டளை இட்டபோது, அமெரிக்க அரசு அதை நிராகரித்தது. ஈராக்கில் பாதுகாப்பிற்கு பிளாக் வாட்டரின் சேவை தேவை எனக் கூறிவிட்டது. பொதுப் பாதுகாப்பை *(Public Security)* உருவாக்க தனியார் பாதுகாப்பு தேவை *(Private Security)* என்பது அரசுகளின் இன்றைய நியாயங்களில் ஒன்று.

சிவிலியன்களைக் கையாள்வது குறித்த சர்வதேச உடன்பாடுகள், ஒப்பந்தங்கள் எல்லாம் இன்று காற்றில் பறக்க விடப்பட்டுள்ளன. வரலாற்று ரீதியான அனுபவங்களின் வாயிலாகவே இத்தகைய ஒப்பந்தங்கள் அவ்வப்போது உருவாயின. போர்களின்போது கடைப்பிடிக்க வேண்டிய நெறிமுறைகளை உருவாக்குவதற்கான ஹேக் நகரில் சர்வதேச அமைதி மாநாடு ஒன்று 1899ல் கூட்டப்பட்டது. அப்போது உருவானதுதான் ஹேக் உடன்படிக்கை. இதன் இரண்டாம் பகுதியில் முன்னுரையாகச் சேர்க்கப்பட்ட 'மார்டின்ஸ் பிரிவு', போரின்போது படைப்பிரிவினர் மற்றும் சிவிலியன்களுக்கு உள்ள சட்ட ரீதியான பாதுகாப்புகளை எந்தக் காரணம் குறித்தும் ரத்து செய்யக்கூடாது என்பதை உறுதி செய்தது. மக்களும் சரி, படையினரும் சரி சர்வதேசச் சட்டங்களின் பாதுகாப்புகளுக்குரியவர்கள். ஏனெனில் இச்சட்டங்கள் நாகரிகச் சமூகங்களின் மரபுகளிலிருந்தும், மனித சமூக நெறிமுறைகளிலிருந்தும், பொது மனசாட்சியின் தேவைகளிலிருந்தும் உருவானவை என்பதை மார்டின்ஸ் பிரிவு சுட்டிக்காட்டியது.

ஆனால் எந்த மரபும் தேங்கி இறுகியதல்ல. மரபுகளின் நிகழ் தன்மையை, மாறிவரும் பண்பை நாம் மறந்துவிடலாகாது. பொது மனசாட்சியும் சரி, சர்வதேச சட்டக் கோட்பாடுகளும் சரி, இப்படி மாறிவருபவைதான். அனுபவங்கள் இவற்றை மேலும் விசாலமாக்குகின்றன. முதல் உலகப் போரில்

விஷவாயுக்களையும், இரசாயன ஆயுதங்களையும் பயன்படுத்தியதைத் தொடர்ந்து இரசாயன மற்றும் உயிரியல் ஆயுதங்களுக்கு எதிரான தடை 1925ல் உருவாக்கப்பட்டது. இரண்டாம் உலகப் போரின்போது காயம்பட்ட வீரர்கள், மாலுமிகள், போர்க் கைதிகள் ஆகியோர் ஜப்பான், ஜெர்மனி முதலான நாடுகளில் மோசமாக நடத்தப்பட்டதைத் தொடர்ந்து, 1949ல் புகழ்பெற்ற ஜெனிவா உடன்பாடுகள் (1, II & III) உருவாயின. சிவிலியன்கள் தாக்கப்படுவதைத் தடுக்க நான்காவது ஜெனிவா உடன்பாடுகளும் பின்னர் உருவாயின. வியட்நாம் ஆக்ரமிப்பில், அமெரிக்கா மேற்கொண்ட கொடூரமான அணுகல்முறைகளை ஒட்டி ஜெனிவா உடன்பாடுகளுக்கு இரு ஒப்பந்தங்கள் உருவாக்கப்பட்டன. முதலாவது சர்வதேச ஆயுதப் போர்களிலும் மற்றது (International Armed conflicts -Protocol) சர்வதேச அளவில் அல்லாத ஆயுதப் போர்களிலும் பாதிக்கப்பட்டவர்களின் பாதுகாப்பை உறுதிசெய்தன. இரண்டாம் ஒப்பந்தத்தின் 3ஆம் பிரிவு நான்கு ஜெனிவா ஒப்பந்தங்களுக்கும் பொதுவான ஒன்றை வற்புறுத்தியது. அது சர்வதேச அளவிலல்லாத ஆயுதப் போர்களில் சிவிலியன்களின் பாதுகாப்பை வற்புறுத்தியது. சிவிலியன்கள் மீதான வன்முறைகள் மட்டுமல்ல, பீதியை ஊட்டும் மிரட்டல்கள், கட்டாய இடப்பெயர்வு ஆகியவற்றையும் இது தடை செய்தது.

160 நாடுகள் ஏற்றுக்கொண்டுள்ள இந்த ஒப்பந்தங்களை இந்தியா இன்னும் ஏற்கவில்லை (ratify). இந்தக் கடப்பாடுகளை ஏற்றுக்கொண்டால் அதன் மேற்குறித்த பிரிவுகளுக்குத்தான் உடன்பட வேண்டும் என்கிற அச்சமும், தயக்கமுமே காரணம். அமெரிக்காவுடன் அணு ஒப்பந்தம் செய்துகொண்டு நாட்டை அடிமையாக்கத் தயங்காத இந்த எடுபிடி ஏவல்களுக்கு என்ன மாதிரியான விஷயங்களில் தயக்கங்கள் பாருங்கள்.

இந்தச் சட்டங்கள் எதுவும் உள்நாட்டுக் கலகங்களை எதிர்கொள்ள சட்டபூர்வமான எதிர் நடவடிக்கைகள் எடுப்பதைத் தடுக்கவில்லை. சட்ட ஒழுங்கை நிலைநாட்டவும், தேச ஒற்றுமையையும், எல்லையையும் பாதுகாக்கவும்

எல்லாவிதமான சட்டபூர்வமான எதிர் நடவடிக்கைகளையும் மேற்கொள்ள இவை அனுமதிக்கவே செய்கின்றன. எது தடை செய்யப்படுகிறதென்றால் சட்டபூர்வமற்ற வழிகளில் சிவிலியன்களைப் பழிவாங்குவதுதான்.

சித்தார்த் (பார்க்க : *The Hindu, Sep.8, 2007*) சொல்வது போல இப்படி ஒப்பந்தத்தில் கையெழுத்திடாதது அறவியல் ரீதியில் அயோக்கியத்தனம் மட்டுமல்ல, அரசியல் ரீதியில் முட்டாள்தனமும் கூட. கையெழுத்திடாத போதும் மார்டின்ஸ் பிரிவு இன்று சர்வதேசச் சட்டத்தில் ஓரங்கமாக மாறிவிட்டது. எனவே ஒப்பந்தத்தில் கையெழுத்திடவில்லை எனச் சொல்லி இந்திய அரசு குற்றச்சாட்டிலிருந்து தப்பிக்க இயலாது. தவிரவும் ஒப்பந்தத்தில் கையெழுத்திடாததால் நக்சலைட்கள் அத்துமீறும் போது சர்வதேசச் சமூகத்திடம் முறையிடும் உரிமையையும் அரசு இழந்துவிடுகிறது.

மாவோயிசப் பிரச்சினையை அரசு அரசியல் ரீதியில் தீர்க்க முயல வேண்டும். நக்சலைட் அபாயம் இன்று உள்நாட்டுப் பாதுகாப்பிற்கு ஏற்பட்டுள்ள மிகப் பெரிய ஆபத்து என மன்மோகன் அடிக்கடி சொல்கிறார். தொண்ணூறுக்கும் மேற்பட்ட மாவட்டங்களில் இன்று அவர்கள் வலுவான சக்திகளாக உள்ளனர். 30க்கும் மேற்பட்ட தரை ராணுவப் படைப் பிரிவுகள் இன்று அவர்களுக்கு எதிராக நிறுத்தப்பட்டுள்ளன. இந்த எண்ணிக்கையை 100க்கும் மேலாக அதிகரிக்க அரசு முயன்றுவிடுகிறது. 90களுக்குப் பிந்திய தாராளமயம், கனிம வளங்களையும், நிலத்தையும் கார்ப்பரேட்களுக்குத் தடையின்றி வழங்குதல் முதலான அரசுக் கொள்கைகளிலிருந்து பிரிக்க இயலாதது நக்சலைட் வளர்ச்சி. கார்ப்பரேட்கள் நண்பர்கள், சொந்த மக்கள் எதிரிகள் என்கிற நிலைப்பாட்டின் மூலம் மாவோயிஸ்டுகளின் சவாலை இந்திய அரசு சமாளித்துவிட இயலாது.

0.6 மவுனமாக இருக்கும் உரிமை மீறல்

அரசியல் சட்டம் வழங்கியுள்ள அடிப்படை உரிமைகளைக்

குழிதோண்டிப் புதைக்கும் நடைமுறைகளில் இன்னொன்றுதான் போதைப் பகுப்பாய்வு அல்லது ‘பொய் கண்டுபிடிப்பு சோதனைகள். இதுகுறித்து உள்ளே விரிவான கட்டுரை ஒன்றுள்ளது. குற்றம் சுமத்துபவரின் உடல் மீது மேற்கொள்ளப்படும் படை எடுப்பு, மூளைச் செயற்பாடுகளில் குறுக்கீடு செய்வது, வழக்குக்குத் தேவையற்ற அந்தரங்கங்களை வெளிப்படுத்தக்கூடியது, உடல் நலத்திற்குக் கேடு விளைவிக்கக் கூடியது. பல நாடுகளில் தடை செய்யப்பட்டுள்ள இதன் மூலம் வெளிப்படும் உண்மைகள் நம்பிக்கைக்குரியவையல்ல முதலானவை கட்டுரையில் விரிவாக விளக்கப்பட்டுள்ளன. இங்கே இது எவ்வாறு அரசியல் சட்டத்திற்கு எதிராக உள்ளது என்பதை மட்டும் பார்ப்போம்.

ஒவ்வொருவருக்கும் தமது அந்தரங்கத்தைப் பிறருக்கு வெளிப்படுத்தாமல் காப்பாற்றிக்கொள்ளும் உரிமையை *(Right to Privacy)* அரசியல் சட்டத்தின் 21ம் பிரிவு வழங்குகிறது. தன்னை ஒரு குற்றச் செயலில் தொடர்புபடுத்தக்கூடிய பதில்களைச் சொல்லாதிருக்கும் உரிமையும் *(Right to Silence A20(3)* குற்றம் சுமத்தப்பட்டவருக்கு உண்டு. குற்ற நடைமுறைச் சட்டத்தின் 161(2)ம் பிரிவும் இவ்வாறு ஒருவர் தன்னைத்தான் அளிக்கும் பதில்கள் மூலம் குற்றச்சாட்டுகளில் சிக்க வைத்துக் கொள்ளாதிருக்கும் உரிமையை *(Guaranteed Protection Against Self incrimination)* வழங்குகிறது. விசாரணையின் போது ஒருவர் எல்லாக் கேள்விகளுக்கும் பதில் சொல்வது அவசியம்தான் என்றாலும், தன்னை ஒரு குற்றச்சாட்டில் தொடர்புபடுத்தக் கூடியதும், தண்டனைக்குள்ளாக்கக்கூடியதும், தனது சொத்துக்களைப் பறிமுதல் செய்யும் அதிகாரத்தை வழங்கக்கூடியதுமான கேள்விகளுக்குப் பதில் சொல்லாதிருக்கும் உரிமை அவருக்குண்டு. குற்றம் சுமத்தப்பட்ட பின்பு மட்டுமல்ல, முன்பும் அவருக்கு அந்த உரிமை உண்டு. போதைப் பகுப்பாய்வு, மூளை வரைவு முதலான இத்தகைய மெய்யறியும் சோதனைகள் இந்த உரிமைகளைக் குற்றம் சுமத்தப்பட்டவருக்கு மறுக்கின்றன. எனினும் இது தொடர்பான வழக்குகளில் நீதிமன்றங்கள் இவற்றையெல்லாம் கண்டுகொள்வதில்லை.

இச்சோதனைகள் விஞ்ஞானபூர்வமானவை என்கிற கூற்றை நிபுணர்கள் மறுத்துள்ளது உள்ளே குறிப்பிடப்பட்டுள்ளது. எனினும் ரோஜோ ஜார்ஜ் என்பவர் தொடுத்த வழக்கொன்றில் கேரள உயர் நீதிமன்றம் இதை விஞ்ஞானபூர்வமானது எனக் கூறியதோடு நிபுணர் ஒருவரின் முன்னிலையில் சோதனை செய்யப்படும்போது இது அனுமதிக்கத்தக்கதே எனவும் தீர்ப்பு வழங்கியது *(206(2)KLT197)* குற்றவாளிகள் புதிய தொழில் நுட்பங்களைப் பயன்படுத்திக் குற்றச் செயல்கள் புரிவதால் மரபு வழிப்பட்ட விசாரணை முறைகள் பயன்படாது எனவும் கூறப்பட்டது. இத்தகைய சோதனைகள் ஒருவரை அவருக்கே எதிரான சாட்சியாக்க கட்டாயப்படுத்துவதாகாதா என்கிற கேள்வியை மும்பை உயர் நீதிமன்றம் எடுத்துக்கொண்டு வழங்கிய தீர்ப்பில், "இச்சோதனை 20(3) பிரிவுக்கு எதிராக உள்ளதா இல்லையா என்பது அவரது கூற்று அவரைக் குற்றத்துடன் தொடர்புபடுத்துகிறதா இல்லையா என்பதைப் பொறுத்ததே. அவர் தனது கூற்றை வெளிப்படுத்திய பின்னரே அது உறுதிசெய்யப்படும். எனவே சோதனை நடத்துவதை இது தடைசெய்யாது" எனக் கூறியது (ராம் சந்திரராம் ரெட்டி: மஹராஷ்டிரா அரசு. ரிட் மனு 1924/2003). இதைவிட மோசமான தீர்ப்பொன்றை கர்நாடகா உயர் நீதிமன்றம் வழங்கியது *(2004 (7)KarLJ(501).)* செல்வி என்பவர் தொடுத்த வழக்கில் இத்தகைய சோதனை ஒருவர் மீது மேற்கொள்ளப்படுவது கட்டாயமானதல்ல என நீதிமன்றம் கூறியது. ஊசி குத்தும் வலி மட்டுமே இங்கு கட்டாயம். அதற்குப் பின் அவர் பேசுவதனைத்தும் கட்டாயப்படுத்திப் பேசவைக்கப்படுபவை அல்ல என்றும் அது கூறியது. புறத்தூண்டல் ஒன்றின் மூலம் ஒருவரைத் தன்னிச்சையாகப் பேச வைப்பதே கட்டாயப்படுத்தல்தான் என்றே சட்ட அகராதிகள் விளக்கமளிக்கின்றன என்பது குறித்து நமது நீதிமன்றங்கள் கவலை கொள்ளவில்லை. மருத்துவமனையிலுள்ள நகரும் படுக்கை ஒன்றில் கட்டிவைக்கப்பட்ட கைதி, "வேண்டாம், வேண்டாம்" எனக் கதறக் கதறவே சோதனை அறைக்குள் அழைத்துச்செல்லப்படுகிறார். சோடியம் பென்ட தோல்

போன்ற ஓர் பார்பிடுரேட் செயல்படத் தொடங்கி போதை வயப்படும் வரை அவர் கதறிக்கொண்டுதான் இருப்பார். ஆனால் இந்த நடைமுறையைக் கட்டாயமில்லை என்கிறது நீதிமன்றம். குற்றம் சுமத்தப்பட்டவரின் சம்மதமின்மையை *(Lack of consent)* நீதிமன்றம் ஒரு பொருட்டாகக் கருதவில்லை. முன் குறிப்பிட்ட ரோஜோ ஜார்ஜ் வழக்கில் கேரள உயர் நீதிமன்றம் இச்சோதனை குற்றம் சுமத்தப்பட்டவரின் அந்தரங்கத்திற்குள்ளான அத்துமீறிய நுழைவு என்பதையும் மறுத்தது. *Mental Privacy* என்கிற உரிமையை அது கண்டு கொள்ளவில்லை. குற்ற நடவடிக்கைச் சட்டத்தின் 39ம் பிரிவின்படி குற்றம் குறித்த தகவல்களைச் சொல்வது ஒருவரது கடமை என்பதால் இத்தகைய தகவல்களை மறைத்துக்கொள்ளும் அந்தரங்கத்திற்கான உரிமை குற்றம் சுமத்தப்பட்டவருக்குக் கிடையாது என்று நீதிமன்றம் விளக்கமளித்தது.

0.7. நீதி வழங்கு விசாரணை முறையிலிருந்து தண்டனை வழங்கு விசாரணை முறையை நோக்கி.

நடைமுறையிலுள்ள குற்ற விசாரணைச் சட்டம், சாட்சியச் சட்டம், தண்டனைச் சட்டம் ஆகியவற்றைத் தடா, பொடா முதலான சட்டங்களிலிருந்த கூறுகளை எல்லாம் புகுத்தித் திருத்தும் முயற்சியை அரசு இன்னொரு வடிவத்திலும் செய்து வருகிறது. குற்ற நீதி முறையில் *(Criminal Justice System)* சீர்திருத்தம் செய்தல் என்கிற பெயரில் இது மேற்கொள்ளப்படுகிறது.

பா.ஜ.க. தலைமையிலான தேசிய ஜனநாயகக் கூட்டணி ஆட்சியின்போது அமைக்கப்பட்ட (நவம்பர் 2000) மாலிமத் குழு இவ்வகையில் முதன்மையானது. காங்கிரஸ் தலைமையிலான ஐக்கிய முற்போக்குக் கூட்டணி ஆட்சியில் என். ஆர். மாதவமேனன் தலைமையில் உருவாக்கப்பட்ட குழுவின் பரிந்துரை சென்ற ஆண்டு அரசுக்குச் சமர்ப்பிக்கப்பட்டது.

ஏப்ரல் 2003ல் அளிக்கப்பட்ட மாலிமத் குழு அறிக்கை குற்ற விசாரணை விதிமுறைகள் (CrPC1973), இந்திய சாட்சியச் சட்டம் 1872, இந்தியத் தண்டனைச் சட்டம் 1860,

ஆகியவற்றுள் செய்யப்பட வேண்டியதென 158 மாற்றங்களைப் பரிந்துரைத்துள்ளது.

இன்றைய நீதி வழங்கு முறையில் உடனடித் திருத்தங்கள் செய்ய வேண்டிய பரப்புகளாக இரண்டை அது சுட்டிக்காட்டுகிறது. 1) தேங்கிக் கிடக்கும் ஏராளமான கிரிமினல் வழக்குகள். இவற்றை விசாரிப்பதில் தற்போதுள்ள நடைமுறை அதிக காலவிரயம் ஏற்படுத்துவதற்குக் காரணமாகிறது. 2) ரொம்பவும் மோசமான குற்றங்கள் பற்றிய வழக்குகளில் குற்றவாளிகள் தண்டிக்கப்படும் வீதம் மிகக் குறைவாக உள்ளது. ஒரே காரணமே இந்த இரண்டு பிரச்சினைகளுக்கும் அடிப்படையாக உள்ளது என மாலிமத் குழு கருதுகிறது. அது: "நீதி வழங்குவதற்கு எதிராக இன்றைய நீதி வழங்குமுறை உள்ளது" *(existing adversarial system for the-dispensation of Justice")*. நீதி வழங்குவதற்கு எதிர்த்தன்மையாக உள்ளதென்பதன் பொருளென்ன? இன்றைய நீதி வழங்கு முறையில் நீதிபதி என்பவர் ஒரு நடுநிலையாளராக *(Umpire)*, பிராசிகியூஷன் தரப்பு வாதங்களையும், குற்றம் சுமத்தப்பட்டவர் தரப்பு வாதங்களையும் பொருண்மையான சாட்சியங்களின் அடிப்படையில் நிறுத்து முடிவெடுக்கும் நிலையில் மட்டுமே உள்ளார். 'நியாயமான ஐயங்களுக்கு அப்பால் *(Beyond reason able doubt)* பிராசிகியூஷனால் தனது வாதத்தை நிறுவ முடிந்துள்ளதா எனப் பார்ப்பது மட்டுமே நீதிபதியின் வேலையாக உள்ளது. இன்றைய குறைகளுக்கெல்லாம் இதுவே காரணம் எனச் சொல்லும் மாலிமத் குழு இதற்கு மாற்றாக என்ன சொல்கிறது? உண்மையைக் கண்டுபிடிக்கும் செயலூக்கமான கடமையைச் செய்ய வேண்டியவராக நீதிபதி மாறவேண்டுமாம். இன்றைய முறையோ அவரைச் செயலூக்கமற்றவராக ஆக்கி குற்றம் சுமத்தப்பட்டவருக்குச் சாதகமாக வழக்கை ஆக்கிவிடுகிறதாம்.

இந்தத் தர்க்கத்தின் அடிப்படையிலேயே அது நீதி வழங்குமுறைச் சீர்திருத்தத்தை அணுகுகிறது. நீதி வழங்கு முறையில் காணப்படும் தகுதிக் குறைவு முதலான பலவீனங்கள், போதிய நீதிபதிகளின்மை முதலான காரணங்களை எல்லாம் போகிற போக்கில் சுட்டிக்காட்டிய போதிலும் மாலிமத் குழுவின்

அழுத்தமெல்லாம் குற்ற நிரூபண, தண்டனை வழங்கு (*inquisitorial system*) நீதிமுறையை நோக்கியே அமைகிறது. குறிப்பாக இன்றைய குற்றவியல் நீதி முறையின் அடிப்படைக் கோட்பாடுகளாகிய,

I) குற்றம் ஐயத்திற்கிடமின்றி நிரூபிக்கப்படும் வரை குற்றம் சுமத்தப்பட்டவரைக் களங்களமற்றவராகவே கருதுதல். 2) குற்றம் சுமத்தப்பட்டவர் மவுனமாக இருக்கும் உரிமை. 3) குற்றத்தை நிரூபிக்கும் கடமை குற்றத்தைச் சுமத்திய பிராசிகியூஷனுடையதே.

ஆகியவற்றை ஊற்றி மூடுவதே மாலிமத் குழுவின் நோக்கமாக உள்ளது. இன்றைய எதிர்நிலையான (*adversarial*) நீதிமுறையில் இந்த உரிமைகள் நன்றாகப் பாதுகாக்கப்பட்டுள்ளதாகச் சொல்லும் மாலிமத் குழு, எனினும் குற்ற நிரூபண தண்டனை வழங்கு நீதிமுறையே உண்மை வேட்கையை ஊற்றித் தணிக்கும் செயலூக்கமுள்ள வழிமுறையாக அமையும் என்கிறது. பொடா சட்டத்திலிருந்த சில கூறுகளை சாதாரணச் சட்டங்களின் கூறுகளாக்குதல் இதைச் சாத்தியமாக்கும். குழுவின் பரிந்துரைகளில் சில:

(i) நீதிபதியின் பங்கை அதிகமாக்குதல்

அரசியல் சட்டத்தின் 20(3) மற்றும் 21 ஆகிய பிரிவுகள் வழங்குகிற மவுனமாக இருக்கும் உரிமையை மறுத்தல். உண்மை அறியும் வேட்கைக்கு (*quest of truth*) இது பெருந்தடை. ஏனெனில் குற்றம் சாட்டப்பட்டவரே மிகச் சிறந்த தகவலாளியாக இருப்பார். குற்றம் சுமத்தப்பட்டவரை எந்த விதமான வற்புறுத்தலுக்கும் ஆளாக்காமலேயே அவரிடமுள்ள தகவலைக் கறப்பதற்கு குழு ஒரு வழியும் சொல்கிறது. குற்றம் சுமத்தப்பட்டவரிடம் தேவையான தகவல்களைப் பெறுவதற்குரிய கேள்விகளைக் கேட்கும் உரிமையுடையதாக நீதிமன்றம் இருக்க வேண்டும். குற்றம் சுமத்தப்பட்டவர் பதிலளிக்க மறுத்தாரானால் அவருக்கு எதிரான எதிர்நிலை முடிவை அது ஊகித்துக்கொள்ளலாம். அதாவது பதிலளிக்க மறுத்தால் அவர் குற்றத்தை ஒப்புக் கொள்வதாக நீதிமன்றம் முடிவெடுத்து, தண்டனை வழங்கலாம்.

பிராசிகியூஷன் தரப்பு சாட்சிகள் விசாரிக்கப்பட்ட உடனேயே, அந்த அடிப்படையில் நீதிபதி குற்றம் சுமத்தப்பட்டவரிடம் எந்தக் கேள்வியினையும் கேட்கலாம். எந்த எச்சரிக்கையும் அவருக்கு அளிக்கப்பட வேண்டியதில்லை. தனது வழக்குரைஞரை அவர் கலந்தாலோசிக்கவும் அவருக்கு நேரமளிக்கப்படாது. பதிலளிக்க மறுத்தாரானால் அதுவே அவர் குற்றம் செய்ததற்கான நிரூபணம். பொடா சட்டத்தின் 27ம் பிரிவின் அடிப்படையில் மாலிமத் குழு இந்தப் பரிந்துரையை வைத்துள்ளது. பொடா சிறப்பு நீதிமன்றம் குற்றம் சுமத்தப்பட்டவரின் கைரேகை, புகைப்படம், ரத்தம், எச்சில், முடி, விந்து, குரல் பதிவு ஆகியவற்றை எடுத்துக்கொள்ளும் உரிமையுடையது. இவற்றை தர மறுத்தால் எதிர்நிலையான முடிவை நீதிமன்றம் எடுக்கலாம். நீதியரசர் எம். ஜகனாதராவ் தலைமையில் இயங்கிய இந்திய சட்ட ஆணையத்தின் *(Indian Law Commission)* 180வது அறிக்கை பிரிட்டன் முதலான நாடுகளில் இத்தகைய நிலை உருவாகியுள்ளதைச் சுட்டிக்காட்டி காவல்துறை விசாரணையின் போதும் நீதிமன்ற விசாரணையின் போதும் மவுனமாக இருக்கும் உரிமை தக்கவைக்கப்பட வேண்டும் என வற்புறுத்தியுள்ளது குறிப்பிடத்தக்கது.

(i) காவல்துறையின் பங்கை அதிகமாக்குதல்

தண்டனைச் சட்டத்தின் 25ம் பிரிவை பொடா சட்டத்தின் 32ம் பிரிவுக்குச் சமமாக்க வேண்டும் என்பது மாலிமத் குழுவின் பரிந்துரை அதாவது காவல்துறை கண்காணிப்பாளர் அல்லது அதற்கு மேற்பட்ட அதிகாரி ஒருவரால் பதிவு செய்யப்படுகிற ஒப்புதல் வாக்குமூலமும் அதே நேரத்தில் பதிவு செய்யப்படும் ஒலி/ஒளிப் பதிவுகளும் சாட்சியமாக ஏற்கப்படும். குற்றம் சுமத்தப்பட்டவர்கள் தமது வழக்குரைஞரைக் கலந்தாலோசிக்கும் உரிமை உண்டு என்பது அவருக்கும் சொல்லப்பட வேண்டும் என்பது மட்டுமே நிபந்தனை. பல பொடா மற்றும் தடா வழக்குகளில் காவல்துறையின் முன் அளித்த வாக்குமூலமே பிரதான பிராசிகியூஷன் சாட்சியமாகப் பயன்படுத்தப்பட்டுள்ளது. காவல்துறை இந்த வாக்குமூலத்தை

எப்படிப் பெற்றிருக்கும் என்பதை யாரும் ஊகிக்க இயலும். சாதாரணச் சட்டங்களிலும் இதைக் கொண்டு வருதல் காவல் நிலைய வன்முறையை அதிகப்படுத்தும் என்பது குறித்து மாலிமத் குழு கிஞ்சித்தும் கவலை கொள்ளவில்லை. தவிரவும் குற்றப்பத்திரிகை அளிக்காமல் பிணையின்றிச் சிறையில் வைத்திருப்பதற்கான காலக்கெடு 90 நாட்கள் (CrPc S167) என்பதை 180 நாட்களாக்கலாம் எனவும், CrPc 167(2) பிரிவின்படி காவல்துறை விசாரணை நாட்களை, ஏழு ஆண்டுகளுக்கும் மேல் தண்டனை வழங்கப்படக்கூடிய குற்றங்களில் 30 நாட் களாக அதிகரிக்கலாம் எனவும் பரிந்துரைத்து காவல்துறையின் அதிகாரத்தை எல்லையற்றதாக்குகிறது. தாங்கள் சுமத்தும் குற்றத்துக்கு எந்தவிதமான ஆதாரங்களும் இல்லாத பட்சத்தில் எளிதாக இப்படி ஓர் ஆதாரத்தை உருவாக்கி தண்டனை வழங்குவீதத்தை அதிகரிக்கப் பரிந்துரைக்கப்பட்டுள்ளது.

(iii) அந்தரங்கத்தைக் காத்துக்கொள்ளும் உரிமையை மறுத்தல்

பொடா சட்டத்தின் 36 முதல் 48 வரையுள்ள பிரிவுகளில் கண்டுள்ளபடி ஐயத்துக்குரியவர்களின் தொலைபேசிப் பேச்சுகள் முதலானவற்றை ஒட்டுக் கேட்கும் உரிமை காவல்துறைக்கு அளிக்கப்பட வேண்டும் என்பது இன்னொரு பரிந்துரை. பாராளுமன்றத் தாக்குதல் வழக்கில் அஃப்சல் குருவைச் சிக்க வைக்க எலக்ட்ரானிக் ஆதாரங்களை எவ்வாறு காவல்துறை உருவாக்கியது என்பதை நாம் அறிவோம் (பார்க்க: எனது- முகமது அப்சல் குருவைத் தூக்கிலிடத்தான் வேண்டுமா?)

(iv) குற்ற நிரூபணச் சுமையை பிராசிகியூஷனிடமிருந்து நீக்குதல்

குற்ற நிரூபணத்தை அதிகமாக்க வேண்டும் எனக் கூறும் மாலிமத் குழு இந்தச் சுமையை நீக்குவதன் மூலம் எப்படி அதைச் சாத்தியமாக்கும்? அதற்கும் ஒரு வழி இருக்கிறது. ஐயத்திற்கிடமற்ற வகையில் (Beyond Rea sonable Doubt) குற்றத்தை நிரூபிக்க வேண்டும் என்கிற நிபந்தனையை நீக்கி 'திருப்தி அளிக்கக்கூடிய தெளிவான அளவுகோலின்படி நிரூபித்தால் போதும் என மாற்றுவதுதான் மாலிமத் குழு சொல்லும் வழி.

கிரிமினல் வழக்குகளில் 'தனக்கு முன்னுள்ள விஷயங்களைக் கவனத்திற்கொண்டு நீதிமன்றம் உண்மை எனத் தீர்மானித்தால் உண்மை நிரூபிக்கப்பட்டதாகக் கருதவேண்டும்' என்கிறவாறு சட்டத்தின் 3ம் பிரிவைத் திருத்தவேண்டுமாம்.

சந்தேகத்தின் பலனை (Benefit of Doubt) குற்றம் சுமத்தப்பட்டவருக்கு அளித்தல் என்கிற நீதி வழங்கு முறையின் முக்கிய அடிப்படை குறித்து மாலிமத் குழு பேசாதபோதும், நமது நீதிமன்றங்கள் அதையும் கூறத் தொடங்கியுள்ளன. தேவேந்திரபால் சிங் மீதான தடா வழக்கில் உச்ச நீதிமன்றம் வழங்கிய தீர்ப்பில் (மார்ச் 22, 2002), "சந்தேகத்தின் பலன் என்கிற விதியின் மீது மிகைப்படுத்தப்பட்ட பக்தி தேவையில்லை" என்று ஒரு நீதிபதி கூறினார். "நூறு குற்றவாளிகள் தப்பிய போதும் ஒரு குற்றமற்றவர் கூடத் தண்டனைக்கு உள்ளாகக் கூடாது என்கிற பார்வையின் அடிப்படையில் நீதியை மலடாக்கிவிடக்கூடாது. சட்டப்படி பார்த்தால் குற்றவாளியைத் தப்பவிடுதல் நீதியல்ல" என்றும் கூறப்பட்டது. பாராளுமன்றத் தாக்குதலில் தற்போது குற்றமற்றவர் என விடுதலை செய்யப்பட்டுள்ள பேரா. எஸ். ஏ. ஆர். கீலானிக்கு சந்தேகத்தின் பலனை அளிக்க வேண்டும் என அவரது வழக்குரைஞர் கோரியதைத் தடா நீதிமன்றம் நிராகரித்ததும் குறிப்பிடத்தக்கது.

"கிரிமினல் நீதிமுறை தொடர்பான புதிய தேசியக் கொள்கை" (New National Policy on criminal Justice) ஒன்றை உருவாக்கும் நோக்கில் மாதவமேனன் தலைமையில் அமைக்கப்பட்ட குழு சென்ற ஜூலை 1, 2007ல் அறிக்கை அளித்தது. i) வாக்கு மூலங்களின் ஒலி/ஒளிப் பதிவுகளை சாட்சியமாக ஏற்றல். ii) உண்மையைக் கண்டுபிடிக்கும் நீதிமன்ற முயற்சிக்குக் குற்றம் சுமத்தப்பட்டவர் துணை செய்ய வேண்டும் என்பதைக் கட்டாயமாக்குதல் (அதாவது மவுனம் காக்கும் உரிமையை மறுத்தல்) iii) ஐயத்திற்கிடமற்ற நிரூபணம் என்பது காலத்தால் மழுங்கடிக்கப்பட்டுள்ளதால் அதை மறுவரையறை செய்தல் iv) டி.என்.ஏ. (மரபணு) பதிவைச் சட்டமாக்குதல், 5) மரண தண்டனையைத் தொடர்தல் v) அமெரிக்காவிலுள்ளது போல்

இங்கும் தேசிய அளவிலான குற்றங்களை (Federal Crime) வரையறுத்து அதனைப் புலன் விசாரணை செய்ய தேசியப் புலனாய்வு முகமை (Federal Investigation Agency - NIA) ஒன்றை நிறுவுதல்.

“அரசியல் சட்ட இடைஞ்சல்களை மீறி இதைச் செய்ய வேண்டும்” எனவும் இக்குழு பரிந்துரைத்துள்ளது. அதாவது இத்தகைய முகமை ஒன்றை உருவாக்குவது மாநிலங்களின் சுயாட்சி உரிமையில் தலையிடுவதாக உள்ளதால் வரக்கூடிய பிரச்சினைகளை அரசியல் சட்டத்தைத் திருத்தியேனும் நீக்குவது. பயங்கரவாதம் என்பது தேசங்களைக் கடந்ததாக உள்ளதால் மாநில உரிமைகளைப் பற்றியெல்லாம் கவலை கொள்ளாமல் தேசியப் புலனாய்வு முகமையை அமைக்க வேண்டும் என முன்னாள் அதிகாரி பாலச்சந்திரன் என்பவர் எழுதுகிறார் (டெக்கான் க்ரானிகல், செப்15, 2007). இது குறித்துப் பெரிய விவாதங்கள் இங்கே நடைபெறாதது வருந்தத்தக்கது. அரசியல் கட்சிகளும் இவற்றைச் செய்வதில்லை. எந்தக் கட்சி அரசமைத்தாலும் அதற்கு இத்தகைய சட்ட விரோத உரிமைகள் தேவை. மனித உரிமை அமைப்புகளும் கூட இவற்றின் ஆபத்துகளைத் தொடக்கத்தில் முழுமையாகக் கண்டுகொள்ளவில்லை. மாலிமத் அறிக்கை என்பதெல்லாம் ஏதோ பிணை மறுப்புக் காலத்தை இரட்டிப்பாக்குவது என்கிற நிலையில் மட்டுமே இங்கு புரிந்துகொள்ளப்பட்டது. மாறாக நடைமுறையில் எத்தனை குறைபாடுகள் இருந்த போதிலும் காலம் காலமாகப் போற்றி வந்த நீதி வழங்குதல் தொடர்பான உயர் விழுமியங்கள் பலவற்றை அழித்தொழிக்கும் முயற்சி இது. தடா, பொடா முதலானவற்றின் அசாதாரணமான சட்டப்பிரிவுகளை சாதாரணச் சட்டங்களாக்குவதன் மூலம் நெருக்கடி நிலையையே இயல்பாக்கும் ஆபத்து இது. அடிப்படையில் நமது நீதி வழங்கு முறையையே இன்னும் கொடூரமாக மாற்றியமைக்கும் சதி இது. 0.8 மனித உரிமைகள் தொடர்பான நீதிமன்றங்களின் சுரணையின்மை:

இந்தக் குழுக்களின் பரிந்துரைகள் இன்னும் பரிந்துரைகள் என்கிற

மட்டத்திலேயே இருந்து நடைமுறைக்கு வராத போதிலும் நமது நீதிமன்றங்கள் இந்தக் கருத்துகளை இதே காலகட்டத்தில் நடைமுறைப்படுத்தத் தொடங்கி விட்டதை நாம் கவனிக்க வேண்டும். போதைப் பகுப்பாய்வுக்கு எதிரான வழக்குகளிலும், பாராளுமன்றத் தாக்குதல் வழக்குகளிலும், தடா வழக்குகளிலும் மவுனமாக இருத்தல், சந்தேகத்தின் பலனை அனுபவித்தல், அந்தரங்கத்தைக் காப்பாற்றுதல் முதலான உரிமைகளை நமது நீதிமன்றங்கள் எவ்வாறு மறுத்துள்ளன எனச் சற்றுமுன் கண்டோம். பாராளுமன்றத் தாக்குதல் வழக்கில் "காவல் துறை அதிகாரிகளின் கூற்றை நம்பிக்கையின்மையுடனேயே அணுக வேண்டும் என்பது காலத்துக்கு ஒவ்வாத பழங்கருத்து" எனச் சிறப்பு நீதிமன்றம் கூறியது. அதாவது உரிய சாட்சியங்கள், ஆதாரங்கள் இல்லாமலேயே ஒரு அதிகாரி கூறுவதை நீதிமன்றம் ஏற்க வேண்டும்.

தடா, பொடா, அஃப்சா *(AFPSA, 1958)* முதலான சட்டங்கள் கொண்டுவரப்பட்டபோது அவற்றுக்கு எதிராகத் தனி நபர்களும் மனித உரிமை அமைப்புகளும் வழக்குகள் தொடர்ந்த போதெல்லாம் நீதிமன்றங்கள் அச்சட்டங்களை ஏற்றே தீர்ப்பளித்துள்ளன. நீதிமன்ற எதிர்வினை *(Judicial Response)* அசாதாரணச் சட்டங்களை உறுதிசெய்வதாகவே இருந்தது. அரசியல் சட்ட உரிமைகளுக்கு எதிராக உருவாக்கப்பட்ட இச்சட்டங்களுக்கு அரசியல் சட்டத்தில் ஏற்பு உள்ளதாக நீதிமன்றங்கள் அறிவித்தன. அரசு மற்றும் காவல்துறையின் வழிவிலகல்கள், சிவில் உரிமை மீறல்கள் எல்லாவற்றிற்கும் சட்ட ஏற்பு வழங்கின *(attributing legalities to procedural exceptions)*. இத்தகைய அசாதாரணச் சட்டங்களை இயற்றுவதற்கான அத்தியாவசியக் காரணங்கள் இருப்பதாக அரசு சொல்வதை அப்படியே ஏற்றுக்கொண்டன. பொடாவுக்கு எதிராக பி.யூ. சி.எல். அமைப்பு வழக்குத் தொடர்ந்தபோது இத்தகைய சட்டத்தை இயற்றுவதற்கு பாராளுமன்றத்திற்கு அதிகாரம் உண்டா இல்லையா *(Legislative competance)* என்பதாக மட்டுமே பிரச்சினையை உச்ச நீதிமன்றம் அணுகியது. இத்தகைய சட்டம் இயற்றுவதற்கான அவசியம் இருக்கிறதா,

அரசு சொல்கிற காரணங்கள் சரிதானா என்கிற கேள்வியை அது நிராகரித்தது. அவசியம் உள்ளதா, இல்லையா என்பது அரசின் கொள்கை தொடர்பானது. எனவே நீதிமன்ற ஆய்வுக்கு அது அப்பாற்பட்டது என்றது. உச்ச நீதிமன்றம் (ரிட் 129/20). இட ஒதுக்கீடு, சேது சமுத்திரத் திட்டம் முதலான அரசின் கொள்கைப் பிரச்சினைகளில் இதே நீதிமன்றங்கள் எத்தகைய நிலைப்பாடுகளை மேற்கொண்டன என்பது ஒப்பு நோக்கத்தக்கது. அப்போதெல்லாம் மக்களுக்கு எதிராகத் தீர்ப்பு சொல்ல அவை தயங்கியதில்லை என்பதை நாம் அறிவோம்.

அரசியல் சட்டத்திற்கிணங்க செயல்படும் ஒரு ஜனநாயக அரசு அதில் வழங்கப்பட்டுள்ள உரிமைகளையும், சுதந்திரங்களையும் பாதுகாக்க வேண்டும். இதையே நாம் அரசியல் சட்ட ஆளுகை *(Constitutional Governance)* என்கிறோம். சட்ட ஒழுங்கை நிலைநாட்டுவது, எல்லையைப் பாதுகாப்பது, உள்நாட்டுக் கலகங்களை அடக்குவது என்பதெல்லாம் அரசின் கடமைகள் என ஏற்கிறோம். எல்லாவற்றையும் பார்த்துக்கொண்டிருக்க வேண்டும் என நாம் சொல்லவில்லை. ஆனால், இந்தக் கடமைகளை அது நிறைவேற்றும் வழிமுறைகள் அரசியல் சட்டத்திற்குட்பட்டதாக இருக்க வேண்டும். இருக்கிறதா எனக் கண்காணிப்பதே நீதிமன்றங்களின் பணி. இதற்கு மனித உரிமைகள் குறித்த சுரணை *(Sensitivity)* நீதிபதிகளுக்கு அவசியம். ஆனால், செப்டம்பர் 11க்குப் பிறகான நடைமுறை மனித உரிமைகள் தொடர்பான நீதிமன்றச் சுரணையின்மைக்கு *(Judicial insensitivity to Human Rights)* நிரூபணமாக உள்ளன.

இந்தியாவின் மிகச் சிறந்த அரசியல் சட்ட வழக்குரைஞர் அறிஞர் ஏ.ஜி.நூரானி மனித உரிமைகள் தொடர்பான நீதிமன்றச் சுரணைக்கு எடுத்துக்காட்டாக கனடா நீதிமன்றம் வழங்கிய தீர்ப்பொன்றைக் குறிப்பிடுவார். (அடில் சர்கோவி எதிர் கனடா அரசு, பிப் 23, 2007). தலைமை நீதிபதி மெக்லாச்சிலின் மற்றும் எட்டு நீதிபதிகள் அடங்கிய அமர்வு வழங்கிய தீர்ப்பு அது. கனடாவில் குடிபுகுந்தோர் மற்றும் அகதிகள் பாதுகாப்புச் சட்டம் *(Immigration and Refuge Protection*

Act) என்று ஒன்று உண்டு. இதன்படி ஒரு வெளிநாட்டவரோ இல்லை நிரந்தரத் தங்கு உரிமை பெற்றவரோ, அவரது இருப்பு தேசப் பாதுகாப்புக்கு அச்சுறுத்தலாக உள்ளது என்கிற பட்சத்தில், 'குடிபுகுந்தோர் துறை' அமைச்சர் அல்லது 'பொதுப் பாதுகாப்புத்துறை' அமைச்சர் அவருக்கு அனுமதி மறுப்புச்சான்றை வழங்கலாம். அதன்பின் அவரைக் காவலில் வைக்கும் உரிமை அரசுக்கு உண்டு. எந்தத் தகவல்களின் அடிப்படையில் அவர் காவலில் வைக்கப்பட்டார் என்பதை அரசு அவருக்குச் சொல்லவேண்டியது இல்லை. பாராளுமன்றம் இயற்றிய இச்சட்டம் அரசியல் சட்டவரம்புக்கு உட்பட்டதா என்பதே நீதிமன்றத்தின் முன் எழுப்பப்பட்ட கேள்வி.

கனடிய உரிமைகள் மற்றும் சுதந்திரங்களின் பிரகடனத்தின் 7A பிரிவின்படி, "ஒவ்வொருவருக்கும் உயிர்வாழவும், சுதந்திரமாக இருக்கவும், பாதுகாப்பாக இருக்கவும் உரிமை உண்டு. அடிப்படை நீதி இயல் கோட்பாடுகளின் அடிப்படையில் தவிர வேறொரு வகையில் இந்த உரிமைகளைப் பறிக்க முடியாது." கிட்டத்தட்ட இந்திய அரசியல் சட்டத்தின் 21ம் பிரிவுக்குச் சமமானது இது. தலைமை நீதிபதியின் தீர்ப்பு வாசகங்களிலிருந்து நூரானி காட்டும் சில மேற்கோள்கள்:

"*IRPA* சட்டம், நீதியற்ற முறையில் கனடியப் பிரகடனத்தின் 7ஆம் பிரிவை மீறுகிறது. ரகசிய ஆவணங்களின் அடிப்படையில் அனுமதி மறுப்புச் சான்றிதழ் வழங்குவதன் மூலமும், சான்றிதழில் குறிப்பிடப்பட்ட நபரின் நலன்களைப் பாதுகாக்கும் முறையில் சுதந்திரமான முகமை ஒன்று அரசு நடவடிக்கையை ஆய்வு செய்யும்போது அதனிடம் அந்த ஆவணத்தை அளிக்காத வகையிலும் 7ம் பிரிவு மீறப்படுகிறது. ஒரு வெளிநாட்டவரை எவ்வளவு காலம் காவலில் வைப்பது என்கிற அளவில் 9, 12 ஆகிய பிரிவுகள் மீறப்படுகின்றன என்றும் நான் உறுதிசெய்கிறேன். அர்த்தமுள்ள ஒரு மறுபரிசீலனைக்கு வாய்ப்பளிக்கப்பட்டிருப்பதால் 12ம் பிரிவும், சம உரிமையை வற்புறுத்தும் 15ம் பிரிவும் மீறப்படவில்லை எனவும் நான் காண்கிறேன்.

"…. ஒரு அரசின் மிக அடிப்படையிலான பொறுப்பு அதன் குடிமக்களின் பாதுகாப்பை உறுதிசெய்வது. இந்தக் காரணத்தால் அதனால் வெளியிடப்பட இயலாத ஒரு ஆவணத்தின் அடிப்படையில் அது செயல்பட நேரலாம். தேசப் பாதுகாப்பிற்கு ஆபத்தான ஒருவரைக் காவலில் வைக்கவும் நேரலாம். எனினும் ஒரு அரசியல் சட்ட அடிப்படையிலான ஜனநாயகத்தில் அரசுகள் தன் செயல்பாடுகளுக்குப் பொறுப்பேற்று நடக்க வேண்டும். அரசியல் சட்டத்திற்கும், அது வழங்குகிற உரிமைகளுக்கும் பொருத்தமான வகையிலேயே செயல்பட வேண்டும். இந்த இரு முன்வைப்புக்களும் (குடிமக்களின் பாதுகாப்பு அரசியல் சட்ட உரிமை) ஒரு முரணைக் கட்டமைக்கின்றன. நவீன ஜனநாயக ஆளுகையின் மையமான பிரச்சினை இதுவே. பாதுகாப்பு மற்றும் அரசியல் சட்ட ஆளுகைக்குப் பொறுப்பாக இருத்தல் என்கிற இவ்விரு அவசியங்களையும் *(imperatives)* மதிக்கும் வண்ணமே இம்முரண் தீர்க்கப்பட வேண்டும். அடிப்படை நீதிக்குப் பொருந்தாத நடைமுறைகளைப் பாதுகாப்புக் காரணங்களைச் சொல்லி நியாயப்படுத்திவிட முடியாது. வழக்கமான வடிவில், அடிப்படை நீதிக்குப் பொருந்தாத நடைமுறைகளைத் தவிர்க்க இயலாத சூழல் இருந்தால் தடுப்புப் பிரிவுகள் கண்டுபிடிக்கப்பட வேண்டும். ஆனால் 7ம் பிரிவு உருவாக்கியுள்ள தடைகளைத் தாண்டுவதற்கு இந்த நீதியியல் அடிப்படைகள் மதிக்கப்படுதல் அவசியம்.

"…… அரசு எடுக்கும் முடிவால் குறிப்பிட்ட நபரின் வாழ்வு எந்த அளவு பாதிக்கப்படுகிறதோ அந்த அளவு 7ம் பிரிவு வழங்கும் அடிப்படை நீதியியல் கோட்பாடுகள் பூர்த்தி செய்யப்படுவதற்கான நடைமுறைப் பாதுகாப்புகளின் தேவையும் அதிகமாகிறது… இந்த நடைமுறைகள் பாதுகாப்புச் சூழலின் தேவைகளைப் பிரதிபலிக்க வேண்டும். எனினும் அவை 7ம் பிரிவின் சாராம்சத்தை அழித்துவிடக்கூடாது. மேற்கொள்ளப்படும் நடைமுறைகள், பாதுகாப்பு தொடர்பான பிரச்சினைகள் இல்லாத நிலையில் இருந்ததிலிருந்து வேறுபடலாம். எனினும் 7ம் பிரிவு பூர்த்தி செய்யப்படும்

வகையில் அர்த்தமுள்ள பாதுகாப்பு அளிக்கப்பட்டே ஆக வேண்டும்.”

தீர்ப்பை ஆழமாக வாசிக்கும் யாரும் இது ஏதோ மனித உரிமை மீதான மிகைப்படுத்தப்பட்ட பக்தியுடன் சமகாலப் பிரச்சினைகள் குறித்த பொறுப்பின்றி எழுதப்படவில்லை என்பதை விளங்கிக்கொள்ள இயலும். நவீன ஜனநாயக ஆளுகையின் மையமான முரண்பாடாகிய ‘பாதுகாப்பு X ஜனநாயக உரிமைகள்’ என்கிற முரணை முழுமையாக உள்வாங்கி அத்தீர்ப்பு எழுதப்பட்டுள்ளது. எனினும் ஆக இறுதியாக இருப்பது அரசியல் சட்டத்திற்குப் பொறுப்பான ஆளுகையின் முக்கியத்துவமே என்பதைத் தீர்ப்பு அற்புதமாக வெளிப்படுத்துகிறது.

எனவே புதிய சட்டம் அரசியல் சட்ட ஏற்புடையதல்ல எனத் தீர்ப்பு வழங்கியதோடு நீதிபதிகள் நிற்கவில்லை. பிரச்சினையைக் கணக்கிற்கொண்டு சில மாற்றுகளையும் முன்வைக்கின்றனர். எல்லாப் பிரச்சினைகளையும் கணக்கில் கொண்ட மாற்றுகளல்ல என்ற குறிப்புடன் இதைச் சொல்கின்றனர். சில மட்டும் : 1) காவலில் வைப்பதற்கான காரணம். பொதுப்பாதுகாப்பிற்கு ஆபத்தா, இல்லை தலைமறைவாகிவிடுவார் என்ற அச்சமா? பொதுப் பாதுகாப்பிற்கு ஆபத்து என்பது காரணமானால் சற்று நீண்ட காலம் காவலில் வைப்பதற்கு நியாயமுண்டு. 2) காவலுக்கு மாற்றாக விடுதலை செய்வது, உறுதிப் பத்திர அடிப்படையில் பிணை அளிப்பது, குறிப்பிட்ட கால இடைவெளியில் வந்து கையொப்பமிடச் செய்வது, முகவரி மாற்றம் முதலியவற்றைத் தெரிவிக்கக் கட்டாயப்படுத்துவது முதலியன சில மாற்றுகள். 3) இருதரப்பும் தேவையில்லாத காலதாமதத்தைக் கடைப்பிடிக்கிறதா என்பது கவனிக்கப்பட வேண்டும். 4) எத்தனை காலம் காவலில் வைக்கப்பட உள்ளார் என்பது முக்கியம். அதைச் சொல்ல இயலாத பட்சத்தில் அவர் விடுதலை செய்யப்படலாம்.

நீதியரசர் எஹ்லிர்ச்சின் மேற்கோள் ஒன்றுடன் நூரானி கட்டுரையை முடிப்பார். அது:

"நீதிபதிகளின் பண்பைத் தவிர நீதிக்கு வேறு உத்திரவாதமில்லை."

இத்தகைய தீர்ப்பு ஒன்றை இந்திய நீதிமன்றங்கள் சமீப காலத்தில் வழங்கியதில்லை. பாதுகாப்பு தொடர்பான பிரச்சினையில் மட்டுமல்ல, தொழிலாளர் பிரச்சினையிலும் நமது நீதிமன்றங்கள் முழுக்க முழுக்க கார்ப்பரேட் ஆதரவையே எடுக்கின்றன. இது குறித்து விரிவாக வேறொரு சந்தர்ப்பத்தில் பார்ப்போம். தலைமை நீதிபதி பாலகிருஷ்ணன் சில மாதங்களுக்கு முன் சென்னை வந்திருந்த போது தொழிலாளர் பிரச்சினைகளுக்காக வழக்காடும் வழக்குரைஞர்கள் திரு. என். ஜி. ஆர். பிரசாத் தலைமையில் அவரைச் சந்தித்து மனு ஒன்று அளித்தனர் (இந்து, நவ. 8, 2007). ஏராளமான தீர்ப்புகளை எடுத்துக்காட்டி, "(இவை) முதலாளிகளின் முக்கியத்துவத்தை அதிகரித்துள்ளன. அவர்களின் பணப் பெட்டிகளைப் பெரிதாக்கியுள்ளன. தொழிலாளர்கள் துன்பத்தில் உழல்கின்றனர்" என்பதை அவர்கள் தலைமை நீதிபதியின் கவனத்திற்குக் கொண்டு வந்தனர். தொழிலாளர் உரிமைகளுக்குக் கூடுதல் அழுத்தம் அளிப்பது, முதலாளிகள் தமது வணிகத்தை ஒழுங்கமைப்பதற்கான உரிமைகளைத் தடுப்பது ஆகியவற்றை உச்ச நீதிமன்றம் கண்டித்துள்ளதைச் சுட்டிக்காட்டிய அம் மனு, "உச்ச நீதிமன்றத்தின் இக்கருத்து அரசியல் சட்டத்திற்கு இயைந்ததாக இல்லை. மாறாக தாராளமயம், தனியார்மயம், உலகமயம் என்கிற புதிய பொருளாதாரக் கொள்கைக்கு உகந்ததாகவே உள்ளது" எனக் கூறியது குறிப்பிடத்தக்கது. நிரந்தரமாகாத ஒப்பந்த ஊழியர் முறையை இதுகாறும் நீதிமன்றங்கள் கண்டித்துவந்ததற்குப் பதிலாக ஒப்பந்த ஊழியத்திற்கு எதிரான 1976ம் ஆண்டு ஆணை ஒன்றை இன்று நீதிமன்றம் செல்லாததாக்கியுள்ளது. ஒப்பந்த ஊழியத்தில் இருப்பவர்களுக்குக் காலியிடங்களை நிரப்பும் வகையில் முன்னுரிமை அளிப்பதையும் கூட அது கண்டித்துள்ளது. தொழில் தகராறு சட்டத்தின் 11ஏ பிரிவின்படி தொழிலாளர்களுக்கு இழப்பீடு வழங்கும் டிரிபியூனல்களின் உரிமை இன்று ரத்து செய்யப்பட்டுள்ளது. (இட ஒதுக்கீட்டிற்கு 50% உச்சவரம்பு விதித்துள்ளது நீதித்துறை இயற்றியுள்ள இன்னொரு சட்டம். 11ஏ பிரிவினை செல்லாததாக்குவது

சட்டங்களை நீதித்துறை ரத்தாக்குவதற்கு *(Judicial Repeal)* ஒரு எடுத்துக்காட்டு.

இட ஒதுக்கீட்டுப் பிரச்சினையில் நீதித்துறையின் போக்குகள் இந்நூலின் உள்ளே விரிவாக விவாதிக்கப்பட்டுள்ளதால் சுருக்கம் கருதி இங்கே தவிர்க்கிறேன். மனித உரிமைப் பிரச்சினைகளில் இந்திய நீதித்துறையின் சுரணையற்ற தன்மைக்கு இறுதியாக ஓர் எடுத்துக்காட்டு : ஒரு ஜனநாயக அரசில் சிறுபான்மையினருக்கு சிறப்புரிமைகள் வழங்குவது உலகெங்கிலுமுள்ள வழக்கம். இந்தியாவிலும் அப்படியான சில உரிமைகள் அரசியல் சட்டத்தில் வழங்கப்பட்டுள்ளன. இந்த உரிமைகளைப் பாதுகாப்பதற்கும் சிறுபான்மையினரின் நலன்களைக் கண்காணிப்பதற்கும் சிறுபான்மையினருக்கான ஆணையம் ஒன்றும் உருவாக்கப்பட்டுள்ளது. இந்த அடிப்படையைக் கருத்தில் கொள்ளாது நேரெதிரான ஒரு தீர்ப்பை உச்ச நீதிமன்றம் ஒரு வழக்கில் வழங்கியுள்ளது (பால் பட்டீல் / இந்திய அரசு, ஆக. 8, 2005). தலைமை நீதிபதி ஆர்.சி. லகோட்டி, டி.எம். தர்மாதிகாரி, பி.கே. பாலசுப்ரமணியம் ஆகியோர் அடங்கிய பெஞ்ச் இந்தத் தீர்ப்பை வழங்கியது. சிறுபான்மையினருக்கான தேசிய ஆணையச் சட்டத்தின்படி (1992) சமண மதத்தினரைச் சிறுபான்மையாக அறிவிக்க வேண்டும் என்பது வேண்டுதல். மாநில அரசுகளே இதை அறிவிக்க முடியும் என்று சொல்லி விண்ணப்பம் நிராகரிக்கப்பட்டது. நீதிமன்றம் அத்தோடு நின்றிருக்கலாம். கூடுதலாகச் சில கருத்துகளையும் முன்வைத்தது. சுருக்கமாக. சிறுபான்மையினரின் உரிமைகளை வழங்கும் 25 முதல் 30 வரையிலான அரசியல் சட்டப் பிரிவுகள், தேசப் பிரிவினையின் பின்னணியில் சிறுபான்மையினரின் பாதுகாப்புக்காகவும் தேச ஒற்றுமைக்காகவும் வழங்கப்பட்டது. இன்று மதம், மொழி முதலான வேறுபாடுகள் இல்லாமல் எல்லோருக்கும் பொதுக் குடியுரிமை வழங்கப்பட்டுள்ளது. சிறுபான்மையோ, பெரும்பான்மையோ யாருடைய உரிமைகளையும் பாதுகாக்க வேண்டிய அவசியமே இல்லாமற் செய்வதே அரசியல் சட்டத்தின் நோக்கம். சிறுபான்மையோர் ஆணையம் இதை

கவனத்தில் வைத்துக் கொண்டு படிப்படியாக சிறுபான்மை, பெரும்பான்மை என்கிற வகுப்புகளே இல்லாமற் செய்து தேச ஒற்றுமையை ஏற்படுத்தும் நோக்கில் தன் செயற்பாடுகளை அமைத்துக்கொள்ள வேண்டும்."

மேற்குறித்த இந்தத் தீர்ப்பு வாசகங்களைச் சற்றுப் பொறுமையாகவும் கவனமாகவும் படியுங்கள். பிரச்சினை சமணர்களை சிறுபான்மையினராக அறிவிப்பதா இல்லையா என்பதே. சிறுபான்மையோர் ஆணையம் எப்படிச் செயலாற்ற வேண்டும் என்பதல்ல. அப்படியான ஒரு கேள்வியை எழுப்பி, தேவையே இல்லாமல் சிறுபான்மையோர் உரிமையையும் தேச ஒற்றுமையையும் இணைத்து, படிப்படியாகச் சிறுபான்மையோர் உரிமையை அழித்தே தேச ஒற்றுமையைக் கட்ட முடியும் என்பதாக ஒரு அரசியல் கருத்தை நீதிபதிகள் முன் வைத்திருப்பது கவனிக்கத்தக்கது. சிறுபான்மையினருக்கு இட ஒதுக்கீடு அளிப்பது தேச ஒற்றுமையைப் பிளவுபடுத்தும் என ஒரு அரசியல் கட்சி கூறிவருவது இத்துடன் ஒப்புநோக்கத்தக்கது.

நன்றிகள்

2004-2008 காலகட்டத்தில் அவ்வப்போது எழுதிய மனித உரிமைகள் தொடர்பான கட்டுரைகள் இங்கே தொகுக்கப்பட்டுள்ளன. சுமார் 17 ஆண்டுகளுக்கு முன்னர் இங்குள்ள மனித உரிமை ஆர்வலர்கள் பலமுறை கூடி விவாதித்து அப்போது உருவாக்கிய மனித உரிமை இயக்க அறிக்கையின் முக்கிய பகுதியும், 2017 இறுதியில் போலி மோதல்களுக்கு எதிராக ஒரு மாநாடு நடத்தியபோது அவ்வியக்கம் சார்பாக வெளியிட்ட ஒரு அறிக்கையும் பின்னிணைக்கப்பட்டுள்ளன.

மனித உரிமைகள் குறித்த பிரக்ஞை இங்கே குறைவு என்பதை விளக்க வேண்டியதில்லை. எனினும் அதற்கான இயக்கங்களும், போராட்டங்களும் மெலிதாகவேனும், தொடர்ந்து நடைபெற்றுக் கொண்டுதான் உள்ளன. இத்தகைய செயற்பாடுகளில் ஒரு

குறிப்பிட்ட அளவு என்னை இணைத்துக்கொண்டவன் என்கிற வகையில் பகிர்ந்துகொள்ள வேண்டியதாக எனக்குப்பட்ட சில அனுபவங்களைத் தொகுப்புரையில் சுருக்கமாகத் தந்துள்ளேன்.

சக மனித உரிமைப் போராளிகளுக்கும் மனித உரிமைகள் தொடர்பான இத்தகைய நூல்களை வெளியிட்டுவரும் பதிப்பகங்களுக்கும் என் நன்றிகள். தொடர்புடைய பல நூற்கள், பத்திரிகைகள், கட்டுரைகள், செய்திகள் ஆகியவற்றிலிருந்து தகவல்கள் எடுக்கப்பட்டுள்ளன. அவ்வாசிரியர்களுக்கும் நன்றிகள். நூற்பட்டியல் இறுதியில், சட்டவியல் சார்ந்த சொற்களும், கருத்தாக்கங்களும் அதிக அளவில் பயன்படுத்தப் பட்டுள்ளதால் அவற்றை அடையாளம் காணும் பொருட்டு உரிய ஆங்கிலக் கருத்தாக்கங்களும் சொற்களும் அதிக அளவில் அடைப்புக்குள் தரவேண்டியதாகிவிட்டது.

அ.மார்க்ஸ், 2018.

1. நெருக்கடி நிலை உலகம்

நாம் வாழ நேர்ந்துள்ள உலகில் நெஞ்சைப் பிழிந்து உயிரை உலுக்கும் நிகழ்ச்சிகளுக்குப் பஞ்சமில்லை. 'ஜிட்டலைஸ்' செய்யப்பட்டு உலகெங்கும் வியாபித்து, காட்சி ரூபங்களில் அவை கணந்தோறும் நம்மைத் தாக்கிக்கொண்டே உள்ளன. மனதில் தழும்பேற்றிய ஒரு சமீபத்திய காட்சி: மணிப்பூர் மாநிலத்தில் 'அஸ்ஸாம் ரைஃபில்ஸ்' தலைமையகம் முன் பத்துக்கும் மேற்பட்ட மகளிர் சென்ற ஜூலை 15 (2004) அன்று முழு நிர்வாணமாய் நின்று முழங்கியது, பெண்கள் நடத்தக்கூடிய போராட்டச் சாத்தியங்களின் உச்சபட்ச வடிவம் அவர்கள் மீது இப்படித் திணிக்கப்பட்டது. அஸ்ஸாம் ரைஃபில்ஸ் படையினர் தங்ஜம் மனோரமா என்கிற 32 வயதுப் பெண்ணை அதற்குச் சில நாட்கள் முன்னர்தான் ஒரு நள்ளிரவில் வீடு புகுந்து அழைத்துச் சென்றனர். விடியுமுன் குண்டு துளைக்கப்பட்ட அவள் உடல் பாலியல் வன்முறையும் சித்திரவதையும் செய்யப்பட்ட அடையாளங்களோடு வீதியில் வீசி எறியப்பட்டது. கடந்த நான்கு மாதங்களில் அஸ்ஸாம் ரைஃபில்ஸ் படையினரால் கொல்லப்பட்ட மணிப்பூரிகள் 18 பேர்.

இதற்குச் சரியாக ஒரு மாதம் முன் (ஜூன் 15) இஷ்ரத் ஜெஹான் என்கிற 19 வயதுக் கல்லூரி மாணவி உட்பட நான்கு பேர்களை

குஜராத் போலீஸ் 'மோதலில்' சுட்டுக் கொன்றது. கடந்த மூன்றாண்டுகளில் குஜராத்தில் மட்டும் இதுபோல 'மோதலில்' கொல்லப்பட்டவர்களின் எண்ணிக்கை 10. இந்தியாவில் நடைபெறும் மோதல்கள் அனைத்திலும் எதிரிகள் மட்டுமே கொல்லப்படுவர். போலீஸ்காரர்களுக்குச் சிறு காயங்கள் கூட ஏற்படுவதில்லை.

மோதல் என்பது எதிர்பாராத நிலையில் எதிரிகளுடன் ஏற்படக் கூடிய எதிர்கொள்ளல். இதில் எதிரி கொல்லப்படத்தான் வேண்டும் என்பதில்லை. 'இஷ்ரத்திற்குத் தீவிரவாதிகளுடன் தொடர்பிருந்தது. மோடியைக் கொல்ல வந்தார். பல நாட்களாகக் கண்காணித்துப் பின்தொடர்ந்து வருகிறோம்' என்கிறது போலீஸ்.

தீவிரவாதிகளுடன் தொடர்பிருந்தது என்பதற்காகவே யாரையும் கொல்வதற்குச் சட்டமில்லை. யாரைக் கொல்வதற்கும் சித்திரவதை செய்வதற்கும் நமது அரசியல் சட்டத்திலோ, குற்ற நடவடிக்கைச் சட்டங்களிலோ ஏன் 'தடா' 'பொடா' போன்ற தடுப்புக் காவல் சட்டங்களிலோ கூட இடமில்லை. கொலை என்பது நமது இந்தியத் தண்டனைச் சட்டம் 302வது பிரிவின்படி கைது செய்து, வழக்குத் தொடர வேண்டிய ஒரு குற்றம். கண்காணிக்கப்பட்டவனைக் கொல்வதைக் காட்டிலும் கைது செய்து விசாரிப்பதுதானே போலீசுக்கு நல்லது? எல்லா மோதல்களிலும் மோதல் நடைபெறக்கூடிய இடத்தையும் நேரத்தையும் போலீசே தீர்மானிப்பது எப்படி? சென்ற ஆண்டு போக்குவரத்தையெல்லாம் நிறுத்திவிட்டு சென்னையில் கோட்டூர்புரத்தில் நட்ட நடுசாலையில் 'ராஜாராம்' என்பவரும் சரவணன் இன்னொரு தமிழ்த் தேசியவாதியும் இப்படிக் கொல்லப்பட்டதை மறந்துவிட இயலுமா?

இரண்டு மாதங்களுக்கு முன் நம்மை அதிரடித்த இன்னொரு காட்சி 'அபுகாரிப்' முகாம் சித்திரவதைகள். அபுகாரிப்பில் அடைக்கப்பட்டிருப்போர்களில் பெரும்பாலோர் ஈராக் நாட்டுப் பொதுமக்கள். அமெரிக்கப் படைகள் வெற்றிக்கொடி நாட்டி வரும்போது கண்ணில் பட நேர்ந்த அப்பாவிகள்.

என்ன உண்மைகளை அவர்களிடமிருந்து உலுக்கி எடுத்துவிட முடியுமென இத்தனை வதைகள் அவர்களின் உடல்கள் மீது?

'குவான்டனமோபேயில் தாலிபான்கள் எனக் கைது செய்யப் பட்டவர்களின் உடல்கள் மீது இழைக்கப்படும் வதைகளை நாம் மறக்கத் தொடங்கிவிட்டோம். அடுத்த செய்திகள் முந்திய செய்திகளை மறக்கடித்துவிடுகின்றன.

இக்காட்சிகளினூடாக ஊடிழையாய் நம் கண்ணில் விழுந்த மேலும் இரு காட்சிகள்: சில நாட்களுக்கு முன் சென்னை அமெரிக்கத் தூதரகத்தில் கமல்ஹாஸன், சூர்யா, த்ரிஷா போன்ற நடிகர்கள் தமது விரல் ரேகைகளைப் பதிவு செய்து கொண்டது ஊடகங்களில் காட்டப்பட்டது. இனி 'விசா' கொடுக்கும்போது உங்கள் விரல் ரேகைகள் அதில் பதிவு செய்யப்படும். கோப்புகளில் பொதியப்படும். அந்நியர்களின் விரல் ரேகைகளையும் கண் விழிகளையும் பதிவு செய்யும் நடை முறையை செப்டம்பர் 11க்குப் பின் அமெரிக்கா தொடங்கியுள்ளது. வழக்கமான திருதிரு முழி, சந்தேகத்திற்குரிய சிரிப்பு ஆகியவற்றுடன் கமல்ஹாஸன். அமெரிக்கத் தூதர் அருகில் நின்றுகொண்டிருப்பது முதல் காட்சி

இந்த ஆண்டு தொடக்கத்தில், ஃபூக்கோவுக்குப் பிந்திய இன்றைய முக்கிய சிந்தனையாளராகக் கருதப்படும் ஜியார்ஜியோ அகம்பன் தனது அமெரிக்கப் பயணத்தை ரத்து செய்த செய்தி மிகச் சில இதழ்களில் மட்டும் பதிவானதை இணையதளங்கள் சுட்டிக் காட்டின. நியூயார்க் பல்கலைக்கழகம் மற்றும் சில ஆய்வு நிறுவனங்களில் சிறப்பு விரிவுரைகளுக்காக அழைக்கப்பட்டு இருந்தார் அகம்பன். அமெரிக்காவில் நுழையும் முன்பு ரேகைகளையும் கண்விழிகளையும் புகைப்படப் பதிவு செய்து கோப்புகளில் பொதியும் முடிவை எதிர்த்து அவர் தன் பயணத்தை ரத்து செய்தார்.

சென்ற நூற்றாண்டின் ஆகப் பெரும் கொடுமையாகிய இட்லரின் கொடும் காவல் முகாம்களுக்குக் கொண்டுவரப்பட்டவர்கள் உள்ளே அனுமதிக்கப்படுமுன் அவர்கள் குறித்த தகவல்கள்

அவர்களின் உடம்பில் பச்சைகுத்தப்படும். இன்றைய ரேகை மற்றும் கண்விழிப் பதிவுகளும் இதை ஒத்ததுதான் என்கிறார் அகம்பன். அன்று தோலின் மேல் நமது தரவுகள் பதிவு செய்யப்பட்டன. மின்னணுச் சில்லுகளில் இன்று செய்யப்படும் பதிவுகளும் கூட நமது தோலின் கீழ் குத்தப்படும் ஒருவகை பச்சைதான். 'உயிர் அரசியல் பச்சைகுத்துதல்' *(Bio-political Tattooing)* என இதற்குப் பெயரிடும் அகம்பன், இன்றைய சனநாயக அரசுகளின் லட்சிய வடிவம் ஏதென்ஸ் அல்ல, ஆஸ்விட்ஸ்தான் (இட்லரின் காவல் முகாம்) என்கிறார்.

கொலை செய்வது சட்டப்படி குற்றம். ஆனால் நமது போலீஸ், ராணுவப் படைகள் முதலியன நிறைவேற்றுகிற கொலைகளும், சித்திரவதைகளும் சட்டத்தின் எல்லைகளுக்கு அப்பாற்பட்டவையாக உள்ளன. அல்லது இத்தகைய சந்தர்ப்பங்களில் சட்டம் செயல்படாதிருக்கிறது. சட்டத்தின் இடம் காலியாகிவிடுகிறது. கொல்லப்படுபவர்களைப் பொறுத்தமட்டில் அவர்களுக்குக் குடிமக்களுக்குரிய சட்டப் பாதுகாப்புகள் கிடையாது. அவர்களின் இருப்பு சட்டபூர்வ மான அந்தஸ்தை *(legal status)* இழந்துவிடுகிறது. சட்டத்தின் இருப்பை ரத்து செய்யும் அதிகாரத்தை எந்தச் சந்தர்ப்பத்திலும் சனநாயக அரசுகள் விட்டுக்கொடுத்ததில்லை. பண்டைய ரோம் சனநாயக அமைப்பிலேயே 'நெருக்கடி நிலையை அறிவிக்கும் அதிகாரம் வழங்கப்பட்டிருந்தது. 'இயூஷியம்' என்று இந்த அதிகாரம் குறிக்கப்படும்.

எனவே நெருக்கடி நிலை என்பது சட்டபூர்வமற்ற நிலைக்கான ஒரு சட்டபூர்வ வடிவாக வரலாறு முழுவதும் செயல்பட்டு வந்துள்ளது. புரட்சிக்குப் பிந்திய பிரான்சில் (1811) நெப்போலியன் இதைப் பயன்படுத்தியுள்ளான். வெய்மார் அரசியலமைப்புச் சட்டத்தின்படி சட்டபூர்வமாகப் பதவியேற்ற ஹிட்லர் 1933 தொடங்கி "மக்களையும் அரசையும் பாதுகாப்பதற்கான நெருக்கடி நிலைச் சட்டம்" ஒன்றை அறிவித்து அதன்படியே சட்டபூர்வமற்ற நிலைக்கு ஒரு சட்ட ஏற்பை அளித்தான். உலகப் போரின்போது பிரிட்டனும் அமெரிக்காவும் இத்தகைய

நெருக்கடி நிலைகளை அறிவித்தன. இந்திரா காந்தி அறிவித்த நெருக்கடி நிலையை நாம் அறிவோம்.

நெருக்கடி நிலை என்கிற சட்ட வடிவத்தின் புவியியல் உருவாக, கொடுங்காவல் முகாம்கள் அமைகின்றன. மனித வாழ்வு என்பது பன்முகப் பரிமாணங்களுடையது. வெறும் உயிரியல் வாழ்க்கை மட்டுமின்றி அரசியல் வாழ்வு, அழகியல் வாழ்வு, குடும்ப வாழ்வு, பாலியல் வாழ்வு, அறிவு வாழ்வு எனப் பல பரிமாணங்கள் உடையது அது. இந்தப் பன்முகப் பரிமாணங்களும் அழிந்து மனித வாழ்க்கை வெறும் உயிர் வாழ்வாக *(bare life)* மாற்றம் பெறும் இடம்தான் கொடுங்காவல் முகாம்கள்.

நவீன உலகு, குறிப்பாக செப்டம்பர் 11க்குப் பிறகு நாடுகள் முழுமையுமே கொடுங்காவல் முகாம்களாகப் பரிணமித்து வருகின்றன. பல்வேறு சட்டங்களின் மூலம் நெருக்கடி நிலை என்பது தற்காலிகமானது என்கிற நிலையிலிருந்து நிரந்தரமானதாக மாற்றப்பட்டுக்கொண்டிருக்கிறது. 2001 நவம்பர் 11 அன்று புஷ் அறிவித்த நெருக்கடி நிலைச் சட்டம் சந்தேகத்திற்குரிய அந்நியர்கள் அனைவரையும் கால வரையறையின்றிக் காவலில் வைக்கவும் இராணுவ நீதிமன்றங்கள் அமைக்கவும் வழிவகுக்கிறது. அக்டோபர் 26, 2001இல் பிரகடனப் படுத்தப்பட்ட தேசபக்திச் சட்டம் தேசப்பாதுகாப்பிற்கு ஊறு விளைவிக்கக் கூடியவர்களாகச் சந்தேகிக்கப்படக்கூடிய எந்த வெளிநாட்டவரையும் தடுத்து வைக்கும் அதிகாரத்தை அமெரிக்க அட்டர்னி ஜெனரலுக்கு வழங்குகிறது. வெளிநாட்டவர்களுக்கு என உருவாக்கப்படக்கூடிய சட்டங்கள் அனைத்தும் பின் உள்நாட்டவர்கள் மீதான சட்டங்களாகவும் மாற்றப்பட்டதே உலக வரலாறு.

'தேசப் பாதுகாப்பு' என்கிற சொல்லாடல் மூலம் இத்தகைய நெருக்கடி நிலை உலகின் நியாயப்பாடாக அமைகிறது. பாதுகாப்பு என்பது குடிமக்கள் அனைவரும் கூடி நின்று தற்காத்துக் கொள்ளல் என்பதற்குப் பதிலாக குடிமக்கள் தமது சட்ட உரிமைகளை இழந்து நிற்றல் என்பதாக

மாற்றப்பட்டுள்ளது.

இந்தியாவில் 'பொடா' சட்டம் தவிர இன்னும் எத்தனையோ நெருக்கடி நிலைச் சட்டங்கள் புழக்கத்திலுள்ளன. தங்ஜம் மனோரமாவைக் கொன்ற சட்டத்தின் பெயர்: "இராணுவப் படைகள் சிறப்பு அதிகாரச் சட்டம் - 1958." 1942இல் வெள்ளை ஆளுநர் லிங்வித்கோ இயற்றிய ஒரு சட்டத்தின் சுதந்திர இந்திய வடிவம் இது. இந்தச் சட்டம் யாருடைய வீட்டையும் சோதனையிடவும், வாரன்ட் இல்லாமல் கைது செய்யவும், முன்னெச்சரிக்கை செய்யாமல் கொல்லவும் இராணுவத்திற்கு அதிகாரமளிக்கிறது. மாநில அரசுகள் இதுகுறித்து விசாரணை ஏதும் நடத்தினால் அதில் கலந்துகொள்ளும் கடப்பாடு ராணுவத்திற்குக் கிடையாது. இச்சட்டத்தின்படி மணிப்பூரிகள் அனைவருமே சட்டபூர்வமற்ற நிலையுடையவர்களாக மாற்றப்பட்டுள்ளனர்.

நெருக்கடி நிலை ஆட்சியை நியாயப்படுத்துவதற்காக இவர்கள் மேற்கொள்ளும் மொழி விளையாட்டுகள் கவனிக்கப்பட வேண்டியவை. 'அபுகாரிப்'பிலோ, 'குவான்டனமோபே'யிலோ அடைத்துவைக்கப்பட்டுள்ளவர்கள் 'போர்க் கைதிகள்' என அழைக்கப்படுவதில்லை. வெறுமனே "தடுத்து வைக்கப்பட்டவர்கள்" அல்லது சட்டபூர்வமற்ற சண்டைக்காரர்கள் என்றே அழைக்கப்படுகின்றனர். இதன்மூலம் போர்க் கைதிகளுக்கான உரிமைகள், சட்ட பூர்வ அந்தஸ்து, சித்திரவதைகளிலிருந்து பாதுகாப்பு முதலியன சட்டபூர்வமாகவே அவர்களுக்கு மறுக்கப்படுகின்றன. சித்திரவதைகள் பற்றிப் பேச்சு வந்தபோது, அமெரிக்கப் பாதுகாப்பு அமைச்சர் டொனால்டு ரும்ஸ்ஃபீல்ட், "இவர்களுக்குச் சட்டபூர்வமான உரிமைகள் கிடையாது" என்று சொல்லிப் புன்னகைத்தார். பாலஸ்தீனர்கள் மீதான சித்திரவதைகள் குறித்து ஆய்வு செய்ய நியமிக்கப்பட்ட இஸ்ரேலிய 'லாண்டாங் ஆணையம்' சித்திரவதை என்பதற்குப் பதிலாக 'அளவான உடல் அழுத்தம்' என்ற சொல்லைப் பயன்படுத்தியது.

பயங்கரவாதம் குறித்த இரகசியங்களை வைத்திருப்பவர்களிட மிருந்து அவற்றைக் கறந்து தேசத்தையும் பல நூறு மக்களையும் காப்பது என்ற பெயரில் சித்திரவதைகளை அனுமதிக்கலாமா? என்பது குறித்து இன்று அமெரிக்க இதழ்களில் விவாதங்கள் நடக்கின்றன. ஜொனாதன் ஆல்டர், ஆலன் டெர்சோவிட்ஸ் போன்ற பத்திரிகையாளர்களும் அறிவுஜீவிகளும் இந்த விவாதங்களில் பங்கு பெறுவது குறிப்பிடத்தக்கது. 2003 ஏப்ரலில் 'அல்கொய்தா'வின் இரண்டாவது தலைமைப் பொறுப்பில் இருந்தவர் எனக் கருதப்படும் அபு சுபைதா கைது செய்யப்பட்டபோது அவரைச் சித்திரவதை செய்யலாமா என்ற விவாதம் வெளிப்படையாகவே மேற்கொள்ளப்பட்டது. ஏப்ரல் 5 அன்று என்.பி.சி. தொலைக்காட்சிக்கு அளித்த பேட்டியின் போதுதான் "ஒரு பயங்கரவாதியின் மனித உரிமையைக் காட்டிலும் அமெரிக்க மக்களின் உயிர்களுக்கே" முன்னுரிமை அளிப்பதாகச் சொல்லி மனித உரிமைகளைப் பேசுபவர்களைக் கடுமையாகத் தாக்கினார் ரும்ஸ்ஃபீல்ட்.

பயங்கரவாதிகள் 'துடித்துக்கொண்டிருக்கும் ஒரு டைம்பாம்' - எவ்வளவு சீக்கிரம் உண்மைகளைக் கறக்க முடியுமோ அவ்வளவு சீக்கிரம் அதைச் செய்ய வேண்டும் என்பது அவர்கள் வாதம். அபுகாரிப்பில் அடைத்து வைக்கப்பட்டுள்ள சாதாரண மக்களிடம் என்ன ரகசியங்கள் மறைந்துகிடக்கின்றன? ஏன் அவர்கள் மீது இத்தனை வதைகள்? வேறொன்றுமில்லை அவர்கள் சட்டபூர்வமற்ற உயிர்கள். 'வெறும் உயிர் வாழ்க்கை' *(bare life)* மட்டுமே அவர்களுக்குரியது. தங்ஜம் மனோரமாவுக்கு வாழ்வுரிமை, சட்டபாதுகாப்புகள் கிடையாது. ஏனெனில் அவள் மக்கள் விடுதலைப் படையின் உறுப்பினர், பயங்கரவாதி.

இஷ்ரத் ஜெஹான் - அவளது பெயரும் மதமும் மட்டும் போதும் அவளைச் சந்தேகப்படுவதற்கு, சந்தேகப்படுவது போதும் அவளைக் கொல்வதற்கு. இதோ இன்னொரு அவசரச் சட்டம். வாருங்கள் கைரேகைகளைப் பதிவு செய்து கொள்வோம். அதோ முதல் வரிசையில் கமல்ஹாஸன்.

- புதிய பார்வை, ஆக. 15, 2004.

2. பொய் கண்டுபிடிப்பு என்னும் வதை

அய்யத்திற்குரிய குற்றவாளிகள் மீது பொய் கண்டுபிடிப்புச் சோதனைகளைச் செய்வது என்பதும் குற்ற விசாரணையில் இதை ஒரு முக்கிய அங்கமாக்குவதும் சமீப காலத்தில் இங்கு ஏற்பட்டுள்ள மாற்றங்களில் ஒன்று. கோத்ரா ரயில் எரிப்பில் (2002) தொடர்புடையவர்கள் எனக் கைது செய்யப்பட்ட சிலர் மீது மேற்கொள்ளப்பட்ட இச்சோதனைகளைத் தொடர்ந்து இன்று பொய் கண்டுபிடிப்புச் சோதனைகள் ஒரு 'ஃபேஷன்' ஆகிவிட்டது. பெங்களூரில் உள்ள தடயவியல் ஆய்வகத்தில் 'நார்கோ அனாலிஸிஸ்' எனப்படும் போதைப் பகுப்பாய்வுச் சோதனைக்காக இன்று சுமார் 300 பேர் வரிசையில் நிறுத்தப்பட்டுள்ளதாக ஒரு செய்தி வந்துள்ளது.. 2006 ஜூலை 11 அன்று மும்பையில் நிகழ்த்தப்பட்ட தொடர் ரயில் குண்டுவெடிப்பில் 'லக்ஷர் - ஏ - தொய்பா' மற்றும் பாகிஸ்தான் உளவு நிறுவனத் (ISI) தொடர்பு பற்றி காவல்துறை விரித்த பல கதைகள் போதைப் பகுப்பாய்வின் மூலம், "கண்டுபிடிக்கப்பட்ட உண்மைகளே". சென்ற செப்டம்பர் 30 அன்று நடத்தப்பட்ட ஒரு பத்திரிகையாளர் சந்திப்பின்போது மும்பை நகரக் காவல்துறை ஆணையர் எம். என். ராய், "அதிக அளவில் நார்கோ அனாலிஸிஸ் போன்ற

விஞ்ஞான சோதனைகளை" தமது விசாரணை சார்ந்துள்ளதாக வெளிப்படையாக அறிவித்தார். 'மனநலம் மற்றும் நரம்பியல் விஞ்ஞானங்களுக்கான தேசிய நிறுவனத்தில் பணியாற்றும் உளவியலாளர் நடத்திய சோதனைகளுக்குப் பின்பே பல துண்டு துக்காணி உண்மைகள் இணைந்து ('The pieces fell in place') முழுசக்தி குறித்த தெளிவு கிடைத்ததாகவும் அவர் குறிப்பிட்டார்.

பொருத்தமான தரவுகளைச் சேகரித்து, கிடைக்கும் தரவுகள், சாட்சியங்கள் ஆகியவற்றைச் சரியாக இணைத்து நீதிமன்றங்களின் முன் வைப்பதில் போதிய திறமையற்ற நமது காவல்துறை இப்போதெல்லாம் அதிக அளவில் இத்தகைய பொய் கண்டுபிடிப்புச் சோதனைகளைச் சார்ந்திருக்கும் நிலை ஏற்பட்டுள்ளது. தவிரவும் அரசியல் முக்கியத்துவம் வாய்ந்த வழக்குகளில் துப்புகள் கிடைக்காதபோது காலங்கடத்துவதற்கும் இது ஒரு வழியாகிவிடுகிறது.

வழக்கமான சித்திரவதைகளைப் போலல்லாது ரொம்பவும் மனிதாபிமானம் மிக்கது (human), அறிவியல்பூர்வமானது (scientific), நம்பத் தகுந்தது (relaible) என்பதாக காவல்துறையினரும் "பொய்யறியும் நிபுணர்களும்" பொய்யறியும் சோதனைகளை முன்வைக்கின்றனர். பெங்களூர் தடயவியல் ஆய்வகத்தின் இயக்குநர் டாக்டர் பி.எம். மோகன், டாக்டர் மாலினி ஆகியோர் இத்தகைய நிபுணர்களில் முக்கியமானோர். நமது ஊடகங்கள் எந்த விமர்சனமும் இல்லாமல் அப்படியே இக்கருத்துகளை உயர்த்திப் பிடிக்கின்றன. ஒரு விதிவிலக்காக இந்து நாளிதழைச் சொல்ல வேண்டும். நான் கவனித்தவரையில் பிப்ரவரி 16, 2004; அக்டோபர் 18, 2006 மற்றும் மே 2, 2007 ஆகிய தேதிகளில் மேற்குறித்த மூன்று காரணிகளையும் குறித்த கட்டுரைகளை அது வெளியிட்டுள்ளது. இத்தகைய பொய்யறியும் சோதனைகளுக்கெதிரான தலையங்கம் ஒன்றையும் (ஜனவரி 5, 2007) அது எழுதியது. பாராட்டுக்குரிய செயல்.

நமது தமிழ் இதழ்கள் வழக்கம் போல இந்த விஷயத்திலும் காவல் துறை மற்றும் நிபுணர்களின் கருத்தையே உயர்த்திப்

பிடித்து வருகின்றன. சென்ற ஆண்டில் முத்திரைத்தாள் மோசடி புகழ் அப்துல் கரீம் டெல்லி மீது 2003இல் மேற்கொள்ளப்பட்ட போதைப் பகுப்பாய்வுச் சோதனை ஒன்றின் வீடியோ பதிவு ஒன்றை 'டைம்ஸ் நவ்' தொலைக்காட்சி திரும்பத் திரும்ப ஒளிபரப்பியபோது, ஆங்கில ஊடகங்களில் இது குறித்த ஒரு விவாதம் சிறிய அளவில் தலைகாட்டியது. அச்சமயத்தில் இது தொடர்பாக எழுதப்பட்ட எனது கட்டுரை ஒன்று நமது தமிழ் இதழ்கள் பலவற்றாலும் ஏற்றுக்கொள்ளப்படவில்லை. வெகுஜன இதழ்களில் இதுபோன்ற அம்சங்களை ஓரளவு எழுதுவதற்கான சூழல் சிறிய அளவேனும் உருவாகியுள்ள நிலையில், எனது கட்டுரை ஒன்று கடந்த நான்கைந்து ஆண்டுகளில் வெளியீடு மறுக்கப்பட்ட நிகழ்வு இது ஒன்றே. அது மட்டுமல்லாமல் அப்படி மறுத்த ஒரு இதழ் அடுத்த சில நாட்களில் பொய் அறியும் சோதனைகளுக்கு ஆதரவான ஒரு கட்டுரையையும் வெளியிட்டது. பயங்கரவாதிகளையும், குற்றவாளிகளையும் எந்த அடிப்படையிலும் தப்பவிடக்கூடாது என்பது செப்டம்பர் 11 க்குப் பின் இங்கு உருவாகியுள்ள புதிய மதிப்பீடு. ஐயத்திற்குரிய நாடுகளின் மீது முன்கூட்டிய தாக்குதல் *(Pre-emptive strike)* என்று புஷ் முன்வைக்கிற கருத்தாக்கம் ஐயத்திற்குரிய நபர்களுக்கும் விரிவாக்கப்படுகிறது. "நூறு குற்றவாளிகள் தப்பித்த போதும் ஒரு நிரபராதி தண்டனைக் குள்ளாகிவிடக்கூடாது" என்கிற பழைய மதிப்பீடு தகர்ந்து இன்று "நூறு அப்பாவிகள் தண்டிக்கப்பட்ட போதும் ஒரு பயங்கரவாதி தப்பிவிடக்கூடாது" என்கிற புதிய மதிப்பீடு உருவாகியுள்ளது. ஐயத்திற்கிடமில்லாமல் குற்றம் நிரூபிக்கப்படும் வரை யாரையும் நிரபராதியாகவே கருதவேண்டும் என்கிற அடிப்படையில் உருவாக்கப்பட்டுள்ள நமது குற்றவியல் மற்றும் சாட்சியியல் சட்டப் பிரிவுகள் சிலவற்றை நீக்கவேண்டும் என்கிற கோரிக்கையும் இப்போது எழுந்துள்ளது.

குற்ற விசாரணையின் போது குற்றம் சாட்டப்பட்டவர்கள் மவுனமாக இருப்பது அவர்களுக்கு அனுமதிக்கப்பட்டுள்ள உரிமைகளில் ஒன்று. இந்தியா உட்படப் பல நாடுகளில் இந்த உரிமை உள்ளது. அதேபோல நமது அரசியல் சட்டத்தின் 20(3)

வது பிரிவின்படி "குற்றம் சாட்டப்பட்ட யாரையும் தமக்கே எதிரான சாட்சியாக நிற்குமாறு கட்டாயப்படுத்த இயலாது. இந்தப் பிரிவுகளை நீக்க வேண்டுமென முன்னாள் அட்டர்னி ஜெனரல் ஃபலி எஸ். நாரிமன் கூறுகிறார் (நியூ இந்தியன் எக்ஸ்பிரஸ், நவம்பர் 29, 2006). முத்திரைத் தாள் மோசடி தொடர்பான வழக்கொன்றில் மும்பை உயர்நீதிமன்றம் "போதைப் பகுப்பாய்வுக்கு உட்பட்ட குறைந்தபட்ச உடல்வதைக்குரிய சோதனைகளுக்கு ஒரு நபரை உட்படுத்துவது 20(3) பிரிவுக்கு எதிரானதல்ல" எனத் தீர்ப்பும் அளித்துள்ளது (2004).

உலகமயப் பின்னணியில் உருவாகியுள்ள இன்றைய மதிப்பீடுகளில் சமூக நீதிக்கு (Social Justice) இடமில்லை. ஆனால் 'சமூகத் தீங்கு' (Social harm) என்கிற பெயரில் பயங்கரவாத எதிர்ப்பு நடவடிக்கையாக குடிமக்களின் அடிப்படை உரிமையைப் பறிப்பதற்கு இடமுண்டு. பயங்கரவாதத்தால் பாதிக்கப்படும் அப்பாவிகளுக்குச் சமூகம் பாதுகாப்பு வழங்கிப் பயனில்லை. அதைத் தடுப்பதே சரியான வழிமுறை. எனவே, குற்றம் சாட்டப்படுகிறவர்களுக்கான அடிப்படை உரிமைகளை ஒழித்துக்கட்ட வேண்டும் என்பதே நாரிமன்களின் வாதம்.

நிற்க. பொய் அறியும் சோதனைகளுக்குத் திரும்புவோம். இவர்கள் சொல்வதுபோல இச்சோதனைகள் மனிதநேயமானவையா? அறிவியல்பூர்வமானவையா? நம்பத் தகுந்தவையா? என்கிற கேள்விகளுக்கும் பதிலறிய நாம் இவற்றை 1. அறிவியல், 2. நீதியியல், 3. அறவியல் அடிப்படைகளிலிருந்து ஆராய வேண்டும். அதற்கு முன் இந்தப் பொய் அறியும் சோதனைகள் என்றால் என்ன என்பது குறித்துச் சில:

மூன்று வகையான பொய்யறியும் சோதனைகள் இங்கு மேற் கொள்ளப்படுகின்றன. 'பாலிகிராப்' அல்லது பொய் கண்டு பிடிப்பான் என்பதொன்று. சோதனையாளி பொய் சொல்லும் போது ஒரு பீப் ஒலி எழுப்பியோ இல்லை சின்னத்திரையில் பொய் என எழுதிக்காட்டியோ இது கண்டுபிடித்துக் கொடுத்துவிடும் என நம்பினால் ஏமாந்துபோவீர்கள். இதயத் துடிப்பு, இரத்த அழுத்தம், வியர்வைக் கசிவு ஆகியவற்றின்

அளவிலிருந்து உண்மையும் பொய்யும் கண்டறியப்படுகின்றன.

இரண்டு வகைக் கேள்விகளை இதற்கெனத் தயாரிக்கின்றனர். முதல் வகை கட்டுப்படுத்தும் கேள்விகள். இவை எல்லாச் சோதனையாளிகளுக்கும் பச்சை ஏமாற்று மோசடி என்பது உளவியலாளர்களின் கருத்து. பொய்யைச் சொல்வதற்கு முதலில் அவர் சோதனையால் தூண்டப்படுகிறார். பொய் சொன்னால் மாட்டிக்கொள்வாய் என்றெல்லாம் கடுமையாய் எச்சரித்துவிட்டு, "பிரச்சினையிலிருந்து தப்புவதற்கு எப்போதாவது பொய் சொல்லியுள்ளாயா?" என்று கேட்பார்கள். "ஆம்" என்று அவர் சொல்லக்கூடியவர் என்றால் இப்போதும் அவர் பொய் சொல்லக்கூடும் என்றாகிவிடும். இவ்வாறு அவர், "இல்லை, நான் பொய் சொன்னதில்லை" எனச் சொல்லும்படி நிர்ப்பந்திக்கப்படுவார். ஆனால் எப்படியும் அவர் ஏதாவதொரு சந்தர்ப்பத்தில் பொய் சொல்லியே இருப்பார். எனவே "பொய் சொன்னதில்லை" என்பது ஒரு பொய். இவ்வாறு பொய்க்கு நிர்ப்பந்திக்கப்பட்டு அவரின் உடல் வெளிப்படுத்தும் எதிர்வினைகள் பதிவு செய்யப்படும். பின்னர் அவரிடம் குற்றம் தொடர்பான இரண்டாம் வகைக் கேள்விகள் கேட்கப்பட்டு அப்போதைய உடல் வெளிப்பாடுகளை முன்னதுடன் ஒப்பிட்டு பொய் கண்டுபிடிக்கப்படும்.

இடையிடையே, "இந்த அறையில் விளக்குகள் எரிகின்றனவா?" 'காற்றாடி சுற்றுகிறதா?' என்பன போன்ற கேள்விகள் சும்மா ஏமாற்றுக்காகக் கேட்கப்படும். இக்கேள்விகளின் போது உடல் வெளிப்பாடுகள் பதிவு செய்யப்படுவதில்லை.

சந்தேகத்துக்குரியவர்கள் மீது மேற்கொள்ளப்படும் இன்னொரு சோதனை 'மூளை வரைவு' (Brain Mapping). சோதனையாளியின் தலையில் பொருத்தப்பட்டுள்ள 32 அலைத்துடிப்பு உணர்வான்கள் ஒரு 'மூளை அலைக்கருவியுடன்' இணைக்கப்பட்டிருக்கும். குற்றத்துடன் தொடர்புடைய ஒரு படம் அல்லது ஒலிப்பதிவு அவர் முன் இயக்கப்படுகிறது. அப்படம் அல்லது ஒலித்துணுக்கு அவருக்கு ஏற்கெனவே பழக்கமாயிருக்கும் பட்சத்தில் 300 மில்லி வினாடிகளுக்குள் அவரது மூளை அதை உணர்ந்து

அலைத்துடிப்பொன்றை வெளிப்படுத்தும். அதை “*K300* அலை” என்பர். கருவியின் திரையில் இது உடனடியாகப் பதிவாகும். இதன்மூலம் காட்டப்பட்ட காட்சியுடன் அவருக்குள்ள தொடர்பு “நிரூபிக்கப்படும்.”

‘உண்மை ரசம்’ *(Truth Serum)* அல்லது போதைப் பகுப்பாய்வு எனப்படும் மூன்றாவது முறை இந்த இரண்டைக் காட்டிலும் கொடுமையானது. வேறொன்றுமில்லை, போதையேற்றி ஒருவரை உளற வைப்பதுதான் இது. பொய் சொல்வதற்குக் கற்பனை செய்யும் திறன் தேவை. இந்தக் கற்பனைத் திறனை போதையின் மூலம் அழித்துவிட்டால் பின் அந்தச் சோதனையாளியின் மனம் சோதனை செய்பவரின் முழுக் கட்டுப்பாட்டிற்குள்ளும் வந்துவிடும். அதன்பின் ஏற்கனவே பதிவாகியுள்ள உண்மைகளை மட்டுமே அவர் பேசுவார் என்பது இம்முறையை நடைமுறைப்படுத்துவோரின் நம்பிக்கை.

சோடியம் பென்டதோல், சோடியம் அமிடால் போன்ற திரவங்களைப் பயன்படுத்திப் போதையூட்டப்படுகிறது. அறுவை சிகிச்சைகளின்போது மயக்க மருந்துகளாகப் பயன்படுத்தப்படுபவை இவை. ஒருசில நிமிடங்களுக்குள் மயக்கம் வந்துவிடும். உடலுக்குரிய அளவைத் தாண்டினால் நிரந்தரக் கோமா அல்லது மரணம் நிச்சயம்.

சில சந்தர்ப்பங்களில் இருவகை மருந்துகள் ஒரே நேரத்தில் உடலில் செலுத்தப்படும். ‘காக்டெய்ல்’ எனச் சோதனையாளர்கள் இதைக் கிண்டலாகச் சொல்கின்றனர். ஆம். நமக்கு உயிரின்வாதை அவர்களுக்கு நகைச்சுவை; கிண்டல்! சோதனையாளியின் இரு கரங்களிலும் இரு நரம்பு ஊசிகள் பொருத்தப்பட்டிருக்கும். முதல் ‘ஸ்விட்சை அழுத்தியவுடன் முன் குறிப்பிட்ட மயக்கத் திரவங்களில் ஏதேனும் ஒன்று நரம்பு மண்டலத்தில் பாய்ந்து அவர் மயக்க நிலைக்கு ஆளாவார். உடனே அடுத்த ஸ்விட்ச் அழுத்தப்பட்டு தெளிவிக்கும் மருந்து *(amphio textrine)* செலுத்தப்படும் அரை விழிப்புள்ள நிலையில் அவரிடம் கேள்விகள் கேட்கப்படும்.

சோதனையாளி முழுவதுமாக மயங்கிவிடவோ, உறங்கிவிடவோ கூடாது. அவர் கேள்விகளுக்குப் பதில் அளிக்கத்தக்கவராக இருக்க வேண்டும். ‘டைம்ஸ் நவ்’ தொலைக்காட்சி வெளியிட்ட வீடியோ கிளிப்பிங் அடுத்த சில மணி நேரத்தில் இந்தியத் தொலைக்காட்சிகள் அனைத்திலும் திரும்பத் திரும்ப ஒளிபரப்பப்பட்டதைப் பார்த்திருப்பீர்கள். போதை நிலையில் பரிதாபமாகக் காட்சியளித்த ‘டெல்கி’ முக்கல் முனகல்களுடன் கேள்விகளுக்குப் பதில் சொல்வார். எதிரேயுள்ள பெண் அதிகாரி துருவித் துருவிக் கேள்விகளைத் துப்பிக்கொண்டிருப்பார். போதையில் முழுமையாக அமிழ்ந்துவிடாதிருக்கும் பொருட்டு சுற்றியுள்ளவர்கள் டெல்கியைத் தொடர்ந்து உசுப்பிக்கொண்டும், உலுக்கிக்கொண்டும், அடித்துக்கொண்டும் இருப்பர்.

மத்தியில் விவசாயத்துறை அமைச்சராக உள்ளவரும் தேசியவாத காங்கிரஸ் தலைவருமான சரத்பவார் மற்றும் மகாராஷ்டிர மாநிலப் பொதுப்பணித்துறை அமைச்சர் சாகன் பூஜ்பால் ஆகியோரின் பெயர்களை டெல்கி உதிர்த்ததும், இரு அமைச்சர்களும் உடனடியாக இதை மறுத்ததும், எதிர்க்கட்சியான பா.ஜ.க. விசாரணை கோரியதும், அடுத்தடுத்த நாள் நடந்தேறிய நிகழ்ச்சிகள்.

பெங்களூரில் பணியாற்றும் இரு தடயவியலாளர்கள் பொய்யறியும் சோதனைகளுக்கு ஆதரவாகப் பேசிவருவதை தொடக்கத்தில் குறிப்பிட்டேன். ஆனால் இத்துறையில் துறைபோகிய வல்லுனர்கள் பலரும் இதை மறுக்கின்றனர். தடயவியல் அறிஞர்களில் முக்கியமானவரும் ஜோத்பூரிலுள்ள தேசிய சட்டக் கல்லூரியின் இணைவேந்தரும், ராஜிவ் கொலை விசாரணையில் துப்புத்துலக்கியவருமான டாக்டர் பி. சந்திரசேகர், "நமது காவல்துறை கடைப்பிடிக்கும் இந்தப் பொய்யறியும் நடைமுறைகள் விஞ்ஞானபூர்வமானவையோ, நம்பத்தகுந்தவையோ அல்ல. இவை காட்டுமிராண்டித் தனமானவை. ‘உண்மை ரசம்’ என்பது ஒரு மாயை. பாலிகிராப் ஒரு ‘மோசடி’ என்கிறார் (இந்து, பிப்ரவரி 16, 2004). வழக்கமாகக் காவல்துறை மேற்கொள்ளும் மூன்றாம்தரச்

சித்திரவதைகளிலிருந்து இதைப் பிரித்துப் பார்க்க இயலாது என்பது அவர் கருத்து. அறிவியலடிப்படையிலானது, நம்பத்தகுந்தது, மனிதாபிமானமிக்கது என்கிற மூன்று அம்சங்களையும் சந்திரசேகரின் கூற்று மறுக்கிறது. மூத்த பேராசிரியர்கள் டேவிட் டி. லிக்கர்ட், ஜான் எப். ஃபிரிதி போன்றோரின் கண்டனங்களை இணையதளங்களில் காணலாம்.

போதைப் பகுப்பாய்வு உடலிலும் உள்ளத்திலும் கடுமையான பின்விளைவுகளை ஏற்படுத்தக்கூடியது. உடலின் மைய நரம்பு மண்டலம் பாதிக்கப்படுவதும், இரத்த அழுத்தம் வீழ்வதும், இதயத் துடிப்பு குறைவதும் உடலில் ஏற்படும் உடனடி விளைவுகள். மூச்சு மற்றும் இரத்தச் சுழற்சிகள் நிரந்தரமாகப் பாதிக்கப்படும். இச்சோதனைகளுக்கு உள்ளாக்கப்பட்டவர்கள் சிலரின் எதிர்வினைகள் இணையதளங்களில் பதிவாகியுள்ளன. சோதனைக்குப் பின் மும்முறை வாந்தி எடுத்த ஒருவர், “நான் சாகணும், நான் சாகணும்” எனப் புலம்பிக்கொண்டே இருந்தார். இன்னொருவர் மேசையில் தலையை மோதிக் கொண்டு மயங்கி வீழ்ந்தார். இந்தக் கொடுமைகளைக் கருதியே பல நாடுகள் இவற்றைத் தடைசெய்துள்ளன.

இச்சோதனைகளின் நம்பகத்தன்மையும் கேள்விக்குறியே. இரண்டாம் உலகப் போரின்போது அமெரிக்க ராணுவமும் உளவுத் துறையும் இப்படியான “உண்மை ரசங்களை” பயன்படுத்தின. ஆனால் இது தொடர்பாக அமெரிக்க உளவுத்துறை *(CIA)* வெளியிட்டுள்ள கையேட்டில் பிற வழக்கமான விசாரணை முறைகளைப் பயன்படுத்தும்போது இறுக்கமாக இருக்கும் ஒரு சிலரை உடைப்பதற்கு போதைப் பகுப்பாய்வுகள் பயன்பட்ட போதும் “இவற்றின் மூலம் சோதனையாளி வெளிப்படுத்துவதில் பல வெறும் உளவியல் மாயத் தோற்றங்களாகவும், மருட்காட்சிகளாகவும், கனவுநிலைப் புனைவுகளாகவும் இருக்கக்கூடும்” எனக் குறிப்பிடப்பட்டுள்ளது.

இந்தச் சோதனைகளின் போது உண்மைகளை வெளியிடக் கூடியவர்களிடமிருந்து இந்தச் சோதனைகள் இல்லாமலே கூட உண்மைகளைப் பெற்றிருக்க முடியும் என்பதே

ஆய்வுகளின் வாயிலாக வந்துள்ள முடிவு. அதே நேரத்தில் பெரும் பொய்யர்களும், ஏமாற்றுப் பேர்வழிகளும், பொய்யையே தொழிலாகக் கொண்டவர்களும் இத்தகைய உண்மைத் திரவங்களின் செல்வாக்கிலுள்ள போதும் கூடத் தொடர்ந்து பொய்யைச் சொல்லி ஏமாற்ற இயலும். பாலிகிராப் சோதனையைப் பொறுத்தமட்டில் ஏமாற்ற நினைப்பவர்கள் எளிதில் இதைச் செய்யமுடியும் என்கிறார், 'மூளைச் செயல்பாட்டைக் கட்டுப்படுத்தும் உளவியல் மற்றும் மூளைச்சலவை' என்னும் நூலை எழுதியுள்ள கொலம்பியப் பல்கலைக்கழகப் பேராசிரியர் ஏ.எம். மீரலோ. மாறாகப் படபடப்பு ஏதுமின்றி உண்மையைச் சொல்லுகிற அப்பாவிகள் இந்தச் சோதனையில் தோற்றுவிடும் வாய்ப்பு அதிகம்.

போதை மருந்து கொடுத்து உண்மையைச் சொல்ல வற்புறுத்தும் போது விசாரணை செய்பவர் எதை விரும்புகிறாரோ அதையே உண்மையாக நம்பி சோதனையாளி சொல்லிவிடும் வாய்ப்பும் உண்டு. பெங்களூரிலுள்ள மனநலம் மற்றும் நரம்பியல் அறிவியல்களுக்கான தேசிய நிறுவனத்தில் பணிபுரியும் இரு உளவியல் நிபுணர்கள் கூறியுள்ள கருத்து இங்கே குறிப்பிடத்தக்கது (இந்து, மே 2, 2007). போதைப் பகுப்பாய்வின் உச்சநிலையில் உண்மைகளை மறைப்பது கடினமாக இருந்தபோதிலும் சோதனையாளியின் மனப்பரப்பில் மேலோட்டமாகப் பதிந்துள்ள சில கருத்துகளை உண்மை என நம்பி அவர் கூறிவிடும் வாய்ப்பும் உண்டு என்கிறார் டாக்டர் சித்தர்சன் ஆந்த்ரே. முன்னதாகக் காவல் துறையினர் விசாரிக்கும்போது, "நீ இந்தக் குற்றத்தைச் செய்தாய்" எனத் திருப்பித் திருப்பிச் சொல்லப்படுவது அவர் மனதில் மேலோட்டமாகப் படிந்திருக்கும். போதைப் பகுப்பாய்வின்போது அதே கேள்வி திருப்பிக் கேட்கும்போது, "நீ இதைச் செய்தாய். நீ இதைச் செய்தாய்" என்பது நினைவுக்கு வர அவரும் "ஆம். நான் இதைச் செய்தேன்" எனப் பதிலளிப்பார் என்கிறார் ஆந்த்ரே.

ஜூலை 11 ரயில் குண்டு வெடிப்பு வழக்கில் கைதான ஃபைஸல் ஷேக் என்பவர் பாகிஸ்தானிலுள்ள உளவுத்துறைத்

தலைவர் தன்னிடம் துணைப்பிரதமர் அத்வானியைக் கொல்லுமாறு உத்தரவிட்டதாகவே போதைப் பகுப்பாய்வின் போது குறிப்பிட்டார். பயங்கரவாதச் செயற்பாடுகள் குறித்த அடிப்படை அறிவுள்ள எவருக்கும் இது எத்தனை அபத்தம் என்பது விளங்கும். பாகிஸ்தான் உளவுத்துறையின் தலைமை இயக்குநர் லெஃப்டினன்ட் ஜெனரல் ஈவுரன்-உல்-ஹக் இப்படி ஒரு கீழ்மட்ட 'ஏஜென்டைச்' சந்தித்துச் சதிச்செயல் குறித்து நேரடி ஆணையிட்டார் என்பது எத்தனை பெரிய அபத்தம். *CNN-IBN* தொலைக்காட்சி வெளிப்படுத்திய இன்னொரு செய்தி: போதைப் பகுப்பாய்வுக்கு உட்படுத்தப்பட்ட இன்னொரு நபர் தான் பாகிஸ்தானில் பயிற்சி எடுத்தபோது அல்குவேதாவின் முக்கிய தலைவர் முகம்மத் அட்டாவைச் சந்தித்ததாகச் சொன்னார். நினைவிருக்கட்டும் இந்தத் தொடர் குண்டு வெடிப்பு நடந்தது 2006இல். ஆனால் முகம்மத் அட்டாவோ 2001 நியூயார்க் தாக்குதலின் போதே இறந்துபோனார். ஒருவேளை அட்டா சாகாமல் இருந்திருந்தால் அல்குவேதா, பாகிஸ்தான் சதி பற்றி என்னென்ன மாதிரியாக எல்லாம் கதை கட்டப்பட்டிருக்கும். முஸ்லிம்களைக் கரித்துக்கொட்டுவதற்கு இந்துத்துவவாதிகளுக்கு எத்தனை பெரிய வாய்ப்பாக அது இருந்திருக்கும்.

இத்தகைய காரணங்களைச் சுட்டி 1989லேயே நியூஜெர்ஸி உச்ச நீதிமன்றம் சோடியம் அமிடாலைப் பயன்படுத்தி, போதையூட்டிப் பெறும் சாட்சியங்களை ஏற்கமுடியாது எனத் தீர்ப்பளித்தது. நீதிமன்ற விசாரணையில் சாட்சியமளித்த நிபுணர்கள் போதைப் பகுப்பாய்வின்போது சோதனையாளி ஹைப்பர் அம்னீஷியா (*HyperAmnesia*) நிலையை அடையும் வாய்ப்புண்டு என்றனர். அதாவது ஒரு நிகழ்வை அவர்கள் விவரித்து வரும்போது அதிலுள்ள இடைவெளிகளைத் தம் கற்பனையாலும் பொய்யாலும் நிரப்புவர். மனோவசிய நிலையில் இவ்வாறு தூண்டப்பட்ட நினைவுகளை உண்மையாகவே நம்பும் நிலையை 'நினைவு தடித்தல்' (*Memory hardening*) என இது தொடர்பான ஆய்வுகளில் குறிப்பிடுவர். ஆந்திர மாநிலக் குற்றவியல் ஆய்வுத் துறைக் கண்காணிப்பாளர் எம். சிவானந்த

ரெட்டியின் கூற்றொன்றை ப்ரவீன் சாமி குறிப்பிடுகிறார் (இந்து. அக். 18, 2006). போதைப் பகுப்பாய்வு விசாரணைக் குழு சில நேரங்களில் பயன்பட்ட போதிலும் சோதனையாளி கூறுவனவற்றில் கற்பனை மற்றும் பொய்களின் கலப்பு தவிர்க்க இயலாதது என்கிறார் ரெட்டி. 1922இல் டாக்டர் ராபர்ட் ஹவுஸ் என்கிற குழந்தைப்பேறு நிபுணர்தான் ஸ்கோபோலமின் போன்ற போதை மருந்துகளைப் பயன்படுத்தி இப்படி 'உண்மைகளைக் கறக்கும்' வழியைக் கண்டுபிடித்தார். டாக்டர் ஜான் மெக்டொனால்ட் போன்ற அமெரிக்க உளவியல் நிபுணர்கள் இதன் நம்பகத்தன்மையை 1954 வாக்கிலேயே கேள்விக்குள்ளாக்கியதோடு, "போதைப் பகுப்பாய்வு செய்வதற்கான ஒரு உளவியலாளர் அழைக்கப்படுவாரேயானால் அவர் அறவியல் அடிப்படையில் அதை மறுக்க வேண்டும்" எனவும் கூறினார். "அமெரிக்க அரசு எதிர் சாலமன்" என்கிற வழக்கில் அமெரிக்காவிலுள்ள மேல்முறையீட்டிற்கான ஒன்பதாவது சுற்று நீதிமன்றமும் கூட போதைப் பகுப்பாய்வின் மூலம் சொல்லப்பட்டவற்றை ஏற்க முடியாது எனத் தீர்ப்பளித்துள்ளது. இப்படி நிறையச் சொல்லமுடியும்.

'மூளை வரைவுச் சோதனைகளும் இப்படித்தான். படுக்கை அறையில் புகுந்த ஒருவர் கத்தியால் குத்திக் கொல்லப்படுகிறார் என்போம். அந்த வீடு, வீதி, அறை, கொலைக்குப் பயன்படுத்திய கத்தி, சடலம், படுக்கை ஆகியவற்றின் படங்களைப் பார்க்கிற கொலையாளி மட்டுமல்ல அவற்றை புகைப்படம் எடுத்தவர், செய்தி சேகரிக்கச் சென்றவர், எட்டிப் பார்த்தவர், பக்கத்து வீட்டுக்காரர், ஏன் புலன் விசாரணைக்குச் சென்ற காவலர் எல்லோருமே "K300" அலைகளை வெளிப்படுத்துவர். 2000ஆம் ஆண்டில் நடைபெற்ற கிரிமினல் வழக்கு விசாரணை ஒன்றில் சாட்சியமளித்த மூளை வரைவுச் சோதனைத் தொழில்நுட்பத்தின் தந்தை எனக் கருதப்படும் லாரன்ஸ் ஃபார்வல், "குற்றம் நடைபெற்ற இடத்தில் இருவர் இருந்தனர் எனவும், அவர்களில் ஒருவர் மட்டுமே குற்றத்துடன் தொடர்புடையவர் எனவும் கொண்டால் அந்த இருவரில் யார் குற்றவாளி என்பதை மூளை வரைவுச் சோதனையின் மூலம் கண்டுபிடிக்க இயலாது

என்பதை ஏற்றுக்கொண்டார்.

போதைப் பகுப்பாய்வு உள்ளிட்ட பொய்யறியும் சோதனைகள் தோற்றுப்போனதற்கு நிறைய எடுத்துக்காட்டுகளைச் சொல்ல முடியும். 2004இல் பெங்களூரில் ஒரு பெண்மணி போதைப் பகுப்பாய்வுக்குட்படுத்தப்பட்ட போது கொலை செய்ய பயன்பட்ட கத்தி ஒன்று பற்றியும் 'பாஸ்' ஒன்று குறித்தும் கூறினார். அந்தத் தகவல்களின் அடிப்படையில் அவற்றைக் கண்டறிய இயலவில்லை. போதிய சாட்சியம் இல்லை என அவர் விடுதலை செய்யப்பட்டார். அதேபோல சென்ற சட்டமன்றத்தில் குளித்தலை தொகுதி உறுப்பினராக இருந்த பாப்பா மோகன் என்பவருக்கு ஆசிரியை மீனாட்சி கொலை வழக்கில் பொய்யறியும் சோதனைகள் செய்யப்பட்டன. உண்மைக் குற்றவாளிகள் பின்னர் கண்டுபிடிக்கப்பட்டு இப்போது தண்டிக்கப்பட்டுள்ளனர். இந்தச் சோதனைகள் மூலம் பாப்பா மோகனுக்கு ஏற்பட்ட இழப்புகளுக்கும் உடல் பாதிப்புகளுக்கும் யார் பொறுப்பு? முத்திரைத்தாள் மோசடி தெல்கி விஷயத்தில் கூட இப்படித்தான் நடந்தது. போதைப் பகுப்பாய்வின்போது சொன்ன பலவற்றைப் பின்னர், மத்திய புலனாய்வுத்துறைக்கு (CBI) விசாரணை மாற்றப்பட்ட போது அவர் மறுத்தார். அமைச்சர்கள் சரத்பவார், சாகன் பூஜ்பால் ஆகியோர் பெயர்களையும் தெல்கி கூறியது நினைவு கூரத்தக்கது. எந்த அடிப்படையில் இதை மட்டும் நமது புலனாய்வாளர்கள் 'உண்மையாக' ஏற்கவில்லை என்பது தெரியவில்லை.

இத்தனைக்குப் பின்னும் பெங்களூர் தடயவியல் ஆய்வக இயக்குனர் மோகன் இவற்றை மறுப்பதோடு தங்களது போதைப் பகுப்பாய்வுச் சோதனைகளில் 96 முதல் 97 சதம் வரை வெற்றி கிட்டுவதாகக் குறிப்பிட்டுள்ளார். "சோடியம் அமிடால் (ஸ்கோபோலமின்) என்னும் போதைப் பொருளைப் பயன்படுத்தும் போதுதான் தவறுகள் ஏற்படுகின்றன. நாங்கள் அதைப் பயன்படுத்தவில்லை. சோடியம் பென்டதோலைத்தான் பயன்படுத்துகிறோம். எனவே தவறுகளுக்கு வாய்ப்பில்லை" என்றும் அவர் கூறுகிறார். ஆனால் இக்கூற்றை 'மனநலம்

மற்றும் நரம்பியல் அறிவியல்களுக்கான தேசிய நிறுவன' விஞ்ஞானிகள் மறுக்கின்றனர் (இந்து மே 2, 2007). சோடியம் பென்டதோல் உண்மைகளைக் கறந்துவிடும் என்பதற்கு எந்த உத்தரவாதமும் இல்லை. அதுவும் கூட பல ஆண்டுகளாகப் பயன்படுத்தப்பட்டு தற்போது பலராலும் கைவிடப்பட்டுள்ளதே உண்மை. வழக்குக்குத் தேவையான ஏதோ ஒரு குற்றப்பிரிவுடன் தொடர்புடைய ஒரு விஷயத்தைப் போதைப் பகுப்பாய்வின் போது சொல்வது பொய் கண்டுபிடிப்பான் அல்லது மூளை வரைவுச் சோதனை முடிவுகளுடன் ஒத்துப்போவது ஆகியவற்றின் அடிப்படையிலேயே 96 சத சோதனைகள் வெற்றியடைவதாக மோகன் கூறுகிறார்.

ஆனால் இந்த அடிப்படையில் இச்சோதனைகளை விஞ்ஞான பூர்வமானவை என ஆய்வுகளும் ஏற்காது. ஒன்றை அறிவியல் பூர்வமானது என ஏற்பதற்கு 1993ஆம் ஆண்டு உருவாக்கப்பட்ட டாபர்ட் அளவுகோலின்படி (Daubert standard) குறைந்தபட்சம் நான்கு நிபந்தனைகளைப் பூர்த்தி செய்யவேண்டுமென அமெரிக்க உச்ச நீதிமன்றம் விதித்துள்ளது. அவை. 1. எடுகோள்கள் நிரூபணம் (Hypothesis testing) 2. இளைஞர்களின் பார்வைக்கு உட்படுத்துவதும் ஆய்வு முடிவுகளை வெளியிடுவதும் (Pear review and publication) 3. தவறுகளுக்கான வாய்ப்பு குறித்து அறிதல் (Knowledge of errorrate) 4. அறிவியல் சமூகத்தால் ஏற்றுக்கொள்ளப்படும் நிலை.

"மேற்குறித்த நான்கு தரங்களில் எதையும் பெங்களூர் தடயவியல் ஆய்வகச் சோதனைகள் பூர்த்தி செய்ததில்லை. மூன்று அல்லது நான்கு மாதங்களுக்குள் 300 சோதனைகளின் அடிப்படையில் பெறப்பட்ட ஆய்வு முடிவுகள் வெளியிடப்படும் என மோகன் கூறி மூன்று மாதங்களாகிவிட்டன. அப்படியே வெளியிட்ட போதும் அவை கட்டுப்படுத்தப்பட்ட சோதனைத் தரவுகளாக அமையப்போவதில்லை. காவல்துறையினர் அளிக்கும் கருத்துகளின் அடிப்படையில் இச்சோதனைகளின் வெற்றி தோல்வியை நிர்ணயிக்க இயலாது" - என இதுகுறித்து அப்போதே சொல்லப்பட்டன.

நமது நீதிமன்றங்கள் பொய்யறியும் சோதனைகள் குறித்து ஒரே மாதிரியான கருத்துகளைச் சொல்லவில்லை. மேற்சொன்ன பெண்மணியின் வழக்கில் போதைப் பகுப்பாய்வு முடிவுகளை ஏற்க இயலாது எனக் கூறியுள்ள நீதிமன்றம் வேறு சில வழக்குகளில் போதைப் பகுப்பாய்வில் சொல்லப்பட்டவற்றின் மூலம் கண்டுபிடிக்கப்பட்டவற்றைச் சாட்சியங்களாக ஏற்றுக் கொண்டுள்ளது. தெல்கி வழக்கில் 'உடலுக்குக் குறைந்தபட்சத் தீங்கை விளைவிக்கும் இச்சோதனைகளை' அனுமதித்த நம் நீதிமன்றம் பிரமோத் மகாஜனின் மகன் ராகுலுக்கு மூளை வரைவுச் சோதனை தேவையில்லை என உத்தரவிட்டது. சோதனை செய்ய வேண்டும் எனக் கீழ் நீதிமன்றம் விதித்த ஆணையை டெல்லி உயர் நீதிமன்றம் இவ்வாறு ரத்து செய்தது. ஆக இப்படியான கொடுஞ் சோதனைகளிலிருந்து யாரும் தப்பிக்க வேண்டுமானால் அவர்கள் இப்படி அமைச்சர்களின் பிள்ளைகளாக இருக்க வேண்டும்போலும்.

உடலுக்கு எந்தத் தீங்கையும் விளைவிக்காது என்கிற அரசுத் தரப்பு வாதத்தை உயர் நீதிமன்றம் எதிர்க்கவில்லை. திரைப்பட இயக்குநர் மாதுர் பந்தர்கரைக் கொலை செய்ய முயன்றதாகக் குற்றம் சாட்டப்பட்டுள்ள நடிகை பிரீதி ஜெய்ன் மீது பாலிகிராப் மற்றும் மூளை வரைவுச் சோதனைகள் மேற்கொள்ளப்பட்டன. எனினும் போதைப் பகுப்பாய்வு செய்யப்படவில்லை. ஆனால் உடந்தையாக இருந்த நரேஷ் பர்தேஷிக்கு போதைப் பகுப்பாய்வும் செய்யப்பட்டது.

சென்ற ஆண்டு சென்னை உயர் நீதிமன்றம் வழங்கிய தீர்ப்பொன்றில் (தினேஷ் டால்மியா அரசு வழக்கு) போதைப் பகுப்பாய்வு செய்வதை கட்டாயமான வாக்குமூலம் பெறுவதாகச் சொல்ல இயலாது எனத் தீர்ப்பளித்தது. "குற்றம் சுமத்தப்பட்டவர் கட்டாயமாக சோதனைச் சாலைக்கு அழைத்துச் செல்லப்படலாம். ஆனால் சோதனையின் போது அவர் கூறுபவை தானாகவே முன்வந்து சொன்னவைதான்" எனவும் அத்தீர்ப்பில் கூறியிருந்தது. சோதனையாளி தானாகவே உண்மைகளைச் சொல்வதாகவன்றி 'உண்மைகளைச் சொல்ல வைப்பதாகவே இச்சோதனைகள் உள்ளன' என்பது மேலே

விரிவாகச் சொல்லப்பட்டுள்ளது. தவிரவும் சோதனையாளியைக் கட்டாயமாக அழைத்துச்செல்வது மட்டுமல்ல, கட்டாயமாக அவர் உடலுக்குள் போதை மருந்து ஏற்றப்பட்டு அவர் உளறவைக்கப்படுகிறார். எனில் தன்னிச்சையாக மவுனம் உடைபடுகிறது எனச் சொல்வதை எப்படி ஏற்க முடியும்.

அறம் சார்ந்த அடிப்படையிலிருந்து பார்த்தாலும், சட்டவியல் மற்றும் மனித உரிமைகளின் அடிப்படையிலிருந்து நோக்கினாலும் அறிவியல் கண்ணோட்டத்திலிருந்து அணுகினாலும் எப்படிப் பார்த்தாலும் பொய்யறியும் சோதனைகளுக்கு மனித கண்ணியத்தை மதிக்கிற சமூகத்தில் இடமில்லை.

- புதிய பார்வை, (மே. 16-31, 2007)

(குறிப்பு: மே 06, 2010 அன்று உச்ச நீதிமன்றம் அளித்த தீர்ப்பு ஒன்றில் இப்படியான குற்றம் சுமத்தப்பட்டவர்கள் மீதான narco analysis சோதனைகள் சட்டபூர்வமானவை அல்ல எனத் தீர்ப்பளித்தது. ஆனால், கிரிமினல் வழக்குகளில் சோதனை செய்யப்படுபவரின் சம்மதத்துடன் சில பாதுகாப்புகளுடன் இதைப் பயன்படுத்தலாம் எனக் கூறியுள்ளது.)

3. வீரப்பன் 'என்கவுன்டர்': ஒரே ஒரு மாற்றுக் குரலும் பாசிச எதிர்வினைகளும்

வீரப்பனும் அவனது கூட்டாளிகளும் கொல்லப்பட்ட செய்தி அடுத்த பல வாரங்களுக்குத் தமிழ் ஊடகங்களுக்குப் பெருந்தீனி வழங்கிக்கொண்டிருந்தது. வீரப்பனைப் பற்றி நீங்கள் எதை வேண்டுமானாலும் சொல்லலாம். வீரப்பன் ஆவியின் பேட்டியைக் கூட ஒரு இதழ் வெளியிட்டது. இந்த அம்சத்தில் நமது ஊடகங்களுக்கும், காவல் துறைக்கும் போட்டி, கடும் போட்டி. தமிழ்த் தீவிரவாதிகளின் தொடர்பு இருந்தது என்பது தவிர, அவர் பிரபாகரனைச் சந்திக்கப்போனார், முஸ்லிம் தீவிரவாதிகளுடன் தொடர்பு வைத்திருந்தார், அவருக்கு பாலியல் நோய் இருந்தது. டைரியில் பல திடுக்கிடும் தகவல்கள் உள்ளன. இவர்தான் உளவுக்குப் பயன்பட்ட அழகி பிரியா என்றெல்லாம் நாளொரு மேனி பொழுதொரு வண்ணம் கதைகளைச் சொல்லி வந்தது தமிழகக் காவல் துறை. இன்னொரு பக்கம் வீரப்பனை டி.ஜி.பி. விஜயகுமார் குழுவினர் கொல்லவில்லை. அவர் தற்கொலை செய்து கொண்டார். சதி செய்து விஷம் வைத்துக் கொல்லப்பட்ட பின்தான் அவர் சடலத்தைக் காவல்துறை கைப்பற்றியது. பிடிபடுவோம் என்று

தெரிந்த பிறகு கூட்டாளிகளுக்கு ஆணையிட்டு தன்னைக் கொன்று கொண்டார். சதிகாரர்கள் மூலம் அளிக்கப்பட்ட விஷ உணவைச் சாப்பிட்டு மயங்கியவர்களைப் பிடித்து வந்து சித்திரவதை செய்து கொன்றுள்ளனர் என்றெல்லாம் பல வேறுபட்ட கதைகளை மக்கள் பேசி வந்தனர்.

இவற்றில் எது சரியான உண்மை என நம்மால் சொல்ல முடியவில்லை. ஒன்று மட்டும் தெரிந்தது. போலீசின் கதையை மக்கள் நம்பத் தயாராக இல்லை என்பதுதான் அது. வீரப்பன் மீதுள்ள 'ஹீரோ' பிம்பம் மட்டும் இதற்குக் காரணமில்லை. 'மோதல்கள்' குறித்த போலீஸ் கதைகளின் நம்பகத்தன்மை மக்கள் மத்தியில் இந்த மட்டத்தில்தான் இருக்கிறது. முதல்வர் ஜெயலலிதா, டி.ஜி.பி. விஜயகுமார், எஸ்.பி. செந்தாமரைக் கண்ணன், எஸ்.ஐ. வெள்ளத்துரை ஆகியோரால் முன்வைக்கப்படும் ஒற்றைக் கருத்திற்கு மாற்றாய்ச் சில குரல்களும் அப்போது ஒலித்தன. அவற்றுள் ஒன்று கர்னாடக அதிரடிப்படையின் முன்னாள் தலைவர் எச்.டி. சங்காலியானா உடையது. வீரப்பனைக் காயப்படுத்தி உயிரோடு பிடித்திருக்க வேண்டும். அரசியல்வாதிகள் மற்றும் பல பெரிய மனிதர்களின் தொடர்புகள் வெளிப்பட்டிருக்கும் என்பதைச் சொன்னதோடு அவர் நிற்கவில்லை. அதிரடிப் படையினருக்குப் பல கோடிகள் வாரி வழங்கியதையும் அவர் கண்டித்தார். வீரப்பன் செயல்பட்ட பகுதிகளின் வளர்ச்சிக்கு இப்பணம் செலவிட்டிருக்கப்பட வேண்டும் என்றும் அவர் கூறினார்.

தமிழக அதிரடிப்படைத் தலைவர் விஜயகுமார் மற்றும் கர்நாடக அதிரடிப்படைத் தலைவர் ஜோதிப் பிரகாஷ் மிர்ஜி ஆகியோரின் கூற்றுகளுக்கிடையேயான வேறுபாடுகள் மீது கவனத்தை ஈர்த்தார் ஒருங்கிணைந்த ஜனதா கட்சியின் கர்நாடக மாநிலத் தலைவர் சோமசேகர். வீரப்பன், காவல்துறை வனத்துறை, அரசியல்வாதிகள் ஆகியவர்களுக்கு இடையே உள்ள தொடர்புகளை வெளிக்கொணர ஓர் உயர்மட்ட நீதி விசாரணை நடத்தப்பட வேண்டும் என்றும் அவர் கோரினார்.

ஒரு கண் பார்வையிழந்து, கடும் நோய்வாய்ப்பட்டு, போலீஸ் உளவாளிகளை முழுமையாக நம்பி அவர்கள் வைத்த கூண்டில் ஒரு எலியைப் போல் மாட்டிக்கொண்டு காட்டை விட்டு வெளியே வந்தவர்களை ஏன் கொன்று கைப்பற்றவேண்டும் என்கிற கேள்வியைச் சில ஆங்கில இதழ்களைப் போல் (அவுட்லுக், டெஹல்கா) இவரும் எழுப்பியுள்ளார். சதாசிவம் ஆணையம், வைத்யநாதன் ஆணையம் முதலியன அதிரடிப்படையின் அத்துமீறல்களை ஏற்கனவேயே விசாரித்துள்ளன.

நூற்றுக்கணக்கான அப்பாவி மக்களை அதிரடிப்படையினர் கொன்றுள்ளனர்; சித்திரவதைகளால் பலர் வாழ்விழந்துள்ளனர்; ஏராளமான பெண்கள் வன்புணர்ச்சி செய்யப்பட்டுள்ளனர். தங்கம்மாள் என்கிற பெண் தன்னை அதிரடிப்படையில் முக்கியப் பொறுப்பு வகித்த ஒருவரே கற்பழித்ததாகச் சொல்லியுள்ளது குறிப்பிடத்தக்கது. தண்டிக்கப்படவேண்டியவர்களுக்குப் பரிசுகளா என்றும் அவர் கேட்டுள்ளார். தேவாரத்திற்கு வீரப் பரிசாக அளிக்கப்பட்ட வீட்டு மனையின் மதிப்பு மட்டும் ஒரு கோடி ரூபாய் என எழுதுகிறது ஒரு இதழ். “உளவாளிகளுக்குச் செலவு செய்வதற்கென ஒதுக்கப்பட்ட நிதியை அதிரடிப் படையினரே அமுக்கிக்கொண்டனர். இதை விசாரிக்க வேண்டும்” - என்கிறார் ‘ஸ்டார் ஆப் மைசூர்’ இதழாசிரியர் கே.பி. கணபதி.

இத்தகைய மாற்றுக் குரல்களோடு உண்மை அறியும் குழு ஒன்றும் தம் கருத்தைப் பதிவு செய்துள்ளது. தமிழகம், கர்நாடகம், ஆந்திரம் ஆகிய மூன்று மாநிலங்களைச் சேர்ந்த தமிழகக் குடியுரிமைப் பாதுகாப்பு நடுவம், ஆந்திரப் பிரதேச சிவில் உரிமைக் குழு, மக்கள் ஜனநாயக முன்னணி, மக்கள் சிவில் உரிமைக் கழகம், தமிழ்த் தேசிய வழக்குரைஞர் நடுவம், இந்திய மக்கள் வழக்குரைஞர் சங்கம், சேலம் மாவட்ட ஆட்டோ ஓட்டுநர்கள் உரிமைப் பாதுகாப்புச் சங்கம் ஆகிய அமைப்புகளின் பிரதிநிதிகள் தவிர பாமரன், ருத்ரன், அ.மார்க்ஸ் முதலிய எழுத்தாளர்களும் இக்குழுவில் பங்கு பெற்றனர். ஆந்திர மாநிலத்தைச் சேர்ந்த பேராசிரியர் சேஷைய்யா,

கர்நாடகத்தைச் சேர்ந்த பேராசிரியர் ராமசாமி ஆகியோரால் தலைமை தாங்கப்பட்ட இக்குழுவை வழக்கறிஞர்கள் ஹரிபாபு, ராகுல், தமயந்தி ஆகியோர் ஒருங்கிணைத்தனர்.

சென்ற அக்டோபர் 25, 26 தேதிகளில் இக்குழுவினர் மோதல் நடந்ததாகச் சொல்லப்படும் பாப்பாரப்பட்டி மற்றும் வீரப்பன் தொடர்புடைய பல கிராமங்களுக்கும், அதிரடிப்படை முகாம்களுக்கும் சென்று மக்களைச் சந்தித்தனர். மூன்று குழுக்களாகப் பிரிந்து வீரப்பன் மனைவி முத்துலட்சுமி, சந்திர கவுடாவின் தாய் சின்னம்மா, தர்மபுரி மாவட்டக் காவல்துறை கண்காணிப்பாளர் இராஜேந்திரன், மாவட்ட ஆட்சியர் வச்சானி ஆகியோரையும் சந்தித்து உரையாடினர்.

தமது தரப்பு நியாயங்களையும் உண்மைகளையும் பதிவு செய்யும் வாய்ப்பை உதறித் தள்ளிய காவல்துறையினர் உண்மை அறியும் குழுவிற்கு ஒத்துழைப்பு அளிக்க மறுத்தனர். கண்ட பத்திரிகைகளுக்கு பேட்டிகளை வாரி வழங்கிக்கொண்டிருக்கும் அதிகாரி விஜயகுமார் உண்மை அறியும் குழுவிடம் உரையாடத் தயாராக இல்லை. உள்துறைச் செயலாளரிடமிருந்து அனுமதி பெறவேண்டும் என்று சொல்லப்பட்டது. எந்த உண்மை அறியும் குழுவும் உள்துறை அமைச்சகத்திடம் அனுமதி பெற்று அதிகாரிகளைச் சந்தித்ததாக வரலாறு இல்லை. தள ஆய்வறிக்கை, பிரேதப் பரிசோதனை அறிக்கை முதலியவற்றின் பிரதிகளும் உண்மை அறியும் குழுவுக்கு மறுக்கப்பட்டன.

சுமார் நானூறு குண்டுகள் சுடப்பட்டன எனவும் இருபது நிமிடங்கள் 'மோதல்' நடந்தது எனவும் அதிரடிப்படையினர் கூறுகையில் சம்பவம் நடந்த பகுதி மக்களோ சில நிமிடங்கள் மட்டுமே துப்பாக்கி சுடும் சத்தம் கேட்டதாகக் கூறியதை உண்மை அறியும் குழு அறிக்கை பதிவு செய்தது. "டெஹல்கா இதழும் கூட இதைச் சுட்டிக்காட்டியுள்ளது குறிப்பிடத்தக்கது. வீரப்பன் குழுவினர் வந்ததாகச் சொல்லப்படும் 'ஆம்புலன்ஸ்' வேன் இரண்டொரு நாட்களாகவே இப்பகுதியில் சுற்றி வந்ததைப் பார்த்ததாக மக்களில் சிலர் குறிப்பிட்டதையும் அறிக்கை பதிவு செய்துள்ளது.

கொல்லப்பட்டவர்களின் உடல்களை எரிப்பதற்கு போலீசார் காட்டிய அதீத ஆர்வம் பல அய்யங்களுக்குக் காரணமாகின்றது. கடுமையாகப் போராடிய பின்னரே வீரப்பனின் உடல் மட்டும் அடக்கம் செய்யப்பட்டது. பிற உடல்கள் அவசரமாக எரிக்கப்பட்டன. இறந்த உடல்களைக் குளிப்பாட்டி அடக்கம் செய்வது அல்லது எரிப்பது என்பது அனைத்துச் சாதிகளிலும் மதங்களிலும் உள்ள பொது வழக்கம். பிரேதப் பரிசோதனை முடிந்த உடல்களை உறவினர்களிடம் ஒப்படைப்பதே காவல்துறையின் கடமை. உடல்களை இறுக்கமாகத் துணியால் கட்டி மூடி மறைத்திருந்ததோடு, அவற்றைப் பிரித்துச் சடங்குகள் செய்வதையும் போலீசார் தடுத்தனர். இது அடிப்படை மனிதாபிமானத்திற்கு எதிரான செயல் என்பதோடு சித்திரவதைத் தடயங்களை மறைப்பதற்கு போலீசார் மேற்கொண்ட முயற்சி எனக் கருதுவதற்கும் இடமளிக்கிறது.

அக்டோபர் 27 அன்று இடைக்கால அறிக்கை ஒன்றை உண்மை அறியும் குழுவினர் வெளியிட்டனர். கிடைத்த தகவல்களின் அடிப்படையில் மோதலின் சாத்தியத்தை மறுத்த குழுவினர் கீழ்க்கண்ட கோரிக்கைகளை முன்வைத்தனர்.

(1) வீரப்பனின் உடலை (தமிழக-கர்நாடக) மாநிலங்களைச் சேராத தகுதியான தடயவியல் நிபுணர்களைக் கொண்டு மறு பிரேதப் பரிசோதனை செய்ய வேண்டும்.

(2) மோதல் குறித்து இரு மாநிலங்களும் கூட்டறிக்கை ஒன்றை வெளியிட வேண்டும்.

(3) அதிரடிப்படையினருக்குப் பரிசளிப்பது கைவிடப்பட வேண்டும்.

(4) மறைக்கப்பட்ட உண்மைகளை வெளிக்கொணர உயர்மட்ட நீதி விசாரணைக் குழு ஒன்று அமைக்கப்பட வேண்டும்.

குழுவைச் சேர்ந்த அனைவரும் வீரப்பனுடனோ, இல்லை வீரப்பனுடன் தொடர்புடையதாகச் சொல்லப்படும் எந்தக்

குழுவினருடனோ தொடர்புடையவர்கள் அல்ல என்பதும் மனித உரிமைகளில் ஆர்வமிக்க பொறுப்பு நிறைந்த குடிமக்கள் என்பதும் குறிப்பிடத்தக்கது. இக்குழுவில் பங்குபெற்ற யாரும் தன்னார்வ அமைப்புகளைச் சேர்ந்தவர்களும் அல்ல. தனி நபர்கள் அளித்த சிறிய நன்கொடைகளின் அடிப்படையிலேயே இதற்கான செலவுகள் (சுமார் பத்தாயிரம் ரூ.) மேற்கொள்ளப்பட்டன. இக்குழுவின் முழு அறிக்கை விரைவில் வெளியிடப்படும் எனவும் அறிவிக்கப்பட்டது.

அப்போது செல்போன்களில் பரிமாறிக்கொள்ளப்பட்ட ஒரு எஸ்.எம்.எஸ்: "விஜயகுமாருக்கும் விஜயகாந்துக்கும் என்ன ஒற்றுமை? – முன்னவர் என்கவுன்டர் செய்தார். பின்னவர் சின்னக்கவுண்டர் செய்தார்."

விஜயகுமார், வெள்ளைத்துரை ஆகியோர், "என்கவுன்டர் ஸ்பெசலிஸ்டுகள்" ஆகிவிட்டனர். விஜயகுமாரின் ஆளுகையில் எட்டு "என்கவுன்டர்கள்" செய்யப்பட்டுள்ளன. என்கவுன்டர்களுக்கெனவே ஊட்டி வளர்க்கப்படுபவராக வெள்ளைத்துரை முன்னிறுத்தப்படுகிறார். மொட்டைத் தலை, வெற்றுடம்பு , மைனர் செயின், கைலி ஆகியவற்றுடன் இவர் பத்திரிகைகளுக்கு போஸ் கொடுத்தார். "என் கணவர் திருச்சியில் ஒரு என்கவுன்டர் பண்ணினார். அயோத்திக்குப்பம் வீரமணியை என்கவுன்டர் செய்வதற்காகப் பல நாட்கள் கைலி கட்டிக்கொண்டு அலைந்தார்" என்று அவர் மனைவி பேட்டிகள் கொடுக்கிறார். "வீரப்பனை எப்படி சார் கொன்றீர்கள்?" என்று கல்லூரி மாணவிகள் கேட்டவுடன் அதிர்ச்சியடைந்த விஜயகுமார், "கொலை இல்லம்மா அது என்கவுன்டர்" என்று திருத்தியதாக ஆனந்த விகடன் எழுதுகிறது.

"என்கவுன்டர்" என்னும் சொல் இனி தற்காலத் தமிழ் அகராதிகளில் இடம் பெறக்கூடும். வீரத்தின் அடையாளமாக, பரிசுக்குரிய பெருமையாக, அன்றாடப் புழக்கத்திலுள்ள சொல்லாக அது இன்று மாற்றப்பட்டுவிட்டது. இதன்மூலம் பயங்கரவாதி என முத்திரை குத்தப்பட்டு யாரையும் சட்டவிரோதமாகக் கொன்று அழித்தொழித்துவிட

வழிவகுக்கப்படுகிறது. முத்திரை குத்தப்பட்டவர்களின் உடல்கள் மட்டுமின்றி அவற்றோடு பல உண்மைகளும், தடயங்களும் அழிக்கப்படுவது குறிப்பிடத்தக்கது. எந்த மோதல்களின் போதும் போலீஸ்காரர்களுக்கு எதுவும் நேர்வதில்லை. மோதலில் கூட அல்ல கஸ்டடியில் இருந்த இருவர் (ராஜாராமன், சரவணன்) கொல்லப்பட்டதும் கூட விஜயகுமாரின் காலத்தில்தான். இத்தகைய சட்டவிரோதக் கொலைகளை எதிர்க்கட்சிகளும் கண்டுகொள்வதில்லை. வெங்கடேசப் பண்ணையாரின் "என்கவுன்டரை" எதிர்த்து ஒரு சாதியமைப்பு திரண்டதன் விளைவாகவே அது மட்டும் கண்டிக்கப்பட்டது.

"என்கவுன்டர் தவிர்க்க இயலாமல் நடந்திருந்தாலும் கூட அதனைச் செய்த காவல்துறையினர் மீது கொலை வழக்கு (302வது பிரிவு) பதிவு செய்யப்பட்டு உரிய விசாரணையின் பின்பே அவர்கள் குற்றச்சாட்டிலிருந்து விடுவிக்கப்பட வேண்டும். கொல்லப்பட்டவர்களின் உறவினர்களை இணைத்து நீதி விசாரணை செய்யப்பட வேண்டும்" எனத் தேசிய மனித உரிமை ஆணையத்தின் வழிகாட்டு நெறிமுறைகள் (டிசம்பர் 2003) கூறுகின்றன. வீரப் பரிசுகள் உடனடியாக வழங்கப்படக்கூடாது எனவும் அவை வற்புறுத்துகின்றன. ஆனால், கொல்லப்பட்டவர்கள் மீதே கொலைக் குற்றத்தையும் சுமத்தி முதல் தகவல் அறிக்கைகள் பதிவுசெய்வதே இங்கு வழக்கமாக உள்ளது. வீரப்பன் விவகாரத்திலும் இதுவே நடந்தது. அதிரடிப் படையினருக்குக் கிட்டத்தட்ட ரூ.125 கோடி மதிப்புள்ள வீரப் பரிசுகள் உடனடியாக வழங்கப்பட்டன. இப்படி 'என்கவுன்டர்' எனும் பெயரில் சட்டபூர்வமற்ற நடவடிக்கைகள் சட்டபூர்வமாக்கப்படுகின்றன. கொல்லப்பட்டவர்களுக்கும் அவர்களது உறவினர்களுக்கும் அரசியல் சட்டம் வழங்கியுள்ள அடிப்படை உரிமைகள் மறுக்கப்படுகின்றன. குடிமக்கள் என்கிற நிலையிலிருந்த அவர்கள் குடிமக்கள் அல்லாதவர்கள் (Non-Citizens) என்கிற நிலைக்குத் தள்ளப்படுகின்றனர்.

"என்கவுன்டர் பரிசுகள் எமக்கும் வழங்கப்படவேண்டும்" என வனத்துறையினர், இதர காவல் துறையினர் என நாளொரு

பிரிவினர் உரிமை கோரிய வேடிக்கைகளும் நடந்தேறின. “இமாம் அலி மற்றும் நால்வரைக் கொன்றதற்கு எங்களுக்குப் பரிசில்லையா என ஒரு அதிகாரி பத்திரிகைகளுக்குப் பேட்டி கொடுத்தார். என்கவுன்டர் கொலைகள், குற்றம் சுமத்தப்பட்டவர்களை நீதிமன்றத்திற்கே அழைத்து வராமல் காவல் நீட்டிக்கும் வீடியோ கான்ஃபரன்சிங், பல நாடுகளில் தடை செய்யப்பட்டுள்ள ‘உண்மையைக் கக்க வைக்கும்’ ஊசிகளைப் பயன்படுத்துதல் *(Truth Serum)* எனக் காவல்துறையினர் அதிகாரங்கள் அபரிமிதமாக அதிகரிக்கப்படுகின்றன. இதன் இன்னொரு பக்கமாகக் குடிமக்களின் உயிர்வாழ் உரிமைகள் பறிக்கப்படுவது அமைதியாக நடந்தேறுகின்றன.

தீவிரவாதிகளுடன் வீரப்பனுக்கு இருந்த தொடர்பு மட்டுமின்றி, நடிகர் ராஜ்குமார் கடத்தலின் போது கொடுக்கப்பட்ட 20 கோடி ரூபாய் பற்றிய குற்றச்சாட்டு, தெல்கி - ரஜினி வரையிலான தொடர்புகள் என அப்போது பேசப்பட்ட பலவற்றுக்கும் இப்போது இப்படித்தான் வீரப்பனோடு சமாதி கட்டப்பட்டது..

நெருக்கடியான பல சந்தர்ப்பங்களில் அரசு, காவல் துறை, ஆதிக்க சாதியினர் ஆகியவர்களுக்கெதிரான பல உண்மைகளை வெளிக்கொணர்ந்தவை என்ற பெருமை உண்மை அறியும் குழுக்களுக்கு உண்டு. குஜராத் கொடூரங்களுக்கெதிராகவும் தமிழக சாதி, மதக் கலவரங்களின் போதும் மனித உரிமை அமைப்புகள் செய்துள்ள பணிகள் குறிப்பிடத்தக்கன. எனினும் வழக்கத்தைக் காட்டிலும் கடுமையான எதிர்ப்புகளை வீரப்பன் தொடர்பான உண்மை அறியும் குழு சந்தித்தது கவனிக்கத்தக்கது.

வெங்கையா நாயுடு, எச். ராஜா போன்ற அரசியல்வாதிகள், தேவாரம், வெள்ளத்துரை போன்ற போலீஸ் அதிகாரிகள், வாஸந்தி, ரவிக்குமார் போன்ற எழுத்தாளர்கள் இந்தத் திருப்பணியைச் செய்துள்ளனர். பெரியாரின் 125 ஆவது பிறந்த நாள், முஸ்லிம்களைத் தமிழ்ப் படங்கள் சித்திரிக்கும் தன்மை ஆகியவை குறித்து மிகப் பொறுப்பான தலையங்கங்களைத் தீட்டிய ‘ஆனந்தவிகடன்’ இதழ் கூட உண்மை அறியும்

குழுவை (யாரோ) சிலர் எனக் கண்டித்தது குறிப்பிடத் தக்கது. உண்மை அறியும் குழுவின் மாற்றுக் குரலை எதிர்த்து எழும்பியுள்ள இக்கண்டனங்கள் அனைத்தும் இன்னொரு பக்கம் காவல்துறையின் சட்டங்களை மீறிய நடவடிக்கைகளை நேரடியாகவும், மறைமுகமாகவும் ஆதரிப்பது சிந்திக்கத்தக்கது. இவர்களில் ரவிக்குமார் தன்னை மனித உரிமை ஆர்வலராக முன்னிறுத்திக் கொண்டு பெயர் சம்பாதித்தவர். பி.யூ.சி.எல். அமைப்பின் தலைவராக இருந்து கொண்டு இலங்கை சென்று வந்து இனவாத அடக்குமுறை அரசைப் பாராட்டியதற்காக அவ்வமைப்பாலேயே கண்டிக்கப்பட்டவர். வாஸந்தி இப்படித்தான் எழுதுவார் என்பது எதிர்பார்க்கக் கூடியதே. காவல்துறையினரைப் பற்றிச் சொல்ல வேண்டியதில்லை. பா.ஜ.க. தலைவர்களும் அப்படித்தான். அரவிந்தன் நீலகண்டன் என்கிற ஆர். எஸ். எஸ். அனுதாபியின் கடிதமொன்று (இந்தியன் எக்ஸ்பிரஸ், அக்டோபர் 30) இவர்களின் காவல்துறை ஆதரவு நிலைப்பாட்டிற்குச் சான்று பகர்கிறது.

இவர்கள் ஒவ்வொருவரது கருத்தையும் விரிவாகப் பேசுவதற்கு இடமில்லை. மனித உரிமை ஆர்வலர்களை வீரப்பனின் அனுதாபிகள் என்கிறார் வாஸந்தி. அரசியல் ஆதாயத்திற்காகச் செய்யப்படுவது என்கிறது ‘ஆனந்த விகடன்’. கிரிமினல்களுக்கு ஆதரவாளர்கள் என்கிற குற்றச்சாட்டை அனைவரும் முன்வைக்கின்றனர். வீரப்பன் போலீசையும், மக்களையும் கொன்றபோது இவர்கள் எங்கே போனார்கள் என்று கேட்கின்றனர். உண்மை அறியும் குழுவை அனுமதித்திருக்கக் கூடாது என்று சொல்லும் ராஜா இத்தகைய கிரிமினல்களை எப்படி வேண்டுமானாலும் கொல்ல வேண்டியதுதான் என்றும் முடிக்கிறார்.

உண்மை அறியும் குழுவினர் எவரும் வீரப்பனின் மீது அனுதாபம் கொண்டவர்கள் அல்லர் என்பதை மீண்டும் சொல்ல வேண்டியுள்ளது. வீரப்பனையும் கூட்டாளிகளையும் பிடித்து விசாரணை செய்து எல்லா உண்மைகளையும் வெளிக்கொணர்ந்து உரிய தண்டனை வழங்கப்பட்டிருக்க

வேண்டும் என்பதில் யாரையும் விட அக்கறை கொண்டவர்கள் அவர்கள். உண்மை அறியும் குழுவின் நோக்கம் "என்கவுன்டர் உண்மையிலேயே நடந்ததுதானா, கொல்லாமலேயே அவர்கள் பிடிக்கப்பட்டிருக்கலாமா" என்பது போன்ற விஷயங்களை ஆராய்வதே. போலீஸ் தரப்புச் செய்திகளையே அனைத்து ஊடகங்களும் கக்கிக்கொண்டிருந்தபோது இந்த முயற்சி தேவையாகியது.

வீரப்பனின் சட்ட மீறல்களை ஆய்வதோ அவற்றிலும் கொடிய அதிரடிப்படையினரின் அத்துமீறல்களை விசாரிப்பதோ அதன் அப்போதைய நோக்கமல்ல. தவிர வீரப்பனின் அத்துமீறல்கள், கொலைகள் ஆகியவற்றிற்காகக் கிட்டத்தட்ட 150க்கும் மேற்பட்ட வழக்குகள் அவர் மீது பதிவு செய்யப்பட்டு விசாரணை செய்யப்பட்டு வருகின்றன. இதுவரை அவரைப் பிடிப்பதற்கென பல கோடி ரூபாய் வரை செலவிடப்பட்டுள்ளது. 750க்கும் மேற்பட்ட அதிரடிப் படையினர் சிறப்பு அதிகாரங்களுடன் சுமார் பன்னிரண்டு ஆண்டுகளாகச் செயற்பட்டு வருகின்றனர். இந்நிலையில் வீரப்பனின் சட்ட மீறல்களை ஆராய்வதற்கு மேலும் ஓர் உண்மை அறியும் குழு தேவையில்லை. அதிகாரங்களின் அத்துமீறல்கள் கவனிக்கப்படாமல் போகின்றன. அவை குறித்த உண்மைகள் இங்கு ஒலிக்கப்படாமல் போகின்றன. அப்படியான சந்தர்ப்பங்களில் உண்மைகளை வெளிக்கொணர்வதே உண்மை அறியும் குழுக்களின் வேலை.

தொலைக்காட்சிகள், தமிழகத்தின் அனைத்து இதழ்கள் என அனைத்து ஊடகங்களும் போலீசின் குரலை மட்டுமே வலுவாக ஒலித்துக்கொண்டிருந்த ஒரு நிலையில் மனித உரிமை என்கிற நிலையிலிருந்து ஒலித்த இந்த மாற்றுக்குரலை அனுமதித்திருக்க வேண்டியதில்லை, அவர்கள் மீது நடவடிக்கை எடுக்க வேண்டும் என்றெல்லாம் சொல்வது மிகவும் ஆபத்தானது. "இவர்களை எல்லாம் எப்படி வேண்டுமானாலும் கொல்ல வேண்டியதுதான்" என்பது ஒரு பாசிசக் குரல். இதுவரை வெளியிடப்பட்ட அறிக்கைகளுக்கு என்ன பயனிருந்தது என்று அப்போது கேட்டார் ரவிக்குமார். அது உண்மை அறியும் குழுக்களைப்

பார்த்துக் கேட்க வேண்டிய கேள்வி அல்ல. அவற்றின் பிரதான பணி உண்மைகளை வெளிக்கொணர்வதே. அந்தச் சமூகம், குறிப்பாக அச்சமூகத்தில் இயங்கும் இயக்கங்கள் அவற்றைக் கையிலெடுக்க வேண்டும். பாதிக்கப்பட்ட மக்களுக்கான இயக்கங்கள், அரசியல் கட்சிகள் ஆகியவற்றை நோக்கி அவர் இந்தக் கேள்விகளைக் கேட்க வேண்டும்.

தலித்துகள் மீது நடக்கும் வன்கொடுமைகளை ஆயிரம் முறைகள் கண்டித்தாயிற்று. அறிக்கைகள் விட்டாயிற்று. இயக்கங்கள் நடத்தியாயிற்று. எனினும் அவை முடிவுக்கு வரவில்லை. எனவே ஒன்றும் செய்யாதிருப்பதா? உண்மைகளைப் பேசாதிருப்பதா? வாக்குமூலங்களைப் பதிவுசெய்யாதிருப்பதா? இயக்கங்களைக் கலைத்துவிடுவதா? என்ன சொல்கிறார்கள் இவர்கள்? யாருக்குச் சேவகம் செய்கிறார்கள்? செயலின்மைக்கு இட்டுச்செல்வது யார்?

- புதிய பார்வை நவ. 15, 2004

4. 1984 சீக்கிய இனப்படுகொலை: இன்னும் தண்டிக்கப்படாத கொலையாளிகள்

மனசாட்சி உள்ளவர்கள் துர்ப்பாக்கியவான்கள். அத்தகையோரின் மனசாட்சி இன்னும் ஒருமுறை உலுக்கப்பட்டுள்ளது. இந்திரா காந்தி படுகொலையை ஒட்டி சிறுபான்மைச் சீக்கியர் மீது 1984ஆம் ஆண்டு நவம்பர் 1,2,3 தேதிகளில் நிகழ்த்தப்பட்ட வன்கொடுமைகள் குறித்த மறக்கடிக்கப்பட்ட நினைவுகள் மீண்டும் உயிர்ப்பதற்குக் காரணமாக இதுகுறித்து நியமிக்கப்பட்ட நானாவதி குழு அறிக்கையும், அதன் மீதான விவாதங்களும் இன்று அமைந்துள்ளன. காங்கிரஸ் ஆட்சிக்குப் பின் அமைந்த பா.ஜ.கவின் தேசிய ஜனநாயகக் கூட்டணி அரசு சீக்கியர்கள் படுகொலை பற்றி விசாரிக்க அமைத்த (மே 2000) நானாவதி ஆணையம் ஐந்தாண்டுகளுக்குப் பின் தன் அறிக்கையை அளித்தது.

நானாவதி அறிக்கையை வாசிக்கும்போது அதை எப்படி மதிப்பிடுவது எனும் கேள்வி ஒருவருக்கு எழுவது இயல்பு. குற்றவாளிகளை நியாயமாக இனம் காட்டியுள்ளது என்று பாராட்டுவதா? இல்லை குற்றவாளிகள் தப்புவதற்கு

வழிவகுத்துள்ளது என்று கண்டிப்பதா? இந்தக் கேள்விகளுக்குப் பதில் சொல்வது கொஞ்சம் சிரமந்தான்.

தமது கட்சிக்காரர்கள் என்பதால் இனப்படுகொலை செய்த குற்றவாளிகளைக் காப்பாற்றுவதற்காக நீதியையும் அற உணர்வையும் காலில் போட்டுத் துவைப்பதற்குக் கொஞ்சமும் தயங்காத காங்கிரசும், எதிர்க் கட்சியான பா.ஜ.க.வும் நானாவதி அறிக்கையிலிருந்தே மேற்கோள் காட்டி ஒன்றை ஒன்று இபோது சாடிக்கொள்கின்றன. காங்கிரசுக்கும், ராஜிவ் காந்திக்கும் அன்றைய உள்துறை அமைச்சர் நரசிம்மராவுக்கும் 1984 படுகொலைகளில் தொடர்பில்லை என நற்சான்றிதழ் வழங்கியுள்ளார் நீதியரசர் நானாவதி. ஜகதீஷ் டைட்லர், சஜ்ஜன்குமார், எச்கே. எல். பகத், தரம்தாஸ் சாஸ்திரி ஆகிய காங்கிரஸ்காரர்கள் படுகொலைக்குக் காரணமானவர்கள் என்பதற்கு நம்பத்தகுந்த சாட்சியங்கள் இருப்பதாகச் சொல்லும் அறிக்கை இவர்கள் மீது வழக்குகள், விசாரணைகள் தொடங்க வேண்டுமென்று சொல்லவில்லை. இது போதாதா காங்கிரசுக்கு? வெறும் அய்யங்களின் அடிப்படையில் எவ்வாறு நடவடிக்கை எடுக்க முடியும் எனக் குற்றவாளிகளைக் காப்பாற்ற முயல்கிறது.

மேலும் விசாரணைகள் மேற்கொள்ளப்பட வேண்டிய அவசியத்தை நானாவதி பொதுவில் வலியுறுத்தவே செய்கிறார். ஆனால் எத்தனை முறை விசாரித்துக் கொண்டே இருப்பது? 3000 சீக்கியர்களை பலி கொண்ட 1984 படுகொலைகளின் மீது நியமிக்கப்பட்ட ஒன்பதாவது விசாரணை ஆணையம் இது. சுமார் 2500 வாக்குமூலங்களின் அடிப்படையில் விசாரணை மேற்கொண்ட நானாவதி, குற்றவாளிகளை அழுத்தம் திருத்தமாக அடையாளம் காட்டுவதுதானே நியாயம். புகழ்பெற்ற சட்டவியல் அறிஞர் நாரிமன் குறிப்பிடுவது போல விசாரணை ஆணையம் என்பது உண்மையைக் கண்டுபிடிப்பதாக (Fact Finding) இருக்க வேண்டும். வெறுமனே உண்மைகளைப் பதிவு செய்வதாக (Fact Recording) அது இருந்துவிடக் கூடாது.

என். டி.டி.வி.க்கு அளித்த பேட்டியில், “எனது அறிக்கையை முழுமையாகப் படித்துப் பாருங்கள்” என்று நானாவதி

கூறியுள்ளார். இந்திரா கொல்லப்பட்ட அக்டோபர் 31 தொடங்கி நவம்பர் 3 வரை டில்லி நகரத்தில் பல்வேறு பகுதிகளில் சீக்கியர்கள் படுகொலை செய்யப்பட்டதை மிக விரிவாகப் பதிவு செய்கிறது அறிக்கை. மனைவியர், மகள்கள் முன்னிலையில் கதறக் கதற சீக்கிய ஆண்கள் கொல்லப்பட்டதையும், கழுத்தில் ‘டயரை’ மாட்டி எரிக்கப்பட்டதையும் நானாவதி அப்படியே பதிவு செய்கிறார்.

கோபமடைந்த மக்கள் தன்னெழுச்சியாக சீக்கியர்களைக் கொன்றனர் என்பதை நானாவதி அறிக்கை வன்மையாக மறுக்கிறது.

“ஒரே மாதிரியான ஒழுங்கான வடிவில் *(Systematic Manner)* சீக்கியர்கள் கொல்லப்பட்டது என்பது கொலைகளும் தாக்குதல்களும் திட்டமிட்டு *(organised)*” மேற்கொள்ளப் பட்டவை என்பதற்குச் சான்று பகர்கின்றன என்று சொல்லும் நானாவதி, இந்திரா காந்தி கொல்லப்பட்ட அன்று “சீக்கியர்களைக் கொல்வது, அவர்களது வீடுகளையும் கடைகளையும் சூறையாடுவது குறித்துப் பேசுவதற்காக இவற்றைத் திட்டமிட்டு நடத்தக்கூடியவர்களின் கூட்டம் நடந்திருக்க வேண்டும் என்கிறார். அப்படிக் கூட்டம் நடத்தப் பட்டிருக்காவிட்டால் ஏதோ ஒருவகையில் குறிப்பிட்ட நபர்களுக்கு ஆணைகள் இடப்பட்டிருக்க வேண்டும்” என்கிறார்.

யார் இந்த ஆணைகளை இட்டிருக்க வேண்டும்? காவல் துறை ஏன் இந்தப் படுகொலைகளைக் கண்டும் காணாமல் இருந்தது?

“போலீஸ் குறித்த எந்த அச்சமும் இல்லாமல், இந்தக் குற்றங்களுக்காக எந்த நடவடிக்கையும் எடுக்கப்பட மாட்டாது என்கிற உறுதி கிடைத்தவர்களைப் போல (கொலைகாரர்கள்) செயல்பட்டனர்” என்கிறது அறிக்கை.

அப்படியானால், அந்த ஆணையை இட்டது ஒரு சாதாரண நபராக இருக்க இயலாது. பின் யார் அது?

டெல்லியை ஆண்ட லெப்டினென்ட் கவர்னர் பி.ஜி.

கவாயும், காவல்துறை ஆணையர் பி. சி. டாண்டனும் இந்த வன்முறைகளுக்கு எதிராக நடவடிக்கை எடுக்காமல் பேசாமல் இருந்திருக்கிறார்கள். இராணுவத்தை அனுப்ப வேண்டும் என ஜெனரல் வைத்யாவைக் கேட்டபோது, “இதெல்லாம் வழக்கமாக நடப்பதுதான்” என அவர் மறுத்ததாக கவாய் குறிப்பிடுகிறார். ராம் ஜெத்மலானி போன்றவர்கள் உள்துறை அமைச்சர் நரசிம்மராவைச் சென்று பார்த்து நடவடிக்கை எடுக்குமாறு கேட்டபோது, அவர் அமைதி காத்துள்ளார். பட்வந்த் சிங், குஷ்வந்த் சிங் போன்றோர் அன்றைய குடியரசுத் தலைவர் ஜெயில் சிங்கைத் தொடர்பு கொண்டபோது, அவர் தனது கையறுநிலையைத் தெரிவித்துள்ளார். “யாராவது ஒரு இந்துவின் வீட்டில் போய் ஒளிந்துகொள்ளுங்கள்” என அவர்களுக்கு அறிவுறுத்தப்பட்டிருக்கிறது.

திட்டமிட்டு நடத்தப்பட்ட கொலைகள் என்று சொன்னபின் காங்கிரஸ் பெரும் தலைவர்களுக்கும், காங்கிரஸ் கட்சிக்கும் இதற்கும் எந்தத் தொடர்புமில்லை என நானாவதி உறுதியாகச் சொல்வதன் பொருள் என்ன? “சீக்கியர்களுக்கு ஒரு பாடம் கற்பிக்க வேண்டும்” என ராஜீவ் காந்தி சொன்னதாகக் கூறப்படுகிறது. அதற்கு எந்த ஆதாரமுமில்லை என்கிறார் நானாவதி. உள்ளூர் காங்கிரஸ் தலைவர்கள் மற்றும் ஊழியர்களே வன்முறைகளுக்குக் காரணம் எனவும் அவர் கூறுகிறார். இந்திரா காந்தி குடும்பத்தைக் கேட்காமல் அன்றைய காங்கிரஸ் தலைவர்கள் (டைட்லர், பகத் போன்றோர்) குசுவிடக்கூட முடியாது என்பதே அன்றைய சூழல். எனில் ராஜீவுக்கு இப்படி ஒரு கிளீன் சிட் கொடுப்பது என்ன நியாயம்?

படுகொலைகள் நடந்த இரு வாரங்களுக்குப்பின் இந்திரா காந்தி பிறந்த நாளன்று (நவம்பர் 19, 1984) அன்றைய பிரதமர் ராஜீவ் பேசுகிறார்:

“இந்திராஜியின் கொலைக்குப் பின் நாட்டில் சில கலவரங்கள் நடைபெற்றன. மக்கள் கோபமாக இருந்ததை நாம் அறிவோம். சில நாட்கள் வரை இந்தியாவே குலுங்கியது போலத்

தோற்றமளித்தது. ஒரு பெரிய மரம் விழும்போது அதைச் சுற்றியுள்ள பூமி அதிரத்தானே செய்யும்.”

சில மாதங்களுக்குப் பின்னர் ‘சண்டே’ இதழுக்கு அளித்த பேட்டியில் (மார்ச் 10, 1985) மீண்டும் சீக்கியப் படுகொலைகளை நியாயப்படுத்தினார் ராஜீவ். இந்திரா கொலை செய்யப்பட்டதைக் கொண்டாடும் வண்ணம் சீக்கியர்கள் சில இடங்களில் இனிப்பு வழங்கினர். அங்குதான் கலவரங்கள் அதிகமாக இருந்தன என்றார் அவர். மேலும் சில வாரங்களுக்குப் பின்னர் 1984 கொலைகள் குறித்த விசாரணை ஆணையம் அமைப்பது தொடர்பாக இந்து நாளிதழ் அவரைக் கேட்டபோது (பிப்ரவரி 20, 1985), “அது சீக்கியர்களுக்கு நல்லதல்ல” என்றும் அவர் திமிராகப் பதிலளித்தார்.

இந்திரா கொல்லப்பட்டதற்காக சீக்கியர்கள் மிட்டாய் வழங்கினார்கள் என்பதெல்லாம் ஆதாரமற்ற பொய்கள். கொலைகள் தன்னெழுச்சியாகச் செய்யப்பட்டன என்றால் கலவரம் அக்டோபர் 31 அன்றே தொடங்கியிருக்க வேண்டும். இடையிலிருந்த ஒருநாள் இடைவெளி திட்டமிடுவதற்கும், ஆணைகளைப் பரப்புவதற்கும் பயன்பட்டதே உண்மை.

"போய் சீக்கியர்களைக் கொல்லுங்கள்’ என ராஜீவும், காங்கிரஸ் தலைமையும் நேரடியாக ஆணைகள் இடாமல் இருந்திருக்கலாம். கலவரங்களில் அவர்களின் பங்கிற்கு சட்டபூர்வமாக ஆதாரங்கள் இல்லாமலிருக்கலாம். ஆனால் 1984 படுகொலைகளில் காங்கிரசுக்கும், இந்திரா குடும்பத்திற்கும் பொறுப்பில்லையா? நடவடிக்கை எடுக்காமல் பார்த்துக் கொண்டிருந்த நரசிம்மராவுக்குக் கொலையில் பங்கில்லையா? போலீஸ் கமிஷனர் டாண்டனும் தளபதி வைத்யாவும் குற்றவாளிகள் இல்லையா? “பெரிய மரம் விழுந்தால் பூமி அதிரத்தானே செய்யும்” என ராஜீவ் சொன்னதற்கும், “ஒவ்வொரு வினைக்கும் ஒரு எதிர்வினை உண்டு” எனத் தன் ஆளுகையின்போது குஜராத்தில் ஆயிரத்துக்கும் மேற்பட்ட முஸ்லிம்கள் கொன்று குவிக்கப்பட்டபோது நரேந்திர மோடி சொன்னதற்கும் என்ன வேறுபாடு?

இதுபோன்ற விசாரணை ஆணையங்களுக்கு நானாவதி போன்ற ஓய்வுபெற்ற நீதிபதிகளை நியமிக்கக்கூடாது. பணியில் உள்ள நீதிபதிகளையே நியமிக்க வேண்டும் என மூத்த வழக்குரைஞர் நாரிமன் சொல்வதிலுள்ள நியாயங்கள் கவனிக்கப்பட வேண்டும். பிவாண்டி கலவரங்களை விசாரிப்பதற்கு நியமிக்கப்பட்ட நீதிபதி மதனும் மும்பையில் முஸ்லிம்கள் மீதான வன்முறைகளை விசாரிக்க நியமிக்கப்பட்ட நீதிபதி ஸ்ரீகிருஷ்ணாவும் பதவியில் இருந்தவர்கள். அவர்களது அறிக்கைகள் குற்றவாளிகளைத் துல்லியமாக அடையாளம் காட்டின. ஓய்வுபெற்றவர்கள் இதுபோன்ற ஆணையங்களின் தலைவர்களாக நியமிக்கப்படும் போது அவர்கள் தன்னை நியமித்தவர்களுக்கும் ஆட்சியில் உள்ளவர்களுக்கும் நன்றிக்கடன்பட்டவர்களாகி விடுகின்றனர். குஜராத் கலவரங்கள் குறித்த நானாவதி - ஷா குழு அறிக்கை எந்த அளவுக்குக் குற்றவாளிகளை இனம் காட்டப்பயன்படப் போகிறது என்பதைப் பொறுத்திருந்துதான் பார்க்க வேண்டும்.

இனப்படுகொலைகளைச் செய்வதிலும் குற்றவாளிகளைப் பாதுகாப்பதிலும் காங்கிரஸைக் காட்டிலும் பல மடங்கு கொடூரமான பா.ஜ.க.வினர் சீக்கியர்கள் மீதான வன்முறைகளுக்கு நியாயம் வேண்டித் தாண்டிக் குதிப்பது மிகப்பெரிய வேடிக்கை. குஜராத்தைப் பற்றிப் பேச ஒரு நாக்கும், டில்லி கலவரத்தைப் பற்றிப் பேச இன்னொரு நாக்கும் படைத்தவர்கள் இவர்கள். சீக்கியர்களுக்கு எதிரான படுகொலைகளில் ஆர்.எஸ்.எஸ், பா.ஜ.க. வினர் பங்கு பெற்றது குறித்துப் பதினான்கு முதல் தகவல் அறிக்கைகள் இருப்பதை கபில் சிபல் சுட்டிக்காட்டியுள்ளது குறிப்பிடத்தக்கது.

சீக்கிய சமூகம் இன்று நீதி வேண்டி வீதியில் நின்று போராடுகிறது. டைட்லரும், சஜ்ஜன்குமாரும் பதவி விலகியது போதாது. மன்மோகன் சிங் மன்னிப்பு கேட்டுள்ளது போதாது என்றெல்லாம் அகாலிதளம் சொல்வது நூறு சதம் நியாயம். எனினும் குஜராத்தில் இதேபோல முஸ்லிம்கள் கொல்லப்பட்ட போது அதைக் கண்டிக்காமல் பா.ஜ.க. கூட்டணியில் அது இருந்ததையும் நாம் மறந்துவிட இயலாது. எப்படியாயினும் நீதி

வேண்டிப் போராடும் சீக்கிய சமூகத்துடன் நிற்க வேண்டிய கடமை மனித உரிமைகளில் ஆர்வமுள்ள நமக்கு உண்டு.

குற்றவாளிகள் மீது விசாரணை மேற்கொள்ளப்படும் எனவும் பாதிக்கப்பட்ட சீக்கியக் குடும்பங்களுக்கு இழப்பீடு வழங்கப்படும் எனவும் பிரதமர் மன்மோகன் சிங் கூறியுள்ளார். இது வெறும் வார்த்தைகளாக அமையக்கூடாது. டைட்லராக இருந்தாலும் சரி, குமாராக இருந்தாலும் சரி, குற்றவாளிகள் தண்டிக்கப்பட்டே ஆகவேண்டும். அறிக்கையை வெளியிட்ட அன்றே இவர்கள் இருவரையும் பிரதமர் பதவி விலகச் சொல்லியிருக்க வேண்டும். அதுவே நீதிக்குத் தலைவணங்கும் செயலாக இருந்திருக்கும். இவ்வளவு தாமதமாக அவர்கள் பதவி விலகியுள்ளது நீதிக்குப் பயந்தல்ல; வற்புறுத்தலுக்கு பயந்தே! கூட்டணியைக் காப்பாற்றுவதற்காகவே! இது காங்கிரசுக்கோ மன்மோகனுக்கோ பெருமையல்ல. நடந்தவற்றிற்காக வெட்கப் படுவதாகவும் மன்னிப்பு கேட்பதாகவும் பிரதமர் கூறியுள்ளது வரவேற்கத்தக்கது. ஆனால் இதை சோனியா காந்தி அல்லவா சொல்லியிருக்க வேண்டும். அவர் வெறும் காங்கிரஸ் தலைவர் மட்டுமல்ல, இந்திரா குடும்பத்தைச் சேர்ந்தவரும் கூட. வருத்தம் தெரிவிக்க வேண்டிய கடமை அவருக்கு உண்டு.

கடமை தவறிய போலீஸ் அதிகாரிகள் அனைவரும் விசாரித்துத் தண்டிக்கப்பட வேண்டும். பொறுப்பிலுள்ள காவல்துறை அதிகாரிகள் நடவடிக்கை எடுக்காமலிருப்பது கிரிமினல் குற்றமாக்கப்பட வேண்டும்.

‘கலவரத் தடுப்புச் சட்டம் கொண்டுவரும்போது இந்த அம்சம் சேர்க்கப்பட வேண்டும். காவல்துறை அதிகாரிகள் மட்டுமல்லாமல் பொறுப்பிலுள்ள அமைச்சரும் கடமை தவறும்போது குற்றவாளியாக்கப்படவேண்டும்.

ஒரு ஜனநாயக நாட்டில் குடிமக்களின் உயிரையும், உடைமைகளையும் பாதுகாப்பது அரசின் கடமை. கலவரங்கள் வராமல் அது தடுக்க வேண்டும். வந்துவிட்டால் அது உடன் ஒடுக்கப்பட வேண்டும். குற்றவாளிகள் தண்டிக்கப்பட

வேண்டும். பாதிக்கப்பட்டவர்கள் மறுவாழ்வு தொடர எல்லாவித உறுதியையும் பாதுகாப்பையும் அளிக்க வேண்டும். அதைச் செய்யாத அரசிற்கு ஆள்வதற்குத் தகுதியில்லை. அத்தகைய அரசை எதிர்த்துப் போராடி வீழ்த்தும் உரிமை குடிமக்களுக்கு உண்டு. குற்றவாளிகள் தண்டிக்கப்படாமல் விடப்படுகிற 'தண்டனை விலக்குக் கலாச்சாரம்' *(Culture of Impunity)* அனுமதிக்கப்படக்கூடாத ஒன்று.

"இங்கே அரசியல்வாதிகள் தாம் பின்பற்றுவதற்கென அற மதிப்பீடுகள் எதையும் கொண்டிருக்கவில்லை. தமது நடவடிக்கைகளிலும் செயற்பாடுகளிலும் எந்த வரம்பும் அற்றவர்களாகக் காவல்துறையினர் உள்ளனர். எனவே இந்த நாட்டில் எங்கும் எந்த நேரத்திலும் எதுவேண்டுமானாலும் நடக்கலாம்." - நீதிபதி நானாவதி

- மக்கள் உரிமை, ஆக. 19-25, 2005

5. ஜஹீரா ஷேக்: இனப்படுகொலைகளில் சாட்சிகளைப் பாதுகாத்தல்

நரேந்திர மோடி ஆட்சியில் 2002 இல் குஜராத் முஸ்லிம்கள் மீது நடத்தப்பட்ட வரலாறு காணாத வன்முறையில் அனாதை ஆனவர்களில் ஒருவர் ஜஹீரா ஷேக். 'பெஸ்ட் பேக்கரி' வழக்கில் முக்கிய சாட்சியான ஜஹீரா ஷேக் தனது சாட்சியத்தை மீண்டும் மாற்றியுள்ளது நாடெங்கிலுமுள்ள மனித உரிமை ஆர்வலர்கள் மத்தியில் சோர்வை ஏற்படுத்தியுள்ளது மட்டுமின்றிப் பல கேள்விகளையும் எழுப்பியுள்ளது.

இவ்வழக்கை முன்னெடுத்துச் சென்றதன் மூலம் எல்லோரது கவனத்தையும் ஈர்த்த மனித உரிமைப் போராளி டீஸ்டா செதல்வாட் இன்று முன் ஜாமீன் வாங்கிக்கொண்டு கைது செய்யப்படுவதிலிருந்து தப்பிக்க வேண்டிய நிலை ஏற்பட்டுள்ளது. ஜஹீராவின் சகோதரர் நஃபிரில்லாவும் சாட்சியத்தை மாற்றிக் கூறியுள்ளார். படுகொலைக்குக் காரணமானவர்கள் யாரெனத் தெரியாது எனக் கூறியுள்ளார். ஜஹீராவின் சகோதரர் மனைவியும் விவாகரத்து செய்யப்பட்டவருமான யாஸ்மின் மட்டுமே உறுதியாகக் கொலையாளிகளை அடையாளம் காட்டியுள்ளார்.

ஜஹீராவைக் கண்டித்துப் பலரும், குறிப்பாக முஸ்லிம் நண்பர்கள், எழுதக்கூடிய கடிதங்கள் பத்திரிகைகளில் வருகின்றன. அவரைக் கைது செய்ய வேண்டும், பொய் கூறுகிறாரா என்கிற சோதனைக்கு *(Lie Detector)* அவரை ஆளாக்க வேண்டும் என்றெல்லாம்கூடக் கடிதங்கள் வருகின்றன. இன்னொரு பக்கம் டீஸ்டாவின் மீதும் விமர்சனங்கள் வைக்கப்படுகின்றன. ரொம்பவும் ஆதிக்கம் செலுத்தக்கூடிய பண்புடையவர் டீஸ்டா; தேவையற்ற வாக்குறுதிகளை அளித்துவிட்டு அவற்றை நிறைவேற்றாததே பிரச்னைக்குக் காரணம் என்றெல்லாம் கருத்துகள் சொல்லப்படுகின்றன. மதச்சார்பற்றவர்கள், மனித உரிமைப் போராளிகள் ஆகியோர் மீது காழ்ப்பைக் கக்கும் ஆர். எஸ். எஸ். குருமூர்த்தி இவ்விஷயத்தில் அவர்களோடு உச்ச நீதிமன்றத்தையும் எச்சரித்து கட்டுரைகள் எழுதுகிற திமிர்த்தனத்தையும் பார்க்கிறோம்.

இனப்படுகொலை *(genocide)*, இவற்றைத் தடுப்பதிலும் குற்றவாளிகளைத் தண்டிப்பதிலும் அரசின் பங்கு, சாட்சிகள் பாதுகாப்பு, பாதிக்கப்பட்டவர்களின் உளவியல் *(victimology)* முதலியன குறித்த பல சிந்தனைகளுக்கு இப்பிரச்சினை நம்மை இட்டுச் செல்கின்றது.

தனிப்பட்ட விரோதங்கள் ஏதுமின்றி மதம், இனம், மொழி போன்ற ஏதோ ஒரு அடையாளத்தின் அடிப்படையில் ஒரு பிரிவைச் சேர்ந்தவர்களைக் கொன்று குவிப்பது, பாலியல் வன்முறைக்கு உள்ளாக்குவது, சொத்துக்களை அழிப்பது ஆகியவற்றை இனப்படுகொலை என்கிறோம். இந்திராகாந்தி கொலையை ஒட்டி டெல்லியில் சீக்கியர்கள் மீது மேற்கொள்ளப்பட்ட வன்முறைகள் *(1984)*, பாபர் மசூதி இடிப்பை ஒட்டி மும்பையிலும் *(1992)*, இரண்டரை ஆண்டுகளுக்கு முன்னால் குஜராத்திலும் *(2002)* முஸ்லிம்கள் மீது மேற்கொள்ளப்பட்ட கொடுந்தாக்குதல்கள் முதலியன நம் நாட்டில் நடந்த சில கொடூர எடுத்துக்காட்டுகள்.

இந்த நாட்டின் குடிமக்கள் என்கிற வகையில் நாம் சிலவற்றை

அரசிடமிருந்து எதிர்பார்க்கிறோம். சர்வதேச அளவில் ஏற்றுக் கொள்ளப்பட்ட உரிமைகள்தான் அவை:

(1). முதலில் அரசுக்கு இத்தகைய இனப்படுகொலைகளை, இன அழிப்பைத் தடுக்கும் கடப்பாடு உண்டு. அதை நிறைவேற்றுவது அரசின் கடமை. இன அழிப்பைத் தூண்டக் கூடிய பேச்சு, எழுத்து, பிரச்சாரம் ஆகியவற்றை அது தடை செய்ய வேண்டும். குற்றவாளிகளைத் தண்டிக்க வேண்டும். இனப்படுகொலைகள் நிகழும் பட்சத்தில் அதற்கு அரசு பொறுப்பேற்க வேண்டும். அதிகாரிகள் செயல்படவில்லை, எனக்குக் கீழே உள்ள அதிகாரிகளும் அலுவலர்களும் என் ஆணையை ஏற்க மறுத்துவிட்டனர். எனக்கு மேலே இருந்தவர்கள் நடவடிக்கை எடுக்க வேண்டாம் என வற்புறுத்தினர் என்பன போன்ற காரணங்களைச் சொல்லி அரசோ, அமைச்சரோ, அதிகாரிகளோ பொறுப்பிலிருந்து தட்டிக் கழிக்க இயலாத சட்ட நடைமுறைகள் உருவாக்கப்பட வேண்டும். சுருங்கச் சொல்வதானால் இன அழிப்புகளின் போது அரசுக்குத் தண்டனை விலக்கு *(State Immurity)* உரிமை கூடாது. முதலமைச்சர், பிரதமர் ஆகியோர் இன அழிவுக்குப் பொறுப்பேற்க வேண்டும். இன அழிவுக் குற்றங்களைத் தடுப்பது மற்றும் தண்டிப்பதற்கான சர்வதேச உடன்பாட்டில் இதற்கான வழிவகைகள் உள்ளன. குஜராத்திலுள்ள ஹிம்மத் நகர் மாவட்ட நீதிமன்றத்தில் இந்த அடிப்படையில் முஸ்லிம் விதவைகள் இருவர் வழக்குத் தொடுத்துள்ளனர். நிலவுகிற சட்டங்கள் மற்றும் நடைமுறைகளில் அவர்களுக்கு நீதி வழங்கப்படுமா எனத் தெரியவில்லை.

(2) குற்றவாளிகள் தண்டிக்கப்பட வேண்டும்.

(3) பாதிக்கப்பட்டவர்களுக்கு மறுவாழ்வளிக்க வேண்டும்.

பாதிக்கப்பட்டவர்களுக்கு முறையான இழப்பீடுகள், அவர்கள் இல்லங்களுக்கும் பணியிடங்களுக்கும் பாதுகாப்புடன் திரும்பி பழைய வாழ்க்கையைத் தொடர்வதற்கான உத்தரவாதம் முதலியன இவற்றில் அடங்கும். அதற்குரிய அகக் கட்டுமானங்கள்

(infrastructures) உருவாக்கித் தரப்படுதலும் இதில் அடக்கம்.

1984இல் சீக்கியர்கள் மீதும், 2002இல் குஜராத் முஸ்லிம்கள் மீதும் மேற்கொள்ளப்பட்ட இன அழிப்புகளை ஆய்வு செய்யும்போது மேற்கண்ட நடைமுறைகள் எதுவும் கடைப்பிடிக்கப் படவில்லை என்பது பட்டவர்த்தனமான உண்மை. இன அழிப்புகளை அரசே திட்டமிட்டு மேற்கொள்வது என்பதில் தனது திறமையை அதிகரித்தும் வருகிறது. வழக்கமான ரயில் விபத்துகளிலும் வகுப்புக் கலவரங்களிலும் மேற்கொள்ளப்படும் நடவடிக்கைகளுக்கு மாறாக கோத்ரா ரயில் எரிப்பில் இறந்துபோன பயணிகளின் சடலங்களைத் தலைநகருக்குக் கொண்டுவந்து காட்சிக்கு வைத்து இன அழிப்பிற்கு வித்திட்ட பணியை மோடி அரசு செய்தது. வன்முறையாளர்கள் மீது நடவடிக்கை எடுக்க வேண்டாம் என்று அதிகாரிகள் கேட்டுக் கொள்ளப்பட்டனர். “அரசு நடவடிக்கை எடுக்காது. தாக்குதலில் இறங்குங்கள்” எனக் கொலையாளிகள் ஆட்டோக்களில் பிரச்சாரம் செய்தனர். இப்படியாக இன அழிப்பு கச்சிதமாக நிறைவேற்றப்பட்டது.

குற்றவாளிகளைத் தப்பவிடுவதற்கு குஜராத் அரசு மேற்கொண்ட இதர திட்டமிட்ட செயற்பாடுகளாவன:

1. இன அழிப்பை நேரடியாக மேற்கொண்ட பா.ஜ.க, வி.இ.பரிஷத், பஜ்ரங் தள் முதலான அமைப்புகளின் பொறுப்பாளர்களின் பெயர்கள் குற்றப்பத்திரிகை, முதல் தகவலறிக்கை ஆகியவற்றில் தவிர்க்கப்பட்டன. அதே நேரத்தில் பாதிக்கப்பட்டவர்கள் அவர்களது பெயர்களைக் கூறியும் காவல்துறை அவற்றைப் பதிவு செய்ய மறுத்தது.

2. புலனாய்வு *(Investigation)* சரியாகவும், நியாயமாகவும் துரிதமாகவும் செய்யப்படாதது.

3. பா.ஜ.க, வி. இ. ப. போன்ற அமைப்புகளைச் சேர்ந்தவர்கள் அரசு வழக்குரைஞர்களாக நியமிக்கப்பட்டனர். இவர்கள் பாதிக்கப்பட்டவர்களுக்கு நீதி பெற்றுத் தருவது என்பதற்குப்

பதிலாக குற்றவாளிகளைத் தப்புவிப்பதற்கு முயன்றனர். பெஸ்ட் பேக்கரி வழக்கு உச்ச நீதிமன்ற விசாரணைக்கு வந்தபோது நீதிபதிகள் அஜித் பசாயத், துரைசாமி ஆகியோர் இதை வெளிப்படையாகவே சுட்டிக்காட்டினர். “நீங்கள் யாருடைய வழக்கறிஞர்கள்? இங்கே என்ன நடந்து கொண்டிருக்கிறது?” என்று வினவியதோடன்றி வழக்கு விசாரணையை குஜராத்திலிருந்து மகாராஷ்டிரத்திற்கு மாற்றினர். பாதிக்கப்பட்டவர்களின் கருத்துகளைக் கேட்டு அரசு வழக்குரைஞர்கள் நியமிக்கப்பட வேண்டும் என்கிற புரட்சிகரமான தீர்ப்பையும் வழங்கினார்கள். (ஆனால் இது ஒரு விதிவிலக்கு மட்டுமே. வேறு எந்த வழக்கிலும் இத்தகைய நிவாரணம் வழங்கப்பட்டதில்லை).

4. சாட்சிகள் விரோதமாக மாறும் (hostile) சூழல் உள்ளதை அறிந்த அரசு அதைத் தடுப்பதற்கான முயற்சிகளில் இறங்காமல் அதை ஊக்குவித்தது.

இதுபோன்ற வழக்குகளில் (இன்னொரு எடுத்துக்காட்டு ஜெஸ்ஸி காலால் கொலை) சாட்சிகள் எதிராக மாறுவதற்கான வாய்ப்புகள் அதிகம். குற்றவாளிகளின் அரசியல் மற்றும் பணபலம், அடியாள் பலம் ஆகியன இதில் முக்கியப் பங்கு வகிக்கின்றன. பாதிக்கப்பட்டவர் பல்வேறு இழப்புகளைச் சந்தித்தவர். இதன் விளைவாக மனநிலைப் பாதிப்புகளுக்கு ஆளானவர். பணியிடங்களில் வேலை மறுக்கப்படுதல் போன்ற சமூகப் புறக்கணிப்புகளுக்குத் தொடர்ந்து ஆளாகுபவர். எனவே தொடர்ந்து உயிர் மிரட்டல்களின் அச்சம், இதர ஊக்குவிப்புகளின் (Incentives) விளைவாக ஏற்படும் சபலம் ஆகியவற்றிற்கு அவர் பலியாவதற்கான வாய்ப்புகள் அதிகம். சாட்சிகள் மாறுவது பற்றி நாம் ஆத்திரப்படுவது அபத்தம். அவர்கள் மிகுந்த அனுதாபத்திற்கு உரியவர்கள். ஜஹீராவின் இளம் வயதையும் கண்முன் பெற்றோர் கொல்லப்பட்டு, வருமானத்துக்கு ஆதாரமான பேக்கரி அழிக்கப்பட்டு, தொடர்ந்து இந்துத்துவ அரசியல்வாதிகளால் மிரட்டப்பட்டு, மனநிலை அதிர்ச்சிகளுக்கு ஆளான தன்மையையும் கணக்கிலெடுத்துக் கொண்டே இந்தப் பிரச்சனை குறித்து

நாம் கருத்து சொல்ல வேண்டும்.

சாட்சிகள் பாதுகாக்கப்படுவது குறித்து உலக அளவில் விவாதங்கள் நடைபெற்றுள்ளன. ஆஸ்திரேலியா, கனடா போன்ற நாடுகளில் இதற்கான சட்டங்களும் உண்டு. பெஸ்ட் பேக்கரி வழக்கை ஒட்டி இந்திய அரசின் சட்ட ஆணையம் சாட்சி அடையாளப் பாதுகாப்பு மற்றும் சாட்சிகளின் பாதுகாப்பு தொடர்பான விவாதம் ஒன்றைத் தொடங்கியுள்ளது வரவேற்கத்தக்கது. சாட்சிகளின் உயிர் மற்றும் மனநிலைப் பாதுகாப்புகளை இது முன்னிறுத்தியது. வழக்கு முடியும்வரை தேவையானால் சாட்சிகளை வேறிடங்களுக்கு மாற்றி அவர்களுக்கான வாழ்க்கைத் தேவைகளைக் கவனித்துக் கொள்வதற்குத் தேவையான நிதி ஒதுக்குதல் முதலியன இதில் அடங்கும். சாட்சியின் அடையாளம் தெரியாமல், அதாவது குற்றவாளிக்கு யார் சாட்சி என்பது தெரியாமல் ரகசியமாக வைத்திருக்கும்போது குற்றம் சுமத்தப்பட்டுள்ளவரின் அடிப்படை உரிமைகள் பாதிக்கப்படுகிற வாய்ப்பு உண்டு. ‘தடா’, ‘பொடா’ போன்ற சட்டங்களில் இருந்த இத்தகைய வழிமுறைகள் குற்றம் சுமத்தப்பட்ட பல அப்பாவிகளுக்கெதிராகப் பயன்படுத்தப்பட்டதை நாம் மறந்துவிடலாகாது. எனவே குற்றவாளிகளின் அடிப்படை உரிமைகளையும் பாதிக்காமல் சாட்சிகளின் அடையாளத்தையும் பாதுகாப்பது எவ்வாறு என்பது குறித்து நாம் விரிவாக விவாதிக்க வேண்டும்.

ஐக்கிய முற்போக்குக் கூட்டணி அரசு தனது குறைந்தபட்சப் பொதுத் திட்டத்தில் ஒரு சுருக்கமான கலவரத் தடுப்புச் சட்டம் *(Comprehensive Riot Protection Act)* இயற்றுவதாக வாக்களித்துள்ளது. இது தொடர்பான நகல் சட்டத்தைத் தயாரிக்கும் முயற்சியைச் சில தன்னார்வ நிறுவனங்கள் மேற்கொண்டுள்ளன. ‘சமூகம் மற்றும் மதச் சார்பின்மைக்கான ஆய்வு மையம்’ தயாரித்துள்ள நகல் குறிப்பிடத்தக்கது. ‘இன அழிப்பைத் தடுப்பது மற்றும் தண்டிப்பதற்கான சட்டம்’ என இதற்கு முதலில் பெயரிடப்பட்டது. ‘இன அழிப்பு’ என்கிற சொல் பின்னர் “குழு வன்முறை” *(Sectorial vio lence)* எனத்

திருத்தப்பட்டது. அரசியல் சட்டத்தின் 355ஆவது பிரிவின்படி இன வெறுப்பு, இன வன்முறை ஆகியவற்றைத் தடுக்கும் கடமை மத்திய அரசுக்கு உண்டு எனச் சுட்டிக் காட்டும் இந்நகல் இன வெறுப்பைத் தூண்டும் பேச்சுகள், இன அடிப்படையில் ஒரு குழு அல்லது குழுவைச் சேர்ந்த நபர்கள் மீது உடல் மற்றும் பொருளாதார சமூக ரீதியான வன்முறைகளைத் தூண்டுவது / மேற்கொள்வது ஆகிய குற்றங்களுக்கு ஏழு ஆண்டுகள் சிறை மற்றும் அபராதம் ஆகியவற்றை அளிக்க வேண்டும் என்கிறது. இன வன்முறைகளின் மீது மாநில அரசு நடவடிக்கைகள் எடுக்கத் தயங்கும்போது ஒரு ஆணையரை நியமித்து குற்றவாளிகளைச் சட்டத்திற்கு முன் கொண்டு வரும் அதிகாரத்தை மத்திய அரசுக்கு இந்நகல் வழங்குகிறது. இச்சட்டத்தின் அடிப்படையில் தண்டிக்கப்பட்டவர்களை எதிர்காலத்தில் தேர்தல்களில் பங்கு பெறாமல் தடுப்பதற்கும் இதில் வழிவகுக்கப்பட்டுள்ளது.

சட்டவியல் அறிஞர் உபேந்திர பக்சி இது தொடர்பாகக் கூறியுள்ள பரிந்துரைகளும் (பார்க்க: குஜராத் 2002 - அர்த்தங்களும் உள்ளர்த்தங்களும் - அ.மார்க்ஸ்) இங்கே குறிப்பிடத்தக்கன. இனப்படுகொலைகளின் போது,

1. நியாயமான ஈட்டுத் தொகைகளையும் மறுவாழ்வு வாய்ப்புகளையும் அளிக்க ஒரு அமைப்பு.

2. சுதந்திரமாக இயங்கும் சட்டபூர்வமான ஒரு உண்மை அறியும் முகமை (agency),

3. தண்டனை வழங்கும் அதிகாரமுள்ள சுதந்திரமாக இயங்கக்கூடிய ஒரு விசாரணை நடுவம்,

ஆகியவற்றை அரசியல் சட்ட அடிப்படையில் உருவாக்குதல் அவசியம் என்கிறார் பக்சி.

இதற்கான கோரிக்கைகளை முன்வைத்துப் போராட வேண்டிய கடமை நமக்கிருக்கிறது. ஒரு இனப்படுகொலை என்றால் பல்வேறு மனித உரிமை அமைப்புகள், அரசியல் கட்சிகள்,

சட்டவியல் நிபுணர்கள் அடங்கிய சட்டபூர்வமான உண்மை அறியும் குழு அதனை ஆய்வு செய்து அறிக்கை அளிக்கும். சட்டபூர்வமான அமைப்பு என்பதால் அரசு இதனுடன் ஒத்துழைக்க வேண்டும். தேவையான தகவல்களையும், ஆவணங்களையும் அளிக்க வேண்டும். மறுப்பது சட்டப்படி குற்றம். இவ்வமைப்பின் அறிக்கையை அரசு ஏற்று நடவடிக்கை எடுக்கவும் வேண்டும்.

பக்சி கூறுகிற விசாரணை நடுவம் தற்போதுள்ள தேசிய மனித உரிமை ஆணையத்தைப் போல் அதிகாரமற்ற அமைப்பாக இருக்கக்கூடாது. அதுவே தண்டனை வழங்கக் கூடியதாகவும் இருக்க வேண்டும். இழப்பீட்டை வழங்கும் அமைப்பு இழப்பீடுகளை நிர்ணயம் செய்வதோடு அவற்றை வழங்கவும் வேண்டும். ஆயிரத்திற்கும் மேற்பட்டோர் கொல்லப்பட்டு இரண்டு லட்சம் பேர்கள் அகதிகளாக்கப்பட்ட குஜராத் இன அழிப்பில் பாதிக்கப்பட்டவர்களுக்கு 120 கோடி ரூபாய்களே இழப்பீடு வழங்கப்பட்டுள்ளது.

இன்னும் சுமார் பத்தாயிரம் பேர் முகாமில் உள்ளனர். நாற்பது சதம் பேர் பழைய வேலைகளுக்குப் போக முடியவில்லை. ஆனால் அதே நேரத்தில் குஜராத் பூகம்பத்தின் போது மூவாயிரம் கோடி ரூபாய் இழப்பீட்டுத் தொகை வழங்கப்பட்டதும் இன்னொரு மூவாயிரம் கோடி கட்டுமானச் செலவுகளுக்குப் பயன்படுத்தப்பட்டதும் குறிப்பிடத்தக்கன.

இனப்படுகொலைகளில் எஞ்சியவர்களின் மனநிலை குறித்து மிக விரிவான ஆய்வுகள் வந்துள்ளன. வீணாதாஸ், ஆர். ஜே.லிப்டன் போன்றோரின் நூல்கள் குறிப்பிடத்தக்கன. கண்முன் பெற்றோர், கணவர், குழந்தைகள் கொல்லப்படுவதைப் பார்த்தவர்கள் அவர்கள். மனைவி, மக்கள் பாலியல் வன்முறைக்கு உள்ளாக்கப்படும்போது சாட்சியாய் ஆனவர்கள். இறந்த உடல்களுக்கு மதநம்பிக்கைகளின் அடிப்படையில் ஈமச் சடங்குகள் செய்த திருப்தியையும் இழந்தவர்கள். நினைத்துப் பெருமை கொள்வதற்கு அவை வீரச்சாவுகளுமல்ல, தியாகச்

சாவுகளுமல்ல. கையெடுத்து வணங்கிக் கதறக் கதற மேற் கொள்ளப்பட்ட அழிவுகள். உயிரைக் கொடுத்து உருவாக்கிய நிறுவனங்கள் அழிக்கப்பட்ட அநீதிகள். இவை ஏற்படுத்துகிற மனச் சிதைவுகள் பாரதூரமானவை. காலம் அவர்களுக்கு அந்த நிகழ்வுகளோடு உறைந்துபோய்விடுகிறது. மீண்டும் அவர்களில் பலர் நிகழ்காலத்திற்குத் திரும்புவதில்லை. எதிர்காலம் பற்றிய நம்பிக்கையும் அவர்களுக்கு உருவாவதில்லை. இவர்களில் பலர் மனச்சிதைவுக்கு ஆளாகித் தற்கொலையில் முடிகின்றனர். அவ்வாறின்றி எதிர்காலத்துடன் இணைந்து வாழும் மனநிலைக்குத் தயாராகும்போது பல சமரசங்களுக்கு இடமளிக்க வேண்டிய நிலை ஏற்பட்டுவிடுகிறது. ஜஹீராவை நாம் இப்படித்தான் புரிந்துகொள்ள வேண்டும்.

ஜஹீரா போன்றவர்களைப் பாதுகாப்பதில் நமக்குப் பொறுப்புண்டு. அவர்களை, குறிப்பாகப் பெண்களை அரசியல் படுத்தும் பொறுப்பும் நமக்கு உள்ளது. முஸ்லிம் இதழ்களும் சமுதாயமும் மார்க்கச் சிந்தனைகள், திருக்குர்ஆன் விளக்கங்கள் ஆகியவற்றிற்கு முக்கியத்துவம் அளிக்கும் அதே நேரத்தில் அத்துடன் இன்றைய பாசிச அபாயம், அவற்றை எதிர்கொள்ளும் மனநிலை முதலான அரசியலுணர்வை ஊட்டுவதற்கும் அதிக முக்கியத்துவம் அளித்தல் அவசியம்.

– சமரசம், டிச. 1, 2004

6. மதக் கலவரங்கள்: தடுப்பதற்கும் தண்டிப்பதற்கும் ஒரு புதிய சட்ட வரைவு

இந்திய ஜனநாயகத்திற்கு மிகப்பெரிய ஒரு சவாலாக இருப்பது மதக் கலவரங்கள். 1961இல் தொடங்கி இங்கே தொடர்ச்சியாக மதக் கலவரங்கள் நடைபெறுகின்றன. கடந்த 20 ஆண்டுகளில் நிலைமை மோசமடைந்துள்ளது. 1984இல் டெல்லியிலும், 1992-1993இல் மும்பையிலும், 2002இல் குஜராத்திலும் நடைபெற்ற கொடூரங்கள் சுதந்திர இந்திய வரலாற்றில் பெருங்களங்கமாக அமைபவை. “மும்பை கலவரம் நாசி ஜெர்மனியை நினைவூட்டியது” என மும்பை உயர் நீதிமன்ற நீதியரசர் மறைந்த பக்தவர் லென்டின் குறிப்பிட்டது நினைவிற்குரியது.

கலவரங்கள் என ஒரு பேச்சுக்குத்தான் சொல்கிறோம். உண்மையில், சுதந்திரத்திற்குப் பிந்திய இந்தியாவில் நடைபெற்ற மதக் கலவரங்கள் அனைத்திலும் உயிர் மற்றும் உடமை இழப்புகளுக்கு ஆளானவர்கள் அனைவரும் சிறுபான்மையினரே. சரியாகச் சொல்வதானால் இவற்றைச் சிறுபான்மையினருக்கு எதிரான வன்முறைகள் என்றே சொல்ல வேண்டும். நிற்க.

கலவரங்கள் ஏற்படாது தடுப்பது தவிர, கலவரங்கள் ஏற்பட்டுவிட்ட சூழலில் அரசுக்கு இரண்டு பொறுப்புகள்

உண்டு. குற்றவாளிகள் தண்டிக்கப்பட வேண்டும். பாதிக்கப்பட்டவர்களுக்கு மறுவாழ்வு அளிக்க வேண்டும்.

குற்றவாளிகள் எந்தத் தண்டனையும் அடையாமல் கண்முன் நடமாடுவதும், பதவி சுகங்களை அனுபவிப்பதும், பாதிக்கப்பட்டவர்கள் இழப்பீடுகள் வழங்கப்படாமலும், வீடு திரும்ப இயலாமலும், வேலை கிடைக்காமலும் அவதியுறுவதும் குடிமக்களை அரசிடமிருந்து அந்நியப்படுத்தும். வழக்கு விசாரணையைச் சரியாக மேற்கொள்வதும், சாட்சிகள் மனம் மாறாமல் பாதுகாப்பதும் அவசியம். ‘பெஸ்ட் பேக்கரி’ (குஜராத்) வழக்கில் கண்முன் பத்துக்கும் மேற்பட்ட இரத்த உறவுகள் கொல்லப்பட்டதைப் பார்த்த சாட்சியான ஜஹீரா ஷேக் மனம் மாற நேர்ந்தது குறிப்பிடத்தக்கது.

எனவே, வழக்கமான சட்டங்கள் இதுபோன்ற கொடூரங்களை எதிர்கொள்வதற்குப் போதாத நிலையில் சிறப்புச் சட்டங்களை இயற்ற வேண்டிய கடமை அரசுக்கு உள்ளது. இந்த வகையில் தீண்டாமைக்கு எதிரான “வன்கொடுமைத் தடுப்புச் சட்டம்” குறிப்பிடத்தக்க ஒன்று. மத்தியில் ஆளும் ஐக்கிய முற்போக்குக் கூட்டணி அரசு இன்று “மத வன்முறை மசோதா 2005 (தடுத்தல், கட்டுப்படுத்தல் மற்றும் பாதிக்கப்பட்டவர்களுக்கு மறுவாழ்வு அளித்தல்)” என்றொரு புதிய சட்ட வரைவைப் பாராளுமன்றத்தின் முன் வைத்துள்ளது.

குஜராத் கலவரங்களுக்குப் பிறகு இப்படியான ஒரு சட்டத்தின் தேவையை மனித உரிமை அமைப்புகள் வலியுறுத்திக் கொண்டிருந்தன. பெஸ்ட் பேக்கரி வழக்கை மறுவிசாரணை செய்ய வேண்டுமென உச்ச நீதிமன்ற நீதியரசர்கள் துரைசாமியும், அர்ஜித் பசயாத்தும் அளித்த தீர்ப்பு இந்தக் கோரிக்கைக்கு வலு சேர்ப்பதாக அமைந்தது. ரோம் நகரம் பற்றி எரியும்போது பிடில் வாசித்துக்கொண்டிருந்த நீரோ மன்னனுடன் குஜராத் அரசை ஒப்பிட்ட நீதியரசர்கள் பாதிக்கப்பட்டவர்களின் கருத்தறிந்து அரசு வழக்குரைஞர் நியமிக்கப்பட வேண்டும் எனக் கூறியது குறிப்பிடத்தக்கது.

முன்னாள் நீதியரசர்கள் கிருஷ்ணய்யர், பி.வி. சாவந்த், ஹோஸ்பட் சுரேஷ் போன்றோர் ஆக்கபூர்வமான ஆலோசனைகளையும், மாதிரி சட்ட வடிவங்களையும் முன்வைத்தனர். இதையொட்டி சென்ற ஆண்டு தொடக்கத்தில் 'மத வன்முறையை (தடுப்பு) மசோதா 2005' என்றொரு சட்ட வரைவை ஐக்கிய முற்போக்குக் கூட்டணி அரசு முன்வைத்தது. வலுவாக எழுதப்படாத இவ்வரைவை மனித உரிமை அமைப்புகள் கடுமையாக விமர்சித்ததை ஒட்டி அது திரும்பப் பெற்றுக்கொள்ளப்பட்டு இப்புதிய வரைவு முன்வைக்கப்பட்டுள்ளது.

இப்புதிய வரைவின் பல கூறுகள் வரவேற்கத்தக்கவையாக உள்ளன. மதக் கலவரங்கள் தொடர்பான குற்றங்களை விசாரிக்கச் சிறப்பு நீதிமன்றங்களை அமைக்க வழி செய்கிறது இப்புதிய வரைவு. மத்திய, மாநில அரசுகளுக்கு ஒரே நேரத்தில் இந்த அதிகாரம் வழங்கப்பட்டுள்ளது குறிப்பிடத்தக்கது. தேவையானால் அரசு வழக்குரைஞரின் பரிந்துரையை ஏற்று, இச்சிறப்பு நீதிமன்றத்தை, மதக் கலவரம் நடைபெற்ற பகுதியிலிருந்து வெளியே அமைப்பதற்கும் வழிவகுக்கப்பட்டுள்ளது.

மதக் கலவரங்கள் ஏற்பட்டால் மத்திய - மாநில அரசுகள் உடனடியாக அதில் தலையிட்டு அப்பகுதியை வகுப்புக் கலவரப் பகுதியாக அறிவிக்க உரிமை உண்டு. உள்ளூர் காவல் துறைக்கு உதவி செய்ய மத்தியப் படைகளை அனுப்பவும் புதிய வரைவில் இடமுண்டு. சட்டம் ஒழுங்கை நிலைநாட்ட ஒருங்கிணைக்கப்பட்ட ஆணை அமைப்பு இப்பகுதியில் உருவாக்கப்படும். பகுதியில் இறக்கப்பட்ட படைகள் மாநில அரசு அல்லது ஒருங்கிணைக்கப்பட்ட ஆணையால் நியமிக்கப்பட்ட அதிகாரியின் கட்டுப்பாட்டில் இயங்கும். மதக் கலவரங்களைக் கட்டுப்படுத்துவதற்கு வழக்கத்தைவிடக் கூடுதலான அதிகாரங்கள் இந்த அதிகாரிக்கு உண்டு.

குறிப்பாக, குற்றவாளி சுட்டிக்காட்டப்படாதபோதும் பட்டியலிலுள்ள குற்றம் ஒன்றை சிறப்பு நீதிமன்றம் கணக்கிலெடுத்துக் கொண்டு விசாரிக்க உரிமை உண்டு. நீதி

வழங்கும் நடைமுறையில் இது ஒரு பெரிய புரட்சி எனலாம். மனித உரிமை அமைப்புகள், சிறுபான்மை அமைப்பினர், பத்திரிகைச் செய்திகள், அமைதியில் கரிசனம் கொண்ட ஒரு குடிமகன் அல்லது குடிமகளின் கருத்து ஆகியவற்றின் அடிப்படையில் கூடச் சிறப்பு நீதிமன்றம் தனது விசாரணையை மேற்கொள்ளலாம்.

சாட்சிகளைப் பாதுகாப்பதற்குச் செய்யப்பட்டுள்ள வழிமுறைகளும் பாராட்டத்தக்கவையாக உள்ளன. சாட்சியோ, அரசு வழக்குரைஞரோ வேண்டிக்கொண்டால் தேவை ஏற்படின் விசாரணையைப் பாதுகாப்பான இடத்திற்கு மாற்றுவதற்கும், சாட்சிகளின் பெயர்களையும், முகவரிகளையும் மறைத்து வைத்திருப்பதற்கும் சிறப்பு நீதிமன்றத்திற்கு அதிகாரம் உண்டு.

மரண தண்டனை மற்றும் ஆயுள் தண்டனைக்குரிய குற்றங்களைத் தவிர இச்சட்டத்தின் கீழ் வழக்குப் பதிவு செய்யப்பட்ட இதர குற்றங்கள் அனைத்திற்கும் இதையொத்த குற்றங்களுக்கு வழக்கமாக வழங்கப்படும் சிறைத்தண்டனை மற்றும் அபராதம் இதில் இரட்டிப்பாக்கப்பட்டுள்ளது. பாதிக்கப்பட்டவர்களுக்கு உரிய இழப்பீடு வழங்குகிற அதிகாரமும் சிறப்பு நீதிமன்றத்திற்கு உண்டு.

குற்ற விசாரணை ஒழுங்காக நடைபெறுவதைக் கண்காணிப்பது. வகுப்பு ஒற்றுமையை நிலைநாட்டுவது, பாதிக்கப்பட்டவர்களுக்கு இழப்பீடுகளைத் தீர்மானிப்பது, மறுவாழ்வளிப்பது ஆகிய பணிகளை நிறைவேற்ற மாவட்ட, மாநில மற்றும் தேசிய அளவில் நிரந்தரமான குழுக்களை அமைக்கவும் இவ்வரைவு வழிவகுக்கிறது. இதில் மனித உரிமை அமைப்பு மற்றும் சிறுபான்மை அமைப்புகளின் பிரதிநிதிகள் உறுப்பினர்களாக இருப்பர்.

கூடுதல் அதிகாரங்கள் வழங்கப்பட்ட போதிலும் உரிய நடவடிக்கைகளை எடுக்காமலிருக்கும் மாவட்ட அதிகாரியின் மீது நடவடிக்கை எடுக்கவும் இச்சட்டம் வழிவகுப்பது குறிப்பிடத்தக்கது.

எனினும் இச்சட்டத்தில் பல பலவீனமான அம்சங்களும் உண்டு. மதக் கலவரங்களின்போது நடவடிக்கை எடுப்பதற்கான பொறுப்பு மாவட்ட அதிகாரி அளவில் சுருக்கப்பட்டுள்ளது இத்தகைய பலவீனங்களில் ஒன்று. பெரும் மக்கள் திரளின் மீதான குற்ற விசாரணைகளில் இன்று ஆணைப் பொறுப்பு *(command responsibility)* என்கிற கருத்தாக்கம் பல நாடுகளில் வழக்கத்தில் உள்ளது. இதன்படி நடவடிக்கை எடுக்காமைக்கான பொறுப்பு உள்ளூர் காவல் துறை அதிகாரிக்கு மட்டுமின்றி, மாவட்ட நிர்வாகம், காவல்துறை, உள்துறை மற்றும் தலைமைச் செயலர், அமைச்சர்கள், முதல் அமைச்சர் என அதிகாரக் கோபுரத்தின் உச்சம் வரைக்கும் உண்டு. ஆனால், புதிய சட்டம் இப்பொறுப்பை மாவட்ட அதிகாரியோடு நிறுத்திக்கொள்கிறது.

ஆட்சியிலிருப்பவர்கள் தமக்குச் சாதகமான வழக்குரைஞர்களை நியமித்து குற்றவாளிகளைத் தப்புவிக்க ஏது உண்டு. பெஸ்ட் பேக்கரி வழக்கில் இந்நிலை இருந்ததை உச்ச நீதிமன்றம் சுட்டிக் காட்டிக் கண்டித்தது. பாதிக்கப்பட்டவர்களிடம் கலந்து வழக்குரைஞர்கள் நியமிக்கப்படுதல் குறித்து இப்புதிய வரைவு ஏதும் கூறாதது ஒரு பெரிய குறை.

கலவரங்கள் பரவாமலிருக்கும் பொருட்டு, தகுதியான அதிகாரமுள்ள அமைப்பு ஒன்றிற்கு இச்சட்டம் வழிவகுத்த போதிலும் அதில் பிரதமர், எதிர்க்கட்சித் தலைவர், மனித உரிமை ஆணையத் தலைவர், இரு ஓய்வுபெற்ற மற்றும் பணியிலுள்ள உயர் காவல் அதிகாரிகள் ஆகியோர் பங்கு பெற வேண்டும் என்பது மனித உரிமை ஆர்வலர்களின் கோரிக்கை. இதுவும் புதிய வரைவில் இடம் பெறவில்லை.

வகுப்புக் கலவரங்களைத் தடுப்பதைப் பொறுத்தமட்டில் அதற்குக் காரணமான வெறுப்புப் பேச்சுக்கள், விளம்பரங்கள், சுவரெழுத்துக்கள் ஆகியவற்றை அடையாளம் கண்டு தடுப்பது முக்கியம். இதற்கான வழிமுறைகளும் சட்ட வரைவில் இல்லை. காவல்துறை சீர்திருத்தம் குறித்தும் வரைவு பேசவில்லை.

இக்குறைபாடுகள் உள்ளபோதிலும் பிற அம்சங்களைப்

பொறுத்தமட்டில் ஒரு வரவேற்கத்தக்க வரைவாக இது உள்ளது. வரைவு சட்டமாக்கப்படும்போது இக்குறைபாடுகள் நீக்கப்பட வேண்டும். சமூக அமைதியில் அக்கறை கொண்ட பாராளுமன்ற உறுப்பினர்கள் இதனைக் கருத்திற்கொள்ள வேண்டும்.

இறுதியாக ஒன்று. சட்டம் நிறைவேற்றப்பட்டால் மட்டும் போதாது. அதை உறுதியாக நடைமுறைப்படுத்தும் அரசியல் உறுதி அரசுகளுக்கு இருக்க வேண்டும். உரிய அகக் கட்டுமானங்கள் உருவாக்கப்படுதல் அவசியம். மதக் கலவரங்களைத் தடுப்பதில் கரிசனம் கொண்ட அனைவரும் இதில் கவனமாக இருத்தல் வேண்டும்.

- தினமணி, ஜன. 2006

7. ஆயுதப்படை சிறப்பு அதிகாரச் சட்டம்: மணிப்பூர் விழித்திருக்கும்போது இந்தியா உறங்குகிறது

மணிப்பூருக்கும் நமக்கும் இரண்டு மணி நேர வித்தியாசம். அங்கே சூரியன் உதித்து இரண்டு மணி நேரங்களுக்குப் பின்பே இங்கே அதன் வருகை நிகழ்கிறது. அவர்கள் விழித்து காலைப் பணிகளைச் செய்துகொண்டிருக்கும்போது நாம் இங்கே ஆழ்ந்து துயில்கொண்டிருப்போம். ஆனாலும் IST எனப்படும் இந்திய நேரத்தின்படிதான் அவர்களுக்கும் நேரம் கணக்கிடப்படுகிறது. வேறு வார்த்தைகளில் சொல்வதானால் நமது நேர அளவை அவர்கள் மீது வன்முறையாகச் சுமத்தப்படுகிறது. மணிப்பூரில் இன்று நடந்துகொண்டிருப்பதன் ஒரு குறியீடாக இதைக் காண முடியும்.

1891 வரை மணிப்பூர் மக்களே மணிப்பூரை ஆண்டு வந்துள்ளனர். 1947இல் அவர்கள் தமக்கான அரசியல் சட்டத்தையும் உருவாக்கினார்கள். ஆனாலும் பிற வடகிழக்கு மாநிலங்கள், ஜம்மு காஷ்மீர் மாநிலம் ஆகியவற்றைப் போலவே மணிப்பூர் மக்களும் அவர்களது விருப்பத்தைக் கோராமலேயே இந்திய யூனியனுடன் இணைக்கப்பட்டனர். வாக்கெடுப்பு

நடத்தாமலேயே 1949 செப்டம்பர் 21 அன்று இணைப்பு ஒப்பந்தம் கையெழுத்திடப்பட்டது. அடுத்த 25 ஆம் நாள் அதிகாரமும் கைக்கு மாறியது.

பண்பாட்டு ரீதியாக மட்டுமின்றி வணிக, பொருளாதார ரீதியாகவும் கூட வடகிழக்கு மாநிலங்கள் இந்தியாவைக் காட்டிலும் சீனா, பர்மா (மியான்மர்) முதலிய நாடுகளுடன்தான் அதிகம் தொடர்புடையனவாக இருந்தன. அஸ்ஸாம், அருணாசலப் பிரதேசம், மியான்மர், தென் மேற்கு சீனத்திலுள்ள குன்மிங் மாநிலம் ஆகியவற்றை இணைக்கும் 1726 கி.மீ. நீளமுள்ள 'ஸ்டில் வெல்' சாலையை மீண்டும் திறக்க வேண்டும், வர்த்தகத் தொடர்புகளை ஏற்படுத்த வேண்டும் என்பது இன்றளவும் வட கிழக்கு மாநிலங்களின் கோரிக்கையாக உள்ளது. இதற்கெனவே சென்ற செப்டம்பர் 10, 11 தேதிகளில் அஸ்ஸாம் தலைநகர் கவுஹாத்தியில் ஒரு மாநாடும் நடைபெற்றுள்ளது. இரண்டாம் உலகப் போர் தொடங்கி, பயனில் இருந்த இந்தச் சாலையை இந்திய அரசே மூடியது என்பதும், மீண்டும் திறக்க வேண்டும் என்கிற கோரிக்கைக்கும் அதுவே தடையாக உள்ளது என்பதும் குறிப்பிடத்தக்கன. "எல்லைகள் என்பன வேலிகள் மட்டுமல்ல, கதவுகளும் கூடத்தான்" என்பது இக்கோரிக்கையாளர்களின் முழக்கம்.

அரசியல் சட்டம் 371வது பிரிவின் கீழ் உருவாக்கப்பட்ட இம்மாநிலத்தில் 1950களிலிருந்தே பிரிவினை கோரும் இயக்கங்கள் செயல்பட்டு வருகின்றன. இந்திய அரசோ வழக்கம்போல கடுமையான அடக்குமுறைச் சட்டங்கள், ராணுவ நடவடிக்கைகள் என்பதாக இதனை எதிர்கொண்டு வருகிறது. எனினும் இவற்றின் மூலம் நாகலாந்து, மணிப்பூர், அஸ்ஸாம் மாநிலங்களில் செயல்பட்டு வரும் எண்ணற்ற ஆயுத இயக்கங்களை ஒரு கட்டுக்குக் கொண்டு வருவதற்கு இந்திய அரசால் இயலவில்லை.

1955 முதல் கொடிய அடக்குமுறைச் சட்டங்களை மணிப்பூர் மக்கள் மீது இந்திய அரசு ஏவி வந்துள்ளது. இன்று பற்றியெரிந்து

கொண்டிருக்கும் மணிப்பூர் மாநிலத்தில் போராடிக் கொண்டுள்ள 'அன்பாலுப்' எனப்படும் 32 இயக்கங்கள் இணைந்த கூட்டமைப்பின் முக்கிய கோரிக்கை தற்போது அமலில் உள்ள 'ஆயுதப் படைகள் அஸ்ஸாம், மணிப்பூர், சிறப்பு அதிகாரச் சட்டம் (1958)' நீக்கப்பட வேண்டும் என்பதே. 45 ஆண்டுகளாக அமலில் உள்ள இச்சட்டம் மணிப்பூரி மக்களுக்கு எதிராக அபரிமிதமான அதிகாரங்களை இராணுவத்திற்கு வழங்குகிறது. எந்த ஒரு வீடு அல்லது கட்டிடத்திற்குள்ளும் புகுந்து தேட, சந்தேகமான இடங்களை அழிக்க, வாரண்ட் இல்லாமல் கைது செய்து வைத்திருக்க, எச்சரிக்கை செய்யாமல் சுட்டுக் கொல்ல இராணுவத்திற்கு இச்சட்டம் அதிகாரம் அளிக்கிறது. இராணுவம் செய்த குற்றங்களுக்காக மாநில அரசு விசாரணை ஏதும் நடத்தினால் அதில் கலந்துகொள்ள மறுக்கும் உரிமையும் இராணுவத்திற்கு வழங்கப்பட்டுள்ளது. கடந்த ஜனவரி முதல் ஜூன் முடிய ஆறு மாதங்களில் 32 பேர்களை இராணுவம் சுட்டுக் கொன்றுள்ளது.

கொல்லப்பட்ட 32வது நபர் தங்ஜம் மனோரமா. 32வயதுள்ள இப்பெண்ணை சென்ற ஜூலை 10 இரவில் வீடு புகுந்து தாய் மற்றும் சகோதரர் முன்னே சித்திரவதை செய்து இழுத்துச் சென்றது அஸ்ஸாம் ரைபில்ஸ் ராணுவம். நான்கு மணி நேரங்களுக்குப் பின்பு பாலியல் வன்முறைக்குள்ளான அடையாளங்களுடனும் எட்டுத் துப்பாக்கிக் குண்டு காயங்களுடனும் மனோரமாவின் உடல் வயலொன்றில் வீசி எறியப்பட்டது.

கொந்தளித்து எழுந்தது மணிப்பூர். ஜூலை 15ஆம் தேதி அன்று 'அஸ்ஸாம் ரைபில்ஸ்' இன் தலைமையகமான காங்லா கோட்டை முன்பு 'மெய்ரா பெய்பி' என்னும் பெண்கள் அமைப்பைச் சேர்ந்த 40 பெண்கள் திரண்டனர். அவர்களில் பன்னிருவர் தம்மை முழு நிர்வாணப்படுத்திக்கொண்டு "இந்திய ராணுவமே எம்மைக் கற்பழி" என முழங்கியபோது உலகம் அதிர்ந்தது. அய்ம்பதாண்டுகளாக மணிப்பூரில் நிகழ்ந்து வரும் அநீதிகள் உலகின் கவனத்திற்கு வந்தன.

மணிப்பூர் பெண்களுக்கு நீண்ட நெடிய போராட்ட வரலாறு உண்டு. இன்றும் மணிப்பூரின் பொருளாதாரத்திலும் சந்தையிலும் அவர்களின் பங்கு கணிசமானது. தென் ஆசியாவிலேயே மிகப் பெரிய பெண்களின் சந்தை என மணிப்பூர் குறிப்பிடப்படுகிறது. அன்றைய மன்னர் மற்றும் அவரது பிரிட்டிஷ் ஏஜண்ட் ஆகியோருக்கு எதிராக 1939இல் நடத்தப்பட்ட போராட்டம் குறிப்பிடத்தக்கது. "நுபி லான் அல்லது பெண்களின் யுத்தம்" என்பது அதன் பெயர். கட்டாய உழைப்பு, வரிக் கொடுமை ஆகியவற்றிற்கு எதிராகவும் 1904 இல் பிரிட்டிஷ் ஆட்சிக்கு எதிராகவும் அவர்கள் போராடியுள்ளனர். அந்த நீண்ட பாரம்பரியத்தின் தொடர்ச்சியாகவே இன்றைய இந்தப் போராட்டத்தையும் நாம் காண வேண்டும்.

மணிப்பூரில் இப்படி நடப்பது முதலாவது நிகழ்ச்சியல்ல. மனோரமா கொலை தொடர்பாக மாநில அரசு நியமித்துள்ள கமிஷனின் தலைவர் நீதிபதி உபேந்திராவுக்கும் இதில் முதலனுபவமல்ல. ஏற்கனவே நடைபெற்ற இதுபோன்ற பத்து நிகழ்ச்சிகள் தொடர்பான விசாரணை ஆணையங்களுக்குத் தலைமை தாங்கியவர் அவர். எதிலும் குற்றவாளிகள் இதுவரை தண்டிக்கப்பட்டதில்லை. சுதந்திர இந்தியாவில் நியமிக்கப்பட்ட எந்த விசாரணைக் கமிஷன் அறிக்கைகளின் அடிப்படையில் தான் குற்றவாளிகள் தண்டிக்கப்பட்டுள்ளனர்? 1996 மார்ச் 3ஆம் தேதி அன்று பிஷன்பூர் மாவட்டத்தில் எந்தக் காரணமும் இன்றி ஒரு வீட்டிற்குள் புகுந்து சி.ஆர். பி.எப். படைகள் சுட்டதில் அபினா தேவி என்ற பெண் கொல்லப்பட்டார். அவளது குழந்தை அபெம் இன்றும் குண்டடிக் காயங்களுடன் வாழ்ந்து கொண்டிருக்கிறது. குற்றவாளிகளுக்குக் கொடுக்கப்பட்ட தண்டனை என்ன தெரியுமா? காஷ்மீருக்கு இடமாற்றம். அங்கே போய் இவர்கள் இப்படியான அத்துமீறல்களைச் செய்யலாம் என்பதா இதன் பொருள்?

மனோரமா சந்தேகத்திற்குரிய நபர். 'மக்கள் விடுதலைப் படை' என்கிற தடை செய்யப்பட்ட இயக்கத்தின் உறுப்பினர். தப்பி ஓடும்போதே சுடப்பட்டார். அவர் பாலியல் வன்முறை

செய்யப்படவில்லை என்கிறது அஸ்ஸாம் இராணுவம். அவர் தடை செய்யப்பட்ட இயக்கத்தின் உறுப்பினர் அல்ல. அவர் அணிந்திருந்த அஸ்ஸாமிய மரபு வழி உடையான பேனக்குடன் அவர் நீண்ட தூரம் ஓடியிருக்க வாய்ப்பில்லை. அப்படியே ஓடியிருந்தாலும் ஆயுதங்களற்ற அந்தப் பெண்ணை குண்டுகளைப் பாய்ச்சிக் கொல்ல வேண்டுமா? தடயவியல் ஆய்வில் அவரது உடையில் விந்துக் கறை இருந்தது தெரிய வந்துள்ளது. எனவே கொல்லப்படுமுன் அவர் பாலியல் வன்முறைக்கு உள்ளாக்கப்பட்டதே உண்மை என்கின்றனர் போராடுகிற மக்கள்.

மாநில அரசு நடத்துகிற விசாரணையில் பங்கு பெற மறுக்கும் உரிமையைப் பயன்படுத்தி ராணுவத்தினர் உபேந்திரா கமிஷனைக் கேலிக்கூத்தாக்குகின்றனர். அஸ்ஸாம் படையினர் விசாரணைக் கமிஷனில் பங்கு பெறாதிருக்க அனுமதி அளிக்குமாறும் விசாரணைக் கமிஷனுக்குத் தம்மை விசாரிக்க அதிகாரமில்லை என அறிவிக்குமாறும் உயர் நீதிமன்றத்தை அவர்கள் அணுகியுள்ளனர். இவ்வாறு நீதிமன்றத்தை அணுகுவதற்கு பாதுகாப்பு அமைச்சர் பிரணாப் முகர்ஜி அனுமதி அளித்துள்ளது குறிப்பிடத்தக்கது.

இராணுவத்தின் இந்நாள் தளபதி ஜெனரல் விஜ் மற்றும் முன்னாள் தளபதி வி.பி.மாலிக் ஆகியோர் அஸ்ஸாம் இராணுவத்தை மணிப்பூரிலிருந்து திரும்பப் பெற இயலாது எனக் கூறியுள்ளனர். பிரிவினை இயக்கங்கள் பெரிய அளவில் மக்களிடம் நிதிப் பறிப்புகளை மேற்கொள்கின்றனர். தவிரவும் மணிப்பூரிலிருந்து இராணுவத்தை வெளியேற்றினால் பிற வடகிழக்கு மாநிலங்களிலும், ஜம்மு காஷ்மீரிலும் இதேபோன்ற கோரிக்கைகள் வைக்கப்படும் என்று ராணுவம் ஒரே குரலில் பேசுகிறது. கிட்டத்தட்ட காங்கிரஸ் அரசின் கொள்கையும் இதுவாகத்தான் இருக்கிறது. தீவிரமான நடவடிக்கைகள் மேற்கொண்டு போராட்டத்தை ஒடுக்காமல் காங்கிரஸ் அரசு வேடிக்கை பார்க்கிறதா? எனக் கேட்கிறது பா.ஜ.க (இந்து, ஆக 24). இப்படியான கோரிக்கை ஒன்றை வைக்கும் பெருமை

உலகில் வேறெந்த எதிர்க்கட்சிக்கு இருக்கும்!

காங்கிரஸ் தலைமையில் மாநிலத்தை ஆளும் கூட்டணி அரசின் முதல்வர் இபோபி சிங் மணிப்பூர் தலைநகரத்தில் மட்டும் ஆயுதப் படைகள் சட்டத்தை வாபஸ் பெற்றதாக அறிவித்ததை மத்தியில் உள்ள காங்கிரஸ் அரசு ஏற்கவில்லை. உள்துறை அமைச்சர் சிவராஜ் பட்டீல் செப்டம்பர் 17வரை மணிப்பூர் பக்கம் தலைகாட்டவில்லை. சட்டத்தை வாபஸ் வாங்க இயலாது என்கிறார். அஸ்ஸாம் ராணுவத்தை வேண்டுமானால் திரும்பப் பெறலாம் என்கிறார். ஆனால் பாதுகாப்பு அமைச்சர் பிரணாப் முகர்ஜியோ இராணுவத்தைத் திரும்பப் பெற முடியாது என்கிறார். காங்கிரஸ் இரட்டை வேடம் போடுகிறது.

இதற்கிடையில் சுதந்திர தினத்தன்று பேபம் சித்தரஞ்சன் என்கிற மாணவர் தலைவர் சட்டத்தை வாபஸ் பெற வேண்டும் என்கிற கோரிக்கையை வற்புறுத்தித் தன்னைத் தீயில் மாய்த்துக் கொண்டார். இதே கோரிக்கைக்காக இரோம் ஷர்மிலா என்கிற பெண் கவிஞர் நான்கு ஆண்டுகளாக உண்ணாவிரதம் இருந்து வருவது குறிப்பிடத்தக்கது. கட்டாயமாக அல்லது மூக்கின் வழியே திரவ உணவைச் செலுத்துவதை மட்டுமே அரசு செய்து வருகிறது. தீவிர இயக்கங்கள் இந்தி மொழிப் படங்களைத் தடைசெய்துள்ளன. வெளிமாநிலத்தில் தயாரித்த குளிர்பானங்களுக்கும் தடை. தேசிய நெடுஞ்சாலைகள் 39 மற்றும் 53 ஆகியவற்றில் பஸ்கள், ட்ரக்குகள் ஓடாது எனவும் அபுன்பாலும் அறிவித்துள்ளது (நியூ இந்தியன் எக்ஸ்பிரஸ், செப்டம்பர் 20). ஆனால் நிலைமை கட்டுக்குள் வந்துவிட்டது என்கிறார் இபோபி சிங். பேச்சுவார்த்தைக்குத் தயார் என்றால் முதலில் மாநில முதல்வருடன் பேசட்டும் எனத் திமிராகப் பதிலளிக்கிறார் சிவராஜ் பட்டீல். மக்களின் ஏற்போடு போராட்டம் தொடரும் என அபுன்பாலுப் அறிவித்துள்ளது (செப். 22).

19க்கும் மேற்பட்ட ஆயுதம் தாங்கிய விடுதலை இயக்கங்கள் - மணிப்பூரில் இயங்குகின்றன. இவற்றில் ஐந்து முக்கிய

அமைப்புகள் பொடா சட்டத்தின் கீழ் தடைசெய்யப்பட்டுள்ளன. மணிப்பூரில் குறைந்தபட்சம் ஐந்து பழங்குடியினர் வாழ்கின்றனர். குகி, பெய்பி, சோ, ஹமர் என்போர் மலைப் பகுதிகளிலும், சமவெளிகளில் மெய்டிகளும் வாழ்கின்றனர். ஒவ்வொரு குழுவும் தனக்கான ஆயுதம் தாங்கிய படைகளைக் கொண்டுள்ளன. மணிப்பூர், அருணாசலப் பிரதேசம், நாகாலாந்து, மியான்மர் ஆகிய பகுதிகளிலுள்ள நாகர் இன மக்கள் பெரும்பான்மையாக வசிக்கும் மாவட்டங்களை இணைத்து 'நாக தேசம்' ஒன்றை உருவாக்க வேண்டும் என்கிற என். எஸ். சி. என். (அய்சக் முவையா பிரிவு) மற்றும் 'ஹோ ஹோ' இயக்கங்களை மணிப்பூர் இயக்கங்கள் எதிராகப் பார்க்கின்றன. அவர்களுடன் பேச்சுவார்த்தை நடத்தி பாங்காக் ஒப்பந்தத்தை வாஜ்பேயி அரசு உருவாக்கியபோது அதற்கெதிராக மிகப்பெரிய கலவரம் ஒன்று மெய்ட்டிகள் தலைமையில் மணிப்பூரில் (ஜூன் 4, 2001) நடந்தது குறிப்பிடத்தக்கது. இதனால் இப்போர் நிறுத்த ஒப்பந்தம் மணிப்பூரிலுள்ள நாகர் பகுதிகளுக்குப் பொருந்தாது என வாஜ்பேயி அரசு அறிவிக்கவேண்டியதாயிற்று.

ஆயுதம் தாங்கிய தேசிய இயக்கங்கள் மேற்கொள்ளும் வழக்கமான மக்கள் விரோதச் செயல்களுக்கு மணிப்பூரும் விலக்கல்ல. ஒருவரை ஒருவர் தாக்குதல், ஆட்களைக் கடத்துதல், 'காப்பு நிதி' எனப் பெருந்தொகைகளை மக்களிடம் வசூலித்தல் முதலியன இவற்றில் சில. 1992 - 2000 ஆண்டுகளுக்கிடையில் சுமார் 1000 சிவிலியன்களை இவர்கள் கொன்றுள்ளனர் என்று சொல்லப்படுகிறது.

இயக்கங்களை விமர்சித்த இரு பத்திரிகையாளர்களும் கொல்லப்பட்டுள்ளனர். ராணுவத்தைத் தாக்கிவிட்டு ஓடுவது, பின்னர் ராணுவம் வந்து அப்பாவி மக்களைக் கொல்வது என்பன போன்ற செயல்களுக்கும் பஞ்சமில்லை. மணிப்பூரில் பெண்கள் மரபு வழி உடைகளை மட்டுமே அணிய வேண்டும் என ஆணையிடுவது போன்ற 'கலாச்சார போலீஸ்' நடவடிக்கைகளையும் இயக்கங்கள் மேற்கொள்கின்றன. இதை அங்குள்ள பெண்கள் அமைப்புகள் எதிர்க்கின்றன.

எளிய தீர்வுகளைச் சொல்லிவிடக் கூடிய பிரச்சினை அல்ல இது. எப்படியாயினும் இன்று போராடுகிற மக்களின் கோரிக்கைகள் முற்றிலும் நியாயமானவை. படைகள் திரும்பப் பெற வேண்டும். ‘ஆயுதப் படைகள் சிறப்பு அதிகாரச் சட்டம்’ உடனடியாக மீளப் பெறுதல் அவசியம். நெருக்கடி நிலை அறிவிக்க வேண்டுமானால் கூட பாராளுமன்ற ஒப்புதல் பெறவேண்டும். ஆறு மாதங்களுக்கு மேல் அது செல்லாது என்றெல்லாம் நிபந்தனைகள் உள்ளன. ஆனால், 45 ஆண்டு காலமாக இத்தகைய நிபந்தனைகள் ஏதுமின்றி நெருக்கடி நிலை அஸ்ஸாம் மக்கள் மீது திணிக்கப்பட்டிருக்கிறது. இது ஒரு ‘நெருக்கடி நிலை உலகம்’ என்கிற ஜியார்ஜியோ அகம்பனின் கூற்றுதான் நினைவுக்கு வருகிறது. பண்டைய ஏதென்சில் ஒரு சாராருக்கு குடிமக்கள் என்கிற தகுதி கிடையாது. அவர்கள் ‘புனிதமானவர்கள்’. அவர்களை யார் வேண்டுமானாலும் பலி கொடுக்கலாம். ‘ஹோமோ சேக்கர்’ என அவர்களைக் குறிப்பிடுவர். அந்தப் புனிதமானவர்களின் உடலும் வாழ்வும் அவர்களுக்குச் சொந்தமில்லை. அந்த வகையில் மணிப்பூரிகள் அனைவரையும் புனிதமானவர்களாக ஆக்கிவிட்டது இந்திய அரசு.

மணிப்பூரிகள் விழித்துக்கொண்டுவிட்டனர். இந்தியா தூங்கிக் கொண்டிருக்கிறது.

– மக்கள் களம், செப்டம்பர் 2005

8. பொடா:
சிறைக்குள்ளும் போராடும் பொடாக் கைதிகள்

பொடா சட்டத்தின் கீழ் யார் யாரையெல்லாம் தமிழக அரசு கைது செய்தது என ஒரு சராசரித் தமிழரைக் (நமது எழுத்தாள நண்பர்களையும் சேர்த்துத்தான்) கேட்டால் வைகோ, பழ.நெடுமாறன், நக்கீரன் கோபால் என்பார்கள். சிலர் சுப. வீரபாண்டியனையும் நினைவில் வைத்துச் சொல்லக்கூடும். ஆனால் 42 பேர் பொடா சட்டத்தின் கீழ் தமிழக அரசால் கைது செய்யப்பட்டனர். இவர்களில் வைகோ உள்ளிட்ட மிகச் சிலரே கடும் சட்டப் போராட்டங்களுக்கும் நீண்ட சிறைவாசத்திற்குப் பின்னும் பிணையில் விடுதலை செய்யப் பட்டுள்ளனர். மற்றவர்கள் இன்னும் சிறையில். எப்போது விடுதலை செய்யப்படுவார்கள் என்கிற நம்பிக்கை இவர்களுக்கு அறிவிப்பார் யாருமில்லை.

மய்ய அரசு இப்போது 'பொடா சட்டத்தை' நீக்கியுள்ளது. எனினும் முன் தேதியிட்டு நீக்கப்படவில்லை என்பதால் ஏற்கனவே கைது செய்யப்பட்டவர்கள் அச்சட்டத்தின் கொடிய பிரிவுகளின் கீழ் கம்பிகளுக்குள் முடங்கவேண்டியதுதான்.

இந்த 42 பேர்களுள் 24.10.02 இல் தருமபுரி மாவட்டத்தில் கைது செய்யப்பட்ட 27 ஆர்.ஒய்.எல். என்கிற நக்சலைட்

அமைப்பைச் சேர்ந்தவர்களும் அடக்கம். இவர்களில் ஆறு பேர் பெண்கள், இருவர் சிறுவர்கள். சிவா என்கிற இளைஞரைச் சுட்டுக் கொன்றுவிட்டு இந்த 27 பேர்களையும் காவல்துறையினர் கைது செய்தனர். சில நாட்டுத் துப்பாக்கிகள் தவிர அவர்களிடம் பெரிய ஆயுதங்கள் ஏதுமில்லை. அவர்கள் கைது செய்யப்பட்டபோது 'பொடா சட்டம்' அமலிலும் இல்லை. இது தொடர்பாகச் சென்ற உண்மையறியும் குழு இவர்கள் தேவையில்லாமல் 'பொடா' சட்டத்தின் கீழ் சிறை வைக்கப்படும் அபாயத்தைச் சுட்டிக் காட்டியது. எனினும் தமிழகக் காவல்துறையினர் பின்னர் அவர்களைப் பொடா சட்டத்திற்குள் கொண்டு வந்தனர். ஹரிபாபு, ராகுல் என்கிற இரு இளம் வழக்கறிஞர்கள் மேற்கொண்ட சட்டப் போராட்டங்களின் விளைவாக பகத்சிங், பிரபாகரன் என்கிற இரு சிறுவர்கள் மட்டும் உயர் நீதிமன்றக் கண்டனத்திற்குப் பின்பு பிணையில் விடுவிக்கப்பட்டனர். மற்ற 25 பேர்களும் 21 மாதங்களாகச் சிறையில்.

சிறைக்குள்ளும் இவர்களின் உறுதியைக் குலைக்க கடும் முயற்சிகள். குறிப்பாக வேலூர் பெண்கள் சிறப்புச் சிறையில் அடைக்கப்பட்ட ஆறு பெண்களும் சொல்லொணாத் துன்பங்களுக்கு உள்ளாக்கப்பட்டனர். மூளைக்கட்டி நோயால் அவதியுற்ற ஒரு பெண்ணுக்கு உரிய சிகிச்சையும் அளிக்கப்படவில்லை. வெளியிலிருந்து இவர்களுக்காகக் குரல் கொடுக்க வலுவான இயக்கங்களோ, சட்டப் போராட்டங்களை மேலெடுத்துச் செல்ல உரிய நிதி ஆதாரங்களோ இல்லை.

இந்நிலையில் 'பொடா' சட்டத்தை முன் தேதியிட்டுத் திரும்பப் பெற வேண்டும் என்ற கோரிக்கையை முன்வைத்து சென்னை மத்திய சிறையில் இருந்த மணிவாசகம், விநாயகம், சதீஷ் குமார், சுரேஷ் குமார், தங்க பாண்டியன், சக்திவேல் ஆகிய ஏழு பேர் சென்ற ஆகஸ்டு 26ஆம் தேதியிலிருந்து உண்ணாவிரதம் தொடங்கினர். துரை சிங்காரவேல், பழனிச்சாமி, மாதையன், ரவி ஆகியோர் செப்டம்பர் 2 முதல் போராட்டத்தில் இணைந்துகொண்டனர். இதே நேரத்தில் வேலூர் சிறையில்

ஆனந்தி, ரீட்டா மேரி, ரீனா ஜாய்ஸ் மேரி என்கிற மூன்று பெண் கைதிகள் ஆகஸ்டு 28 முதல் உண்ணாவிரதம் தொடங்கினர்.

அரசோ அதிகாரிகளோ யாரும் இதைக் கண்டுகொள்ளவில்லை. உண்ணாவிரதம் இருந்தவர்களின் உடல்நிலை சீர்கெட்டது. விநாயகம், சதீஷ் மற்றும் பெண்கள் ரத்த வாந்தி எடுக்கத் தொடங்கினர். உண்ணாவிரதக் கைதிகளுக்குப் போர்வைகூட இல்லாமல் 'கன்டெம்' சிறையில் அடைத்தது சென்னைச் சிறை நிர்வாகம். ஹரிபாபு உயர் நீதிமன்றத்தில் தொடுத்த வழக்கொன்றின் அடிப்படையில் 3 டாக்டர்களை அனுப்பி இவர்களது உடல்நிலையைப் பரிசோதித்து வரவேண்டும் என்ற ஆணையை நீதிபதிகள் பி.கே.மிஸ்ரா, கே.பி.சிவசுப்பிரமணியம் ஆகியோர் வழங்கினர். மருத்துவர் குழு அவர்கள் நன்றாகவே உள்ளதாகச் சொன்னபோதும் அவர்களின் உடல்நிலை மேலும் சீர்கெட்டது.

இந்நிலையில் இந்திய அளவிலான சிவில் உரிமை இயக்கங்கள் இப்பிரச்சினையைக் கணக்கில் எடுத்துக்கொண்டன. ஓய்வுபெற்ற நீதிபதி ரஜிந்தர் சச்சார் மத்திய உள்துறை அமைச்சர் சிவராஜ் பாடீலைச் சந்தித்தார். பயனில்லை. இரக்கமற்ற அரசுகளின் பிடிவாதத்திற்கு இந்த இளைஞர்களின் உயிர்கள் பலியாகக்கூடாது என்கிற அடிப்படையில் உண்ணாவிரதப் போராட்டத்தை நிறுத்திக்கொள்ள வேண்டுமென ஒரு வேண்டுகோள் இவர்கள் சார்பாக விடப்பட்டது. நேரில் இதைத் தெரிவிப்பதற்காக ரஜிந்தர் சச்சார் உட்பட 13 மனித அமைப்புப் பிரதிநிதிகள் சிறைக்குச் சென்று போராடுபவர்களைச் சந்திக்க என சென்ற செப்டம்பர் 13 அன்று சென்னை உயர் நீதிமன்றம் அனுமதியளித்தது.

இந்த அடிப்படையில் சென்ற 14ஆம் தேதி காலை 11 மணியளவில் சச்சார், அ.மார்க்ஸ், சுகுமாரன், இளம்பரிதி, நிறைமதி, வழக்கறிஞர்கள் சங்கரசுப்பு, சுதா இராமலிங்கம், விஜயகுமார், ஹரிபரந்தாமன், ராகுல், ஹரிபாபு ஆகியோர் அடங்கிய குழு சென்னை மத்திய சிறைக்கும் வழக்கறிஞர்கள் செங்கொடி, பாலு, பால் சத்தியசீலன் ஆகியோர் வேலூர்

சிறைக்கும் சென்று உண்ணாவிரதப் போராளிகளைச் சந்தித்தனர்.

தொடர்ந்த வற்புறுத்தலுக்குப் பின்னர் இக்குழுவினர் அளித்த உறுதிமொழி ஒன்றின் அடிப்படையில் அவர்கள் உண்ணாவிரதத்தை நிறுத்துவதற்கு ஒப்புதல் அளித்தனர். நீதிபதி சச்சார் அவர்கள் எல்லோருக்கும் இளநீர் வழங்கினார்.

நாங்கள் அளித்த உறுதிமொழி இதுதான்: "உங்கள் கோரிக்கைக்காக நாங்கள் வெளியிலிருந்து போராடுவோம். உங்கள் உயிர்கள் இழக்கத்தக்கவையன்று. தயவுசெய்து போராட்டத்தை நிறுத்துங்கள்."

அவர்கள் நம்பிக்கொண்டிருக்கிறார்கள். ஆனால் மனித உரிமை அமைப்புகள் என்ன செய்துவிட முடியும்? தஞ்சைத் தமிழ்ப் பல்கலைக்கழக இலக்கியத் துறைத் தலைவர் பேரா. நெடுஞ்செழியன் ஒன்றரை ஆண்டு காலமாகக் கர்னாடகச் சிறையில் அடைபட்டுள்ளார். என்ன செய்துவிட்டோம்? எந்த அரசியல் தலைவரும் இன்னும் விடுவிக்கப்படாத 'பொடா' கைதிகளுக்காக அறிக்கைகள் விடவில்லை என்பது குறிப்பிடத்தக்கது. கடைசியாக வைகோ மட்டும் "முன் தேதியிட்டு பொடா சட்டம் வாபஸ் பெறப்பட வேண்டும்" என்று கேட்டுக்கொண்டார். இது அவருக்கான கோரிக்கையாகவும் இருந்தது. அவரும் பொடா சட்டத்தால் பாதிக்கப்பட்டவர் என்பதை அறிவோம்.

மிலன் குந்தேரா சொல்வார்: "நமது உடல், இனம், மொழி, நாடு, பெற்றோர், எதுவும் நம்மால் தீர்மானிக்கப்பட்ட ஒன்றல்ல. நமது தேர்வுகளுக்கு அப்பால் நம்மீது திணிக்கப்பட்டவை. பல்வேறு சாத்தியங்கள் மிக்க அகன்ற உலகு நமக்கு அளிக்கப்பட்டிருப்ப தொன்றே ஒரே ஆறுதல்." அந்த அகன்ற உலகும் இவர்களுக்கு 21 மாதங்களாக மறுக்கப்பட்டுவிட்டது.

– உயிர்மை அக், 2004

1. சிறைபடுதல் குறித்து நாம் எல்லோரும் எப்போதாவது

யோசித்து இருக்கிறோமா? ஆயுதப் படைகள் சிறப்பு அதிகாரச் சட்டத்தை வாபஸ் பெற வேண்டும் என இரோம் சர்மிலா என்கிற இளம்பெண் கவிஞர் நான்கு ஆண்டுகளாக உண்ணாவிரதம் இருப்பது இந்தக் கட்டுரை எழுதப்பட்ட காலத்தில் ஒரு முக்கிய செய்தியாகவே உருப்பெறவில்லை என்பது குறிப்பிடத் தக்கது.

2. இந்தக் கட்டுரை எழுதப்பட்டு சுமார் ஓராண்டுக்குப் பின் ஆறு பெண் பொடா கைதிகள் மட்டும் பிணையில் விடுவிக்கப்பட்டனர். அடுத்த ஒன்றரை ஆண்டுகளுக்குப் பின் மேலும் 10 தோழர்களைப் பிணையில் விடுதலை செய்ய நீதிமன்றம் ஆணையிட்டது. தற்போது எல்லோரும் பிணையில் விடுவிக்கப்பட்டுள்ளனர். எனினும் இன்னும் அவர்கள் மீதான வழக்கு விசாரணை முடியவில்லை. இன்றும் அவர்கள் பிணையில் வந்துள்ள பொடா கைதிகளாகவே தொடர்கின்றனர் *(அ.மா. பிப்ரவரி 1, 2022).*

9. குடிமைச் சமூகம்: பல்வேறு நலன்கள் மோதுகிற களம்

குடிமைச் சமூகம் என்னும் கருத்தாக்கம் புராதனக் காலத்திலிருந்து புழக்கத்திலுள்ள ஒன்று. புராதன ரோம் நாகரிகத்தில் *Civic Societies* என்பன நகர் சார்ந்த (நாகரிக) அரசியல் சமூகத்தில் வாழ்ந்தவர்களைக் குறித்தது. சமூக நன்மைக்காய் பணியாற்றுகிற அரசை இவர்கள் நிறுவுகின்றனர். எனவே 'சிவில்' என்பது குடும்பம் - தனிப்புலம் *(Private | domestic)* என்பதைத் தாண்டிய அகன்ற வடிவத்தில் பொருள் கொள்ளப்படுகிறது. அரசு சிவில் சமூகத்திற்கு எதிர்நிலையாகக் கருதப்படாமல் அதன் ஒரு கருவியாக அணுகப்படுகிறது.

பதினெட்டாம் நூற்றாண்டு வரை 'அரசு', 'சிவில் சமூகம்', 'அரசியல் சமூகம்' ஆகியன பெரிதும் வேறுபடுத்திப் பார்க்கப்படாமல், சில நேரங்களில் ஒரே பொருளில் கூடப் பயன்படுத்தப்பட்டு வந்தன. கான்ட், ஹ்யூம், ரூஸோ, ஹாப்ஸ் ஆகியோரிடம் இதைக் காணலாம்.

அரசையும் சிவில் சமூகத்தையும் எதிர் எதிராக வைத்துப் பார்க்கும் நிலையை ஆடம் ஃபெர்கூசன், தாமஸ்பெய்ன்,

ஹெகல், லாக், டாக்யோவிலி ஆகியோரிடம் காணலாம். எதேச்சதிகாரத்திற்கு எதிராக சிவில் சமூக நிறுவனங்களை உருவாக்குதல் பற்றி ஃபெர்கூசன் பேசுகிறார். சிவில் சமூகத்தின் எதிர்பார்ப்புகளான சமத்துவம், சனநாயகம் ஆகியவற்றிற்குத் தடையாக அரசு அமைவதை பெய்ன் சுட்டிக் காட்டுகிறார். சனநாயக முறையில் தேர்ந்தெடுக்கப்பட்ட அரசுகூட சிவில் சமூகத்தை ஒடுக்கக்கூடிய சாத்தியத்தை டாக்யோவிலி எச்சரித்தார்.

இயங்கியல் சிந்தனையாளர்களாகிய வில்ஹெம் ஹெகலும், கார்ல் மார்க்சும் சிவில் சமூகத்தின் சிதறுண்ட தன்மையை, மோதுகின்ற எதிரெதிர் நலன்களின் இணைவாக இருக்கும் நிலையைச் சுட்டிக் காட்டினர். நவீன முதலாளிய சமூகத்தின் வெளிப்பாடுகளில் ஒன்றே சிவில் சமூகம். அதற்கு முந்தைய வடிவங்களில் (எ.டு. நிலமான்ய அடிமைச் சமூகங்கள்) சமூகத்தில் நிலவும் ஏற்றத்தாழ்வுகள் அரசிலும் பிரதிபலித்தன. நவீன அரசுகளில்தான் சமூக நிலையில் தாழ்ந்த மட்டத்தில் இருக்கும் ஒருவர் கூட அரசியல் சமூகத்தில் (அதாவது அரசில்) உயர் நிலையை அடையும் வாய்ப்பு கோட்பாட்டு அளவிலாவது ஏற்றுக்கொள்ளப்படுகிறது. குடும்பம், உற்பத்திச் சங்கங்கள் (*guilds*), மத அமைப்புகள் ஆகியவற்றிலிருந்து பிரிந்து தனி மனிதன் பொருளாதாரக் களத்தில் செயல்படும் நிலை இப்போதுதான் உருவாகிறது. அரசு உருவாக்கும் சட்டங்கள் மட்டுமே அவனைக் கட்டுப்படுத்துகின்றன. குடும்பம், வர்க்கம், சாதி, அரசு ஆகியவற்றால் தீர்மானிக்கப்படாத உறவுகள் அமைகிற சிவில் சமூகத்திற்கான வாய்ப்பு அமைகிறது.

எனினும் ஹெகலுக்கும் மார்க்சுக்கும் இடையிலான ஒரு முக்கிய வேறுபாடு இங்கே கருதத்தக்கது. முற்றுண்மையான, சர்வ வியாபகமான கருத்தின் வெளிப்பாடாக அரசைக் கருதுகிற ஹெகல் சிவில் சமூகத்தின் முரண்பாடுகளைச் சீராக்கும் கருவியாக அரசை முன்வைப்பார். கருத்து முதல் சிந்தனையை ஏற்காத மார்க்ஸ் ஹெகலின் இக்கருத்தைத் தலைகீழாகக் கவிழ்ப்பார். அரசே மோதல்களைச் சீராக்கும்

கருவி என்பதற்குப் பதிலாக மோதல்களின் விளைபொருளே அரசு என்பார் மார்க்ஸ். இம்மோதல்களின் விளைவாக புரட்சிகர மாற்றங்கள் நிகழும்போது அரசு தூக்கி எறியப்படும். அரசு உதிரும் என்கிறது மார்க்சியம்.

ஹெகலியத் தாக்கத்திலிருந்து விடுபட்ட பிந்தைய மார்க்ஸ் சிவில் சமூகம் என்கிற கருத்தாக்கத்திற்கு அதிகம் அழுத்தம் கொடுக்கவில்லை. பதிலாக உற்பத்தி முறை, வர்க்கப் போராட்டம் ஆகிய சொல்லாடல்களை அவர் முன்வைத்தார்.

மார்க்சியப் பாரம்பரியத்தில் சிவில் சமூகம் என்கிற கருத்தாக்கத்திற்குப் புதிய பரிமாணம் சேர்த்தவர் அந்தோனியோ கிராம்சி. சிவில் சமூகத்தில் செயற்படும் நிறுவனக் கட்டமைவுகளின்பால் அவர் கவனத்தை ஈர்த்தார். கல்விமுறை, மத அமைப்புகள், தொடர்புச் சாதனங்கள் முதலான நிறுவனங்கள் முக்கியமானவை. பின்னாளில் அவற்றை அல்துஸர் கருத்தியல் (அரசு) கருவிகள் என்று வகைப்படுத்தியது குறிப்பிடத்தக்கது. ஆளும் கருத்தியல், எதிர்க்கருத்தியல்கள் உள்ளிட்ட பல்வேறு கருத்தியல்களும் மேற்குறித்த கருத்தியல் சார் கருவிகளும் சந்திக்கும் புள்ளியே சிவில் சமூகம். இது தனது உறுப்பினர்கள் மத்தியில் பல்வேறு அம்சங்களில் கருத்தொருமிப்பை உற்பத்தி செய்கிறது. ஏதேனும் ஒரு கருத்தியல் மேலாண்மை உருப்பெறுகிறது. வன்முறை அல்லது வற்புறுத்தலின் விளைவாக இம்மேலாண்மை உருப்பெறுவதில்லை. மேலாண்மை பெற்ற இக்கருத்தியல் அரசியல் சமூகத்தைத் (அரசை) தாங்கி நிலைநிறுத்துகிறது. இந்த அரசியல் சமூகம் வன்முறையான / வற்புறுத்துகிற அரசு கருவிகளைத் (காவல்துறை, சட்டம், அரசு நிர்வாகம், நீதிமன்றம்) தன்னகத்தே கொண்டுள்ளது.

எனவே புரட்சிகரமான ஓர் மாற்றம் வேண்டுபவர்கள் முதலில் சிவில் சமூகத்திற்குள் தனது கருத்தியலை மேலாண்மை (*Hegemony*) பெறச் செய்ய வேண்டும். கருத்தியல் போராட்டங்களுக்கும், அறிவுஜீவிகளுக்கும் கிராம்சியின் கருத்தாக்கத்தில் முக்கிய பங்கு

அளிக்கப்படுகிறது. சிவில் சமூகத்திற்கும் அரசுக்கும் உள்ள நெருக்கம் கிராம்சியின் வரையறையில் முக்கியம் பெறுகிறது.

இருபதாம் நூற்றாண்டின் இறுதிப் பகுதியில் விசுவரூபம் கொண்ட உலகமயம் தேசிய இறையாண்மைகளைக் கேள்விக்குள்ளாக்கியுள்ளது. இன்றைய புதிய தாராளவாதச் சிந்தனையாளர்கள் மீண்டும் சிவில் சமூகம் குறித்து அதிகம் பேசுகின்றனர். அரசு, எதேச்சதிகாரம் ஆகியவற்றைக் கேள்விக்குள்ளாக்கும் தலைசிறந்த நிவாரணம் என சிவில் சமூகத்தை அவர்கள் முன்வைக்கின்றனர். மனித உரிமை அமைப்புகள், சுற்றுச்சூழல் இயக்கங்கள், சேவை அமைப்புகள், உலக வர்த்தக ஒப்பந்தத்தை எதிர்க்கும் அமைப்புகள், இவற்றையும் இதுபோன்றவற்றை முன்னிலைப்படுத்தும் அரசு சாரா நிறுவனங்களையும் (NGO) இவர்கள் சிவில் சமூகமாக வரையறுக்கின்றனர். சிவில் சமூக நிறுவனங்களையே சிவில் சமூகமாக இவர்கள் முன்வைக்கின்றனர். உலகமயச் சூழலில் உலக சிவில் சமூகம் (Global Civil Society) என்கிற கருத்தாக்கத்தையும் இவர்கள் முன்னிலைப்படுத்துகின்றனர்.

மொத்தத்தில் அரசிலிருந்து வேறுபட்ட பல்வேறு நிறுவனங்களின் வலைப்பின்னலாக சிவில் சமூகத்தை இவர்கள் வரையறுக்கின்றனர்.

மேற்குறித்த புதிய தாராளவாதிகளின் (New Liberals) வரையறையில் மார்க்சியர்கள் வற்புறுத்திய இரு அம்சங்கள் அடக்கி வாசிக்கப்படுவது கவனிக்கத்தக்கது. அவை 1. சிவில் சமூகத்தின் உள் நிறுவனங்களுக்கு இடையிலான மோதல்கள் 2. சிவில் சமூகத்தில் உருவாகும் கருத்தியல் மேலாண்மை அரசைத் தாங்கிக் காப்பாற்றும் தன்மை.

சாதி, மத ஏற்றத்தாழ்வுகளும் அவற்றினடிப்படையிலான கருத்தியல்களும் கூர்மையாகச் செயல்பட்டுக்கொண்டிருக்கும் நமது சமூகத்தில் இவ்விரு கூறுகளையும் அவ்வளவு எளிதில் புறக்கணித்துவிட இயலாது. சாதீயத்தால் பிளவுண்ட இந்தியச் சமூகத்தை ஒரு 'சமூகம்' எனச் சொல்வதைக் காட்டிலும்

'எதிர்ச் சமூகம்' என்று கருதுவது பொருத்தமாக இருக்கும் என்கிற அம்பேத்கரின் கருத்து இங்கே கருதத்தக்கது. நவீனத்துவ சமூகத்தில் பாரம்பரியப் பிணைப்புகள், மேலைச் சமூகத்தில் நொறுங்கியது போல, இங்கே தகர்ந்துபோகவில்லை. உருப்பெற்ற சிவில் சமூக நிறுவனங்களுக்குள்ளும் கூட, சமூக விளிம்பில் இருந்த தலித்துகளும் முஸ்லிம்களும், விளிம்பிலேயே நிற்க வேண்டியதாயிற்று. எடுத்துக்காட்டாக நமது தொழிற்சங்கங்களில் தலித், முஸ்லிம் நலன்கள், அவர்களது இட ஒதுக்கீட்டுக் கோரிக்கைகள் முதலியவற்றிற்கு உரிய முக்கியத்துவம் அளிக்கப்படாததையும், தலித்துகள் தமக்கான தொழிற்சங்கங்களைத் தனியே உருவாக்கிக்கொண்டதையும் கவனிக்க வேண்டும். முஸ்லிம்களுக்கான இட ஒதுக்கீட்டுக் கோரிக்கையை இன்று அவர்கள் மட்டுமே தனியே ஒலிக்க வேண்டியிருக்கிறது. எனவே இங்கு உருவான சிவில் சமூக நிறுவனங்களே குறையுள்ள நிறுவனங்களாக இருந்தன. சாதி, மதம் முதலான உள் வேறுபாடுகள் இதில் முக்கிய பங்கு வகித்தன.

தவிரவும் இந்தியப் பாசிசத்திற்குக் கட்டியம் கூறுகிற இந்துத்துவ நிறுவனங்களும் கூட சமீப காலங்களில் சிவில் சமூக வடிவங்களில் செயல்படத் தொடங்கியுள்ளன. சமூகத்தின் பன்மைத் தன்மையைக் குறிவைக்கும் இக்கருத்தியல்களும் நிறுவனங்களும் மேலாண்மை பெறும் நிலை உருவாகியுள்ளது.

இன்னொரு பக்கம் கடந்த இருபதாண்டுகளில் உச்சநிலை எடுத்துள்ள உலகமயச் செயல்பாடுகள் சிவில் சமூகத்தைப் பலவீனப்படுத்தியுள்ளதை நாம் மிகவும் கவலையோடு அணுக வேண்டும்.

நமது கல்விமுறை, வகுப்பறையின் தன்மைகள், பணிக் கலாச்சாரம் *(Job Culture)* எனப் பல துறைகளையும் அது பாதித்துள்ளது. பணிப் பாதுகாப்பு என்பது இன்று பழங்கதையாகி விட்டது. ஒப்பந்த அடிப்படையிலான வேலைகள் இன்று முதன்மை பெறுகின்றன. புதிதாக உருவாகியுள்ள தகவல்

தொழில்நுட்ப *(IT)* வேலைகளிலும், கண்ணுக்குத் தெரியாத முதலாளிகளால் சுரண்டப்படும் பிற பணிகளிலும் தொழிற் சங்கங்கள் சாத்தியமில்லாமல் ஆகிவிட்டன. 'நம்பிக்கையின் அடிப்படையிலான நலக்கழகங்கள்' *(trust based associations)* தான் இனிச் சாத்தியமே ஒழிய உரிமை கோரும் சங்கங்களுக்கு *(right based unions)* இனி இடமில்லை எனவும் "வர்க்கப் போராட்டங்கள் மற்றும் கருத்தியல்களின் காலம் முடிந்து விட்டது" எனவும் முழக்கங்கள் ஒலிக்கின்றன.

புதிதாய் உருவாகியுள்ள கல்வி நிறுவனங்கள் கார்ப்பரேட் நிறுவனங்களில் நலன் நோக்கில் இயக்கப்படுகின்றன. 'செமஸ்டர்', 'ட்ரை செமஸ்டர்' முதலான வடிவங்களில் மாணவர்களுக்கு இதர சமூகப் பிரச்சினைகளைச் சிந்திப்பதற்குக் காலமில்லாமல் செய்யப்படுகிறது. கடுமையான போட்டிகள் *(competition)*, திறமை அடிப்படையில் பெரு நிறுவனங்களில் இடம் பெறுதல் ஆகியவற்றின் விளைவாக மாணவர்கள் ஒருவருக்கொருவர் எதிர்நிலைகளில் போட்டியாளர்களாக நிறுத்தப்படுகின்றனர். எனவே பொது நலன்களுக்காகவும் சமூகப் பிரச்சினைகளுக்காகவும் மாணவர்கள் ஒருங்கு திரள்தல் *(gathering)* இன்று குறைந்து வருகிறது. ஒரு காலத்தில் இந்தி எதிர்ப்புப் போராட்டம் இங்கொரு ஆட்சி மாற்றத்திற்கே காரணமானதை நாம் ஒப்பிட்டுப் பார்க்க வேண்டும். 'மெய்நிகர் பல்கலைக்கழகங்கள்' *(Virtual university)*, தொலைதூரக் கல்வி *(distant education)* ஆகியவை பற்றிச் சொல்ல வேண்டியது இல்லை. இவற்றின் மாணவர்கள் ஒரு சமூகமாகத் திரள்வதற்கு வாய்ப்பில்லாமல் ஆக்கப்படுகிறது..

பழைய தொழில் நிறுவனங்களில் வலுவாக இருந்த தொழிற் சங்கங்கள் புதிய பொருளாதாரச் சூழலில் பலவீனப்பட்டுப் போயுள்ளதை விளக்க வேண்டியதில்லை. புதிய வேலைகளில் இட ஒதுக்கீடு இல்லாததின் விளைவாக அவற்றில் பணியாற்றுபவர்கள் *(work force)* வெளியே உள்ள சமூக எதார்த்தத்தைப் பிரதிபலிப்பதில்லை. விளிம்பிலுள்ள தலித்துகள், முஸ்லிம்கள் புறக்கணிக்கப்படுகின்றனர்.

சமீபத்திய எந்தத் தொழிற்சங்கப் போராட்டங்களும் பெரிய வெற்றி பெறவில்லை என்பது குறிப்பிடத்தக்கது.

உலகமயம் தேசிய அரசுகளின் இறையாண்மையில் தலையீடு செய்வதன் விளைவாக அவற்றை ஒரு பக்கம் பலவீனப்படுத்தியுள்ள போதிலும் இன்னொரு பக்கம் சிவில் சமூகங்களுக்கு எதிராக அவை (அரசுகள்) வலுவான சக்திகளாக மாறியுள்ளதையும் நாம் கவனிக்க வேண்டும். குறிப்பாக மூன்றாம் உலக அரசுகள் மக்கள் நல அரசுகள் *(welfare state)* என்கிற நிலையிலிருந்து சட்ட ஒழுங்கு அரசுகளாக *(law and order states)* இழிந்துள்ள நிலை கவனிக்கத்தக்கது. உலகப் பொருளாதாரத்தின் *(Global Economy)* அகக் கட்டுமானங்களைச் செயல்படுத்தித் தருகிற உள்நாட்டு முகவர்களாகவே தேசிய அரசுகள் செயல்படுகின்றன. உலகமயத்திற்கு எதிராக மக்கள் அணிதிரளாமல் பார்த்துக்கொள்ளும் கடமை அவற்றின் பிரதான பணியாகிறது. கண்ணுக்குத் தெரியாத எதிரியாகப் பயங்கரவாதம் இன்று உலக அளவிலும் தேச அளவிலும் கட்டமைக்கப்படுகிறது. தேசப் பாதுகாப்பு *(National security)*, பயங்கரவாதத்திற்கு எதிரான யுத்தம் என்கிற பெயரில் மக்களின் குடியுரிமைகள் பறிக்கப்படுகின்றன. அடக்குமுறைச் சட்டங்களை உருவாக்க அய்.நா. அவையின் சமீபத்திய தீர்மானங்கள் வழிகோலுகின்றன. ஏற்கனவே இருந்த மனித உரிமைப் பிரகடனங்கள் இதன்மூலம் அர்த்தமற்றுப்போகின்றன. அரசியல் சட்ட ரீதியான மனித உரிமை அமைப்புகள் அதிகாரமற்றுப் போகின்றன.

புதிய சொல்லாடல்கள் வெறுப்பு அரசியலுக்கு *(Hate Politics)* வித்திடுகின்றன. 'மற்றவர்கள்' *(Others)* எதிரிகளாகவும் கண்காணிக்கப்பட வேண்டியவர்களாகவும் நிறுத்தப்படுகின்றனர். அந்நியர்கள் மீதான கண்காணிப்புகள், அவர்களின் உரிமைகளைப் பறிக்கும் சட்டத்திட்டங்கள் (எலெக்ட்ரானிக் பாஸ்போர்ட்கள் ரேகைகள் மற்றும் கண்விழிகள் பதிவு செய்யப்படுதல்) அதிகமாகின்றன. சிறப்பு அதிகாரச் சட்டங்கள் (எ.டு. மணிப்பூர்) குடிமக்களைக் குடியுரிமை அற்றவர்களாக *(de-nationalisation of citizens)* மாற்றுகின்றன.

காவல்துறை வலுமிக்கதாக ஆக்கப்படுகிறது. மக்கள் நலன்களைப் புறக்கணித்து தேச வருமானத்தில் பெரும் பகுதி தேசப் பாதுகாப்பிற்கென ஒதுக்கப்படுவதை எதிர்க்கட்சிகளும் கண்டு கொள்வது இல்லை. பெரியார் தவிர வேறு யாரும் 'தேச பக்தி' யைக் கேள்வி கேட்டதாகத் தெரியவில்லை.

உலகமயத்தின் விளைவாக உருவான மதிப்பீடுகளாகிய போட்டி, நுகர்வியம், வெறுப்பு, சதா ஒருவர் தன்னைப் புதிய சூழல்களுக்குத் தகுதிப்படுத்திக்கொள்ளும் முயற்சியுடனேயே வாழ நேர்தல், வெறுப்பு அரசியல் முதலியன சமூகப் பொறுப்பின்மையுடன் கூடிய தனி மனிதர்களின் உருவாக்கத்திற்கு வழிவகுக்கிறது. லாபத்தை அதிகப்படுத்துதல், தகுதிப்படுத்திக் கொள்ளுதல் என்பவையே இன்றைய கார்ப்பரேட் அம்சங்களாக மட்டுமின்றி சமூக மதிப்பீடுகளாகவும் மாறிவிட்டன.

சிவில் சமூகத்தின் முக்கிய உறுப்பாக விளங்கும் தொடர்பூடகங்கள் இன்று சர்வ வியாபகம் பெற்றதாகவும் மிகுந்த வலுமிக்கதாகவும் மாறிவிட்டன. மாற்றுக் கருத்துகளுக்கு ஒப்பீட்டளவில் மிகக் குறைவான இடமே வழங்கப்படும் இவற்றில் கார்ப்பரேட் மதிப்பீடுகளும் மேலாண்மைக் கருத்தியல்களுமே மறு உருவாக்கம் செய்யப்படுகின்றன.

சிவில் சமூக நிறுவனங்களின் இடங்களை இன்று தன்னார்வ அமைப்புகள் நிரப்புகின்றன. புதிய தாராளவாதிகள் இவற்றையே சிவில் சமூகமாக முன்வைக்கும் நிலையும் உள்ளது. மனித உரிமைகள், இயற்கைப் பாதுகாப்பு, எய்ட்ஸ் கட்டுப்பாடு முதலியன இன்று முழுக்க முழுக்கத் தன்னார்வ அமைப்புகளின் புலங்களாகிவிட்டன. அரசுகள் இவற்றை அனுசரித்துப் போகும் நிலையை உலகமயம் ஏற்படுத்தியுள்ளது. தேசிய அரசுகளையும் விட சில நேரங்களில் இவை அதிக வலுமிக்கவையாக உள்ளன. எனினும் இவை மக்களுக்குப் பொறுப்பற்றவையாகவும் நிதி ஆதாரங்களுக்கு உலகமயச் சக்திகளையே நம்பியுள்ளவையாகவும் உள்ளன. உலக அளவில் ஒருங்கிணையும் தன்னார்வ அமைப்புகள் வணிக ஒப்பந்தம், பொருளாதாரம் மற்றும் சுற்றுச்சூழல் உரிமைகள் ஆகியன

பற்றித்தான் பேசுகின்றனவே ஒழிய அமெரிக்கா மற்றும் கூட்டணி நாடுகளின் ஆக்கிரமிப்பு யுத்தங்களைக் கண்டிக்கும் திராணி இவற்றுக்கு இருந்ததில்லை.

சில ஆண்டுகளுக்கு முன்பு அணு உலைகளுக்கு எதிராக இந்திய அளவில் சிவில் சமூக அமைப்புகள் மேற்கொண்ட எதிர்ப்புகளோ, வியட்நாம் ஆக்கிரமிப்பிற்கு எதிராகக் கிளர்ந்ததைப் போன்று ஆப்கன், ஈரான் ஆக்கிரமிப்புகளுக்கு எதிராக உலக அளவில் எதிர்ப்பு இயக்கங்களோ உருவாகாத நிலைமை சிவில் சமூகம் பலவீனப்பட்டிருப்பதற்கு இன்னொரு சான்று.

நமது அரசியல் கட்சிகளும் அடித்தள மக்களின் இயக்கங்களும் இத்தகைய மாற்றங்கள் குறித்தெல்லாம் கிஞ்சித்தும் கவலை கொள்வதில்லை. எல்லாவற்றையும் கணக்கில் எடுத்துப் பார்க்கும்போது இன்றைய சூழலில் சிவில் சமூகம் குறித்த நமது நிலைப்பாடு இப்படித்தான் இருக்க முடியும்:

1. சிவில் சமூகம் வலுப்படுத்தப்பட வேண்டும்.

2. சிவில் சமூக அமைப்புகள் சமூகத்தின் பன்மைத் தன்மையைப் பிரதிபலிக்க வேண்டும். தலித்துகள், முஸ்லிம்கள், பெண்கள் ஆகியோரின் பிரதிநிதித்துவம், தலைமை ஆகியன உரிய அளவில் வழங்கப்பட வேண்டும்.

3. உலக அளவில் சிவில் சமூகம் பாசிசமயமாவதையும், இந்திய அளவில் அது இந்துமயமாவதையும் நமது சிவில் சமூக அமைப்புகள் கடுமையாக எதிர்க்க வேண்டும்.

4. மேலாண்மையை நோக்கிய கருத்தியல் போராட்டங்களின் முக்கியத்துவம் உணரப்பட வேண்டும்.

5. பன்மைத்துவத்தை அழிக்க முயலும் எல்லாவிதமான (*homogenising*) முயற்சிகளையும் எதிர்த்து நிற்க வேண்டும்.

6. காந்தி, பெரியார் முதலானோரின் வழியில் நமது

அரசியல் கொள்கைகள் அனைத்துப் பிரிவினரையும் உள்வாங்குவதாகவும் அறம் சார்ந்ததாகவும் ஆக்கப்பட வேண்டும்.

7. புதிய உலகமய, தொழில்நுட்ப மதிப்பீடுகளுக்கு எதிரான மாற்று மதிப்பீடுகள் மற்றும் எதார்த்த சிந்தனைகளுக்கு அதிக இடமளிக்க வேண்டும். சிறிய அளவிலான ஒன்றிணைவுகள் ஊக்குவிக்கப்பட வேண்டும். உலகமயத் தொழில்நுட்ப மதிப்பீடுகளுக்கு எதிர்நிலையில் கவிதை, தத்துவம் ஆகியன குறித்த கரிசனைகளை நமக்குள் ஏற்படுத்திக்கொள்ள வேண்டும். மாற்றுப்பால் நிலையினர், அரவாணிகள், இளையோரின் இணைவுகளுக்கும் சிவில் சமூகம் இடமளித்தல் வேண்டும்.

8. தற்காலிக மற்றும் ஒப்பந்த நிலைகளிலுள்ள அணிதிரட்டப் படாத புதிய தொழில் சக்திகளை அணிதிரட்ட வேண்டும். மரபு வழித் தொழிற்சங்கங்கள் வலுப்பெறுவதற்கும் இவை உதவும் (குறைந்த ஊதியத்தில் பணி செய்யக்கூடிய ஒரு *Reserved Work Force* உள்ளவரை மரபுத் தொழிற்சங்கங்கள் வெற்றி பெற இயலாது).

9. தன்னார்வ அமைப்புகளைக் கண்காணித்தல், அவற்றின் வரவு செலவுகள், செயல்பாடுகள் ஆகியவற்றைப் பகிரங்கப்படுத்துதல் ஆகியன குறித்தும் சிந்திக்க வேண்டும். தமது நிதி ஆதார நிறுவனங்களுக்கு மட்டுமே பொறுப்பாக உள்ள தன்னார்வ அமைப்புகள் அவை செயற்படும் தளத்திலுள்ள மக்களுக்கும் பொறுப்பாதல் வேண்டும். தகவல் பெறும் உரிமைகள் அரசு நிறுவனங்கள் தவிர அரசு சாரா நிறுவனங்களுக்கும் கொண்டு வரப்பட வேண்டும்.

10. தேசிய அளவிலான எதிர்ப்பு இயக்கங்கள் உலக அளவில் ஒருங்கிணைய வேண்டும். பொருளாதாரக் கோரிக்கைகளோடு ஆக்கிரமிப்புகளுக்கு எதிரான கோரிக்கைகள், அய்.நா. அவையை அரசுகள் பிரதிநிதித்துவம் பெறும் அவை என்கிற நிலையில் இருந்து அந்தந்த தேசமக்களால்

தேர்வு செய்யப்படும் பிரதிநிதிகள் அடங்கிய உலகப் பாராளுமன்றமாக மாற்றுதல் முதலிய கோரிக்கைகளை அவை முன்வைக்க வேண்டும்.

11. தேசம், தேசியம் என்பன குறித்த பழமையான கருத்துகளுக்கு அப்பால் மாற்றுக் குடியுரிமைகள், இரட்டைத் தேசியம், புவி எல்லை தாண்டிய தேசியம் முதலானவை குறித்து விவாதங்கள் மேற்கொள்ளப்படுதல் அவசியம்.

12. தேசபக்தி கேள்விக்குள்ளாக்கப்படுதல் வேண்டும்.

13. மாற்றுக் கலாச்சாரத்தினர், மாற்றுப் பால் நிலையினர், ஓரினச் சேர்க்கையாளர்கள், அகதிகள், நாடற்றோர் ஆகியோரது மாற்றுச் சிவில் சமூகங்கள் ஏற்கப்படுதல் வேண்டும்.

(பூந்தமல்லி திரு இருதய குருத்துவப் பயிற்சிக் கல்லூரியில் நடைபெற்ற ‘வரலாறும் சமூகமும்’ என்கிற கருத்தரங்கில் (2005) வாசிக்கப்பட்ட கட்டுரை)

10. கூட்டரசுப் புலனாய்வு முகமை (FIA) இந்திய அரசின் அடுத்த திட்டம்

அமெரிக்காவைப் போல இந்தியாவையும் ஆக்கியே தீருவது என்கிற தனது ஒற்றைப் பெருங்கனவைச் சுமந்து திரிந்து களைத்துப் போயுள்ள மன்மோகன்சிங் அரசின் இறுதி முனைப்பு கூட்டரசுப் புலனாய்வு முகமை - *Federal Investigation Agency (FIA)* ஒன்றை உருவாக்குவதாக உள்ளது. சென்ற மாதத்தில் ஜெய்ப்பூரில் தொடர் வெடிகுண்டு தாக்குதல் நடைபெற்று சுமார் 70 பேர்கள் வரை கொல்லப்பட்டதையும் 100 பேர்களுக்கு மேல் படுகாயமடைந்ததையும் தொடர்ந்து மன்மோகன்சிங் இதுகுறித்துப் பேசியுள்ளார். ஜெய்ப்பூர் தாக்குதலை ஒட்டி பாஜக, காங்கிரஸ் இரண்டின் எதிர்வினைகளும் நாம் எதிர்பார்த்த வண்ணமே அமைந்தன. அத்வானி 'பொடா' சட்டத்தைத் திருப்பிக் கொண்டுவரவேண்டுமென்றார். மன்மோகன் 'எப்.ஐ.ஏ.' *(Federal Investigation Agency)* அமைக்கப்பட வேண்டும் என்றார். "கூட்டாட்சி அளவிலான குற்றம்' *(Federal Crime)* என்று ஒன்றை வரையறுப்பதற்கும், பயங்கரவாதம் முதல் 'வெள்ளை காலர்' குற்றங்கள் *(White collar Crimes)* வரை எல்லாவற்றையும் புலனாய்வதற்கான தனி முகமை ஒன்றை உருவாக்குவதற்குமான

காலம் கனிந்துவிட்டது என்றும் கூறினார். சமீபத்தில் நடைபெற்ற முதலமைச்சர்கள் மாநாட்டில் உள்துறை அமைச்சர் சிவராஜ் பட்டீலும் இதை வலியுறுத்தினார். ஜெய்பூர் தாக்குதல் தொடர்பாக பாதுகாப்புக்கான அமைச்சரவைக் குழுவில் (*Cabinet Security Committee*) அறிக்கை அளிக்கும்போது தேசியப் பாதுகாப்பு ஆலோசகர் எம். கே. நாராயணன் புலனாய்வு அமைப்புகளிடையே போதிய ஒருங்கிணைப்பு இல்லாததன் விளைவே ஜெய்பூர் என்றார். மத்திய மாநில அரசுகளுக்கிடையே இந்த விஷயத்தில் உடனடியான ஒத்துழைப்பு ஏற்படுவதற்கு வழிகாண வேண்டும் என அவர் கூறியது எப்.ஐ.ஏ.வை மனதிற் கொண்டே.

பயங்கரவாதத்தை எதிர்கொள்வது, தீவிரவாதத்தை ஒடுக்குவது என்கிற பெயரில் 'தடா', 'பொடா' முதலான கொடுஞ் சட்டங்களிலுள்ள ஆபத்தான கூறுகளையெல்லாம் சாதாரண சட்டங்களிலேயே புகுத்துவது என்கிற நோக்கில் இந்திய அரசு கடந்த பத்தாண்டுகளாகவே செயல்பட்டு வருகிறது. 'குற்ற நீதி அமைப்பில்' (*Criminal Justice system*) சீர்திருத்தம் செய்வது என்கிற வடிவில் இது மேற்கொள்ளப்படுகிறது. பா.ஜ.க. தலைமையிலான தேசிய ஜனநாயகக் கூட்டணி அரசால் அமைக்கப்பட்டு (நவம்பர் 2000) ஏப்ரல் 2003ல் அரசிடம் அளிக்கப்பட்ட 'மாலிமத் குழு', 'குற்ற நீதிமுறை தொடர்பான புதிய தேசியக் கொள்கை' ஒன்றை உருவாக்குவது என்கிற பெயரில் காங்கிரஸ் அரசால் அமைக்கப்பட்டு ஜூலை 2007ல் அறிக்கை அளித்த 'மாதவமேனன் குழு' முதலியன இவ்வகையில் முக்கியமானவை.

இந்தக் குழுக்களின் அறிக்கைகளைப் பொறுத்தமட்டில் பொதுவில் இங்கு நிலவுகிற புரிதல், இவை ஏதோ குற்றப் பத்திரிகை தாக்கல் செய்வதற்கான காலத்தை அதிகப்படுத்துதல், 'போலீஸ் கஸ்டடி'யில் வைத்து விசாரிப்பதற்கான நாட்களை அதிகப்படுத்துதல் என்கிற அளவிலேயே உள்ளது. ஆனால் குற்ற விசாரணை முறையின் மிக அடிப்படையான கீழ்க்கண்ட நீதியியல் கூறுகளை ஊற்றி மூடுவதற்கான ஒரு சதி

முயற்சியாகவே இக்குழு அறிக்கைகள் உருவாக்கப்பட்டுள்ளன. அவை:

(i) குற்றம் ஐயத்திற்கிடமின்றி நிரூபிக்கப்படும்வரை குற்றம் சுமத்தப்பட்டவரைக் களங்கமற்றவராகக் கருதுதல் *(Presumption of innocence)*, நியாயமான ஐயங்களுக்கு அப்பால் பிராசிகியூஷனால் குற்றம் நிரூபிக்கப்படுதலைக் கட்டாயமாக்குதல், அவ்வாறு நிரூபிக்கப்படாத பட்சத்தில் சந்தேகத்தின் பலனை *(Benefit of Doubt)* குற்றம் சுமத்தப்பட்டவருக்குச் சாதகமாக்குதல்,

(ii) குற்றம் சுமத்தப்பட்டவர் தன்னைக் குற்றத்தில் சிக்க வைத்துக் கொள்ளாமல் காத்துக்கொள்வதற்கான மவுனமாக இருக்கும் உரிமை *(right to silence)*,

(iii) குற்றத்தை நிரூபிக்கும் பணியைக் குற்றத்தைச் சுமத்தும் பிராசிகியூஷனுடைய கடமையாக்குதல் *(Burden of proof on the prosecution)*,

இவைதான் இந்தக் குழுக்கள் முன்வைக்கும் குற்ற நடைமுறைச் சட்டங்களில் மேற்கொள்ள வேண்டிய திருத்தங்களின் சாரம். குற்றவாளிகளைத் தண்டிப்பதற்கும் நீதி வழங்குவதற்கும் எதிராக இன்றைய நீதிமுறை உள்ளது எனக் கூறும் இக்குழுக்கள், இன்றைய சூழலில் மேற்கண்ட நீதியியல் அடிப்படைகள் தகர்க்கப்பட வேண்டும் என்கின்றன. இந்த அடிப்படையில் அவை வழங்கும் பரிந்துரைகளை விரிவாக விளக்க இங்கு இடமில்லை. எப்.ஐ.ஏ. தொடர்பான பரிந்துரையை மட்டும் இங்கே காண்போம்.

மேற்குறிப்பிட்ட என்.ஆர். மாதவமேனன் குழு, “கூட்டரசு அளவிலான குற்றம்” குறித்துப் பேசுகிறது. மத்திய அரசு இன்னும் தீவிரமாக, பயங்கரவாதத்தை எதிர்க்க இது அவசியம் என்கிறது. பல்வேறு மாநிலங்களுக்கூடாகவும் இயங்கும் பயங்கரவாத வலைப்பின்னலை ஊடறுப்பதற்கு இது அவசியம் என அது வலியுறுத்துகிறது. “அரசியல் சட்டத்திலுள்ள சிரமங்களையும்

மீறி நடுவண் அரசு பயங்கரவாதம், வகுப்புவாதம், திட்டமிட்ட அமைப்பு ரீதியான குற்றங்கள் ஆகியவற்றை இன்னும் தீவிரமாக எதிர்கொள்வதற்கு கூட்டரசுப் புலனாய்வு முகமை அமைக்கப்பட வேண்டும்" என்பது மாதவமேனனின் வாதம்.

"அரசியல் சட்டத்திலுள்ள சிரமங்களை மீறுதல்" என்றால் என்ன? சட்டம் ஒழுங்கு மாநில அரசின் கட்டுப்பாட்டிலுள்ள ஒன்று. இதை மத்திய அரசு கூட்டரசு அளவிலான குற்றம்' என்கிற பெயரில் சில குற்றங்களை அறிவித்து அவற்றை மாநில அரசிடமிருந்து பறித்துத் தன்னிடம் எடுத்துக்கொள்வது. இப்படி மாநில அரசின் அதிகாரத்தில் தலையிடுவது என்பதை மாநில சுயாட்சியில் அக்கறையுள்ள சுயமரியாதையுள்ள மாநில அரசுகள் இதை எதிர்த்தால் அது குறித்துக் கவலைப்படாமல் மத்திய அரசு செயல்பட வேண்டும் என்கிறார் மாதவமேனன். அரசியல் சட்டம் மாநில அரசுகளுக்கும், குடிமக்களுக்கும் வழங்குகின்ற உரிமைகளை 'சிரமங்களாகவும்', 'இடைஞ்சலாகவும்' கருதுகிற அப்பட்டமான போலீஸ் புத்தி இங்கே வெளிப்படுகிறது.

காவல்துறை சீர்திருத்தத்திற்காகப் புகழ்பெற்ற வழக்குரைஞர் சோலி சோராப்ஜியின் தலைமையில் நியமிக்கப்பட்ட குழுவும் கூட எப்.ஐ.ஏ. நிறுவப்படுதல் அவசியம் என அழுத்திக் கூறுகிறது.

சி.பி.ஐ.ன் முன்னாள் இயக்குனர் ஜோகிந்தர்சிங், எப்.ஐ.ஏ. அமைக்கப்பட வேண்டும் என்பதை ஆதரித்து கீழ்க்கண்ட காரணங்களை முன்வைக்கிறார் (டைம்ஸ் ஆப் இந்தியா, ஜூன் 9, 2008) :

(1) பிரிட்டிஷ் ஆட்சிக் காலத்தில் உருவாக்கப்பட்டதே இன்றைய குற்ற விசாரணைச் சட்டங்களும் நீதி வழங்குமுறைகளும். அப்போதும், ஏன் 1960களின் முற்பகுதி வரையிலும் கூட மத்தியிலும் மாநிலத்திலும் ஒரே (கட்சி) நிர்வாகமே இருந்தது. தவிரவும் அப்போதெல்லாம் பயங்கரவாதம், தீவிரவாதமெல்லாம் கிடையாது. மாறியுள்ள இன்றைய சூழலில் எப்.ஐ.ஏ. தேவையாகிறது.

(2) முறையான பயிற்சியற்ற காவல்துறை, கிரிமினல் குற்றவாளிகளுக்கும், குற்றம் சுமத்தப்பட்டவர்களுக்கும் முழுக்க முழுக்கச் சாதகமான இன்றைய சட்ட வடிவங்கள் ஆகியவற்றை பயங்கரவாதிகள் பயன்படுத்திக் கொள்கின்றனர்.

(3) போதிய (சட்டம் மற்றும் ஆயுத) பலமற்ற சட்ட ஒழுங்குத் துறை, நத்தை போல் இயங்கும் சிக்கலான நமது நீதி வழங்கு முறை ஆகியவற்றால் பயங்கரவாதத்திற்கு எதிரான நடவடிக்கைகள் பலவீனமடைகின்றன.

ஆக, நாம் மேலே குறிப்பிட்ட இன்றைய நீதியியல் அடிப்படைகளே காவல் துறை நடவடிக்கைகளுக்குத் தடையாக உள்ளன என்பதே போலீஸ் புத்தியின் நியாயமாக மீண்டும் வெளிப்படுகிறது. எனவே அவற்றை ஒழித்துக்கட்டி, இறுக்கமான கொடுஞ் சட்டங்களை நிறைவேற்றி, குற்றத்தை நிரூபிக்கும் சுமையை எல்லாம் காவல் துறையிடமிருந்து நீக்கி விரைவாகத் தண்டனையை (நீதியை அல்ல) அளிப்பதே இவர்கள் சொல்லும் தீர்வு. அதாவது எந்தக் குற்றத்தை வேண்டுமானாலும் இவர்கள் குடிமக்கள் மீது சுமத்துவார்கள். அதை அவர்கள் நிரூபிக்க வேண்டிய கடப்பாடு அவர்களுக்கு இல்லை. அப்படிச் சாட்டப்பட்ட குற்றங்களின் அடிப்படையில் அவர்களிடம் அடைபட்டுக்கிடக்கும் நாம் அவை பொய் என நிறுவ வேண்டும்.

போலீசுக்கு முறையான பயிற்சி இல்லை என இவர்கள் சொல்லி இப்படி இவர்கள் சுமத்தும் குற்றத்தை 'இல்லை' என குடிமக்கள்தான் நிறுவ வேண்டும் என்றால், இதன் பொருள் என்ன? காவல்துறைக்குப் பயிற்சி போதாது என்றால் உரிய பயிற்சியை அளியுங்கள். நீதி வழங்குவதில் தாமதம் ஏற்படுகிறது என்றால் நீதித்துறையிலுள்ள காலிப் பணியிடங்களை எல்லாம் உடனடியாக நிரப்புங்கள். ஆனால் இப்படியான திசையில் போலீஸ் மூளைகள் சிந்திக்காது. மத்திய மாநில அரசுகளுக்கிடையே எத்தனையோ பிரச்சினைகள் இருந்தபோதிலும் பயங்கரவாதம், தீவிரவாதம் முதலான விஷயங்களில் கட்சி வேறுபாடு இல்லாமல் ஒன்றிணைந்து

செயல்படுவதற்கு சட்டிஸ்கரில் உருவாக்கப்பட்டுள்ள ‘சல்வா ஜுடும்’ என்கிற சட்டவிரோதப் படை ஒரு சாட்சி. பா.ஜ.க.வும் காங்கிரசும் இணைந்து இந்தச் சட்டவிரோதக் குண்டர் படையை உருவாக்கின.

மாநில உரிமைகள் தடையாக உள்ளது குறித்து இவர்களுக்கு ரொம்பவும் எரிச்சல் வருகிறது. எதிராகச் சொல்லப்படுகிற மறுப்புகளை எல்லாம் கணக்கிலெடுத்துக்கொண்டால் பிறகு எந்தக் காரியத்தையுமே (மத்திய) அரசு செய்ய முடியாது என்கிறார் ஜோகிந்தர். தேசத்தைப் பிளவு செய்து மாநிலங்களின் இருப்பையே ஆபத்துக்குள்ளாக்குவதே பயங்கரவாதிகளின் நோக்கம். அரசியல் சட்ட 355வது பிரிவின்படி மாநிலங்களைப் பாதுகாப்பது மத்திய அரசின் பொறுப்பு. எனவே மாநில அரசு கூறுகிற மறுப்புகளைப் பற்றி எல்லாம் மத்திய அரசு கவலைப்படக் கூடாது. ‘1946ம் ஆண்டின் டெல்லி சிறப்புக் காவல் நிறுவனச் சட்டத்தின் அடிப்படையில்தான் மத்திய புலனாய்வுத் துறை (சி.பி.ஐ.) உருவாக்கப்பட்டுள்ளது. பிரதமர் உட்பட எல்லோருக்கும் பாதுகாப்பளிப்பது மாநில அரசின் பொறுப்பாக உள்ளபோது சிறப்புப் பாதுகாப்புக்குழு (SPG) பிரதமருக்கும், அவரது குடும்பத்துக்கும் பாதுகாப்பளிப்பதை எந்த மாநில அரசும் எதிர்க்கவில்லையே. 1999இல் ஐ.சி. 814 விமானம் கடத்தப்பட்டதற்குப் பின் விமான நிலையப் பாதுகாப்பை மத்திய அரசு தன் பொறுப்பாக்கிக் கொண்டதை மாநில அரசுகள் ஏற்றுக்கொள்ளவில்லையா? எப்.ஐ.ஏ. அமைப்பதற்கு மட்டும் இந்த அற்ப மாநில அரசுகளை ஏன் கேட்டுக்கொண்டிருக்கவேண்டும் என்கிற ரீதியில் போகிறது ஜோகிந்தர் சிங்கின் வாதம்.

ஆனால் மாநில அரசுகள் இதுபற்றியெல்லாம் பெரிதாக அலட்டிக்கொள்வதாகத் தெரியவில்லை. தங்களின் உள்ளூர் அதிகாரத்தையும், அரசையும் காப்பாற்றிக்கொள்வதற்காக எதையும் செய்யவும், எந்த உரிமைகளையும் விட்டுக் கொடுக்கவும் அவர்கள் தயாராக உள்ளனர். எடுத்துக்காட்டாக ஒன்று. அண்ணா நூற்றாண்டு விழாவை ஒட்டி எட்டாண்டு

தண்டனை முடித்த ஆயுள் கைதிகளை விடுதலை செய்ய தமிழக அரசு முடிவெடுத்துள்ளது. ஆனால் இந்த நிபந்தனையைப் பூர்த்தி செய்துள்ள 71 முஸ்லிம் கைதிகளையும், ராஜிவ் கொலை வழக்கிலுள்ள நால்வரையும் அரசு விடுதலை செய்யத் தயாராக இல்லை. எனவே ஆயுதச் சட்டம் மற்றும் வெடிமருந்துச் சட்டத்தின் கீழ் தண்டிக்கப்பட்டவர்களை விடுதலை செய்வதற்கு ஆளுநருக்கு, அதாவது மாநில அரசுக்கு அதிகாரம் (பிரிவு 161) இல்லை என தமிழக அரசு தானே ஒரு நெறிமுறையை வெளியிட்டுள்ளது. மாநில சுயாட்சியைத் தனது முக்கிய லட்சியமாகச் சொல்லிக்கொள்ளும் திமுக அரசு இப்படி எந்த ஒரு விவாதத்தையும் முன்வைக்காமல் மத்திய அரசின் காலடியில் இந்த உரிமையை வைக்கிறது. ஒரு மாநில அதிகாரத்தை எந்தப் பெரிய எதிர்ப்பையும் காட்டாமல் தானே மத்திய அரசுக்குக் கையளிப்பதைக் கவனிக்க.

அமெரிக்க 'மாடலில்' கூட்டாட்சிப் புலனாய்வு முகமை நிறுவப்படும் பட்சத்தில் அது மேலும் ஓர் அதிகாரத்துவ அமைப்பு உருவாவதற்கும் மக்களின் வரிப்பணம் மேலும் சீரழிவதற்கும் மாநில அதிகாரத்தில் மேலும் தலையிடுவதற்கும் மட்டுமே பயன்படும். ஏற்கனவே இங்கு ஏராளமான பாதுகாப்பு மற்றும் புலனாய்வுத் துறைகள் உள்ளன.

அவற்றில் சில:

1. புலனாய்வு அமைப்பு (IB), மாநில அளவிலும் மத்திய அளவிலும் இத்தகைய புலனாய்வு அமைப்புகள் 1947 தொடங்கி செயல்பட்டு வருகின்றன.
2. 'ரா' (*Research And Analysis Wing - RAW*),
3. சமீபத்தில் அமைக்கப்பட்ட 'பாதுகாப்புத்துறை நுண்ணறிவு முகமை' (*Defence Inteligence Agency - DIA*).
4. தேசிய தொழில்நுட்ப ஆராய்ச்சி அமைப்பு (*National Technical Research Organisation- NTRO*),

5. போதைப்பொருள் கட்டுப்பாட்டு அமைப்பு *(Narcotics Control Bureau- NCB),*

6. ரெவின்யூ நுண்ணறிவு மற்றும் கூட்டு நுண்ணறிவுக்குழு *(Joint Inteligence Cpmmittee - JIC)* ஆகியவற்றின் இயக்குனரகம்,

7. மத்திய புலனாய்வுத் துறை *(CBI Central Bureau of Investigation)*

8. எல்லைப் பாதுகாப்புப் படை முதலான ஏராளமான அரை இராணுவப் படைகள்.

கார்கில் ஊடுருவல் எவ்வாறு நிகழ்ந்தது என்பதை ஆராய்வதற்காக நியமிக்கப்பட்ட கார்கில் குழுவின் பரிந்துரையின்படி உருவாக்கப்பட்டவையே மேற்குறிப்பிட்ட *DIA, NTRO* முதலியன. இவை உருவாக்கப்பட்ட பின் எந்தப் பெரிய சாதனையையும் செய்துவிடவில்லை. மேலும் அதிகாரமயமாவதற்கும், ஊழல் பெருகுவதற்கும், மக்களை மிரட்டுவதற்கும், குற்றம் சுமத்தப்பட்டவர்களைக் கொடுமையாகக் கையாள்வதற்கும் மட்டுமே இவை வழிவகுத்துள்ளன. மாநில அரசுகளின் அதிகாரங்களில் அத்துமீறி நுழைவதற்கும் இங்கே இனி இந்த *Federal Investigation Agency (FIO)* பயன்படப்போகிறது.

பயங்கரவாதத்தின் பெயரால் இன்னொரு புலனாய்வு அமைப்பு பற்றிப் பேசும் இவர்கள் பயங்கரவாதத்திற்கென இன்னொரு உச்ச நீதிமன்றம் வேண்டும் எனக் கூறினாலும் வியப்பில்லை. ஏற்கனவே சிறப்பு நீதிமன்றங்களைச் செயல்படுத்திக் கொண்டுதானே இருக்கிறார்கள்.

எந்த அமெரிக்காவைக் காப்பியடித்து இங்கே இந்த எப்.ஐ.ஏ.வை உருவாக்க நினைக்கிறார்களோ அந்த அமெரிக்காவின் எப். பி.ஐ. *(FBI)* அமைப்பு ஏராளமான ஊழல் குற்றச்சாட்டுகளுக்குக் காரணமாகியுள்ளது. அதன் தலைமைப் பொறுப்பிலுள்ளவர்கள் அரசுடன் நெருக்கமாக இருந்து இன்னொரு அதிகார மையமாக உருவாகியுள்ளனர். இதன் முதல் தலைவர் எட்கார் ஹூவர் என்பவர் 48 ஆண்டுகாலம், சாகும்வரை பதவியில் ஒட்டிக்

கொண்டிருந்தார். அமெரிக்க பாணியில் பாகிஸ்தானில் உருவாக்கப்பட்டுள்ள எப்.ஐ.ஏ. அமைப்பின் தலைவர் குலாம் அன்சார், கூடுதல் பொது இயக்குனர் ரெஹ்மான் மாலிக் ஆகியோர் ஊழல் குற்றச்சாட்டில் கைது செய்யப்பட்டனர். இஸ்லாமியவாதிகளை ஒடுக்குவதற்காக இஸ்ரேலின் 'மொஸாத்' உடன் இரகசிய உறவைப் பேணியதற்காகவும் *Extradition* ஒப்பந்தத்தின் அடிப்படையில் கொண்டுவரப்பட்ட ராம்சி யூசுப் என்பவரை விசாரணைக்காக அமெரிக்காவிற்குத் திருப்பி அனுப்பியதற்காகவும் பாகிஸ்தானின் கூட்டரசுப் புலனாய்வு முகமை கண்டிக்கப்பட்டது. அரசுக்கும் அப்பாற்பட்ட ஒரு ரகசிய வன்முறை அமைப்பாக எப்.ஐ.ஏ. மாறுவதற்கு எல்லாவிதமான சாத்தியங்களும் உண்டு.

நுண்ணறிவு சேகரிப்பு, விசாரணை நடவடிக்கைகள் இரண்டும் இப்போது இங்கே தனித்தனியே பிரிக்கப்பட்டுள்ளன. இதுவே சரியான நடைமுறை. குறைபாடுகளைக் களைவதற்குத்தான் அரசு முயல வேண்டுமே ஒழிய மேலும் ஒரு அதிகாரத்துவ அமைப்பை உருவாக்குவது தேவையற்றது. மாநிலக் கட்சிகள் இதில் வெளிப்படையாகக் கருத்துத் தெரிவிக்க வேண்டும்.

- 'குடியுரிமைக் குரல்' - (2008)

(FIA என்பது அமெரிக்காவில் உள்ள மத்திய புலனாய்வுத் துறை. இந்தியாவில் அது செயல்படத் தொடங்கியபோது அது 'தேசியப் புலனாய்வுத் துறை' (National Investigation Agency NIA) எனும் பெயரில் 2008 ஆம் ஆண்டு செயல்படத் தொடங்கியது. அப்போது தமிழக முதலமைச்சராக இருந்த ஜெயலலிதா அதை எதிர்த்ததோடு தமிழகத்தில் அதன் அலுவலகம் அமைப்பதை அனுமதிக்கவும் இல்லை. அவர் மறைந்தபின் இங்கு அதிகாரத்திற்கு வந்த எடப்பாடி பழனிச்சாமி அரசு அதை அனுமதித்தது. தற்போது அவ் அமைப்பு இங்கிருந்து கோலோச்சுவது மட்டுமின்றிப் பெரிய அளவில் கைதுகளையும் மேற்கொள்கிறது.)

11. சாதிப் பிரச்சினைகளில் நீதிமன்றத் தீர்ப்புகள்

நீதிமன்றத் தீர்ப்புகளை யாரும் நீதிபதிகளின் உள்நோக்கத்தின் அடிப்படையில் விமர்சிக்கக்கூடாது. விமர்சித்தால். 'நீதிமன்ற அவமதிப்புக்கு' உள்ளாக நேரிடும். இத்தகைய பாதுகாப்பு வளையத்துக்குள் உள்ள நீதிமன்றங்களின் உயர்சாதிச் சார்பு குறித்துச் சிலவற்றை இங்கே விவாதிக்க வேண்டியது அவசியம். ராஜேஷ் சுக்லாவின் ஒரு கட்டுரையைத் தழுவி இது எழுதப்படுகிறது.

இன்றைய நீதிமுறைக்கும் சாதி அமைப்பிற்கும் உள்ள உறவை விளங்கிக்கொள்ள புகழ்பெற்ற வழக்குரைஞர் ஃபாலி எப். நாரிமன் கூறிய கூற்று ஒன்று உதவக்கூடும். அவர் சொன்னார்:

"முன்னாள் சட்ட அமைச்சரும் ஒரு தலித்துமாகிய பி. சிவசங்கர் ஒருமுறை கூறினார். ஒரே நாளில் இரு நீதிபதிகள் பதவி ஏற்றால் அவர்களில் மேல் சாதிக்காரரை முதலில் பதவிப்பிரமாணம் எடுக்கவைப்பது என்பதை சில மாவட்டங்களில் கொள்கையாகவே வைத்துள்ளனர். அப்போதுதான் பதவி உயர்வு வரும்போது அவருடன் பதவி ஏற்ற குறைந்த சாதிக்காரரைக் காட்டிலும் அவருக்கு முன்னுரிமை கிட்டும்."

சரி. இப்போது சில வழக்குகளையும் தீர்ப்புகளையும் பார்ப்போம்.

1

மே *2005*ல் இந்திய தொழில் வளர்ச்சி வங்கி *(IDBI)* யின் தலைவர் வி. பி. ஷெட்டி என்பவர் வன்கொடுமைத் தடுப்புச் சட்டத்தின் *(1939)* கீழ் கைது செய்யப்பட்டார். அவ்வங்கியின் பொது மேலாளரான பாஸ்கர் ராம்டெக் என்ற தலித் அதிகாரி அளித்த புகாரின் அடிப்படையில் இக் கைது நடந்தது. “பொது மக்களின் பார்வைக்குட்பட்ட ஓரிடத்தில்” பட்டியல் சாதியைச் சேர்ந்த ஒருவரை அவமானப்படுத்துதல் என்கிற நிபந்தனை இவ்வழக்கில் பொருந்திவரவில்லை என மும்பை உயர் நீதிமன்றம் கூறியது. ஒரு தனி அறையில் சம்பவம் நடந்ததாகக் கூறி முதல் தகவல் அறிக்கையை ரத்து செய்தது. ஏதோ ஷெட்டியின் வீட்டு வரவேற்பறையில் இருவரும் பேசிக்கொண்டிருந்த போது சம்பவம் நடந்தது என்பது போலத் தீர்ப்பை வாசிக்கும் ஒருவருக்குத் தோன்றக்கூடும். உண்மை என்னவெனில் உலக வர்த்தக மையத்தில் உள்ள *IDBI* வளாகத்தில் இருக்கும் தலைவரின் அறையிலேயே இச்சம்பவம் நடந்தது.

பட்டியல் சாதி மற்றும் பட்டியல் இனத்தவருக்கான நிரப்பப்படாத காலியிடங்களைப் பின்னோக்கி நிரப்புவது தொடர்பாக பாஸ்கர் ராம்டெக் பேசப்போன சந்தர்ப்பத்தில் தான் இச்சம்பவம் நடைபெற்றது. வன்கொடுமைச் சட்டத்திற்குப் பதிலாக "சிவில் உரிமை பாதுகாப்புச் சட்டத்தில் *(Protection of Civil Rights Act PCRA,1969)* வழக்கைப் பதிவு செய்யுமாறு நீதிமன்றம் காவல் துறைக்கு அறிவுறுத்தியது. காவல் துறையும் அவ்வாறே செய்தது. இவ்விரு சட்டங்களின் அடிப்படையிலும் நீதிமன்றங்கள் எவ்வாறு தீர்ப்புகள் வழங்கியுள்ளன என்று அறிவது பலனுடையதாக இருக்கும்.

2

*1996*ல் இந்த *PCRA* சட்டத்தின் கீழ் கிருஷ்ணன் நாயனார் என்பவர் மீது வழக்கொன்று தொடரப்பட்டது. தலைச்சேரித் தொகுதிக்கு நடைபெற்ற கேரளச் சட்டமன்ற இடைத்தேர்தல் ஒன்றின்போது குட்டப்பன் என்பவர் பற்றி உதிர்த்த “சாதியக்” கருத்துகளுக்காக

அவ்வழக்கு பதிவு செய்யப்பட்டது. இடது ஜனநாயக முன்னணி மாநாடொன்றில் கிருஷ்ணன் நாயனார் பேசும்போது, “அந்த அரிஜன் குட்டப்பன் மேசை மேலே ஏறிக் குதிக்கிறான்” என இகழ்ந்து பேசினார். கிட்டத்தட்ட இதே வார்த்தைகளில் அவர் பேசியதை சாட்சிகள் நீதிமன்றத்தில் கூறினார். “தீண்டாமை நோக்கில் இந்த அவமானம் மேற்கொள்ளப்பட்டது அல்லது அவமதிக்க முயற்சி செய்யப்பட்டது” என்கிற அடிப்படையில் புகார் செய்யப்பட்டுள்ளது எனக் கூறமுடியாது என்பதால் *PCR- Act* சட்டத்தின்கீழ் இக்குற்றம் நடந்ததென்று சொல்ல இயலாது எனக் கேரள உயர் நீதிமன்றம் தீர்ப்பளித்தது. சரி, வன்கொடுமைத் தடுப்புச் சட்டத்தின் *(SC ST (Prevention of Atrocities Act)* கீழ் இக்குற்றம் வருமா என்றால், மேற்படி சம்பவம் பொதுமக்களின் பார்வையில் நடைபெற்றதுதான் என்றாலும் தீண்டாமை அடிப்படையில் அவமதிக்கப்படுதல் என்கிற குற்றம் இங்கே முழுமை அடையவில்லை. ஏனெனில் கிருஷ்ணன் நாயனார் அவ்வாறு பேசும்போது குட்டப்பன் எதிரில் இல்லை என்றது நீதிமன்றம். மலசலம், குப்பை, செத்த உடலின் பகுதிகள் இவை போன்ற எதையேனும் பட்டியல் சாதியினரின் வீட்டுக்குள் அல்லது அருகில் வீசி எறிவது போன்ற நடவடிக்கைகளில் வேண்டுமானால் பாதிக்கப்பட்டவர் சம்பவத்தின்போது எதிரே இருக்கவேண்டும் என்பது தேவையில்லை எனவும் நீதிமன்றம் கருத்து தெரிவித்தது.

3

புல்சிங் வழக்கில் மத்தியப் பிரதேச உயர் நீதிமன்றம் வழங்கிய தீர்ப்பில் தீண்டாமை நோக்கில் அவமதிக்கும் உத்தேசத்துடன் *(Presumption)* சம்பவம் நிகழ்ந்ததா என்கிற பிரச்சினை எடுத்துக் கொள்ளப்பட்டது. லோதி தாக்கூர் என்னும் ஆதிக்கச் சாதியைச் சேர்ந்த நிலப்பிரபு புல்சிங், சமர் என்னும் தாழ்த்தப்பட்ட சாதியைச் சேர்ந்த பல்லாவின் வீட்டை இடித்ததோடு பல்லாவின் மனைவியையும் சில நாட்கள் கடத்திச்சென்று விட்டான். டிராக்டரை ஏற்றிக் கொன்றுவிடுவேன் எனச் சொல்லி பல்லாவை மிரட்டவும் செய்தான். இதுகுறித்து

போலீசில் புகார் செய்ததற்காக பல்லாவை நோக்கி, "ஏய் சமரா, என்னைப் பற்றிப் புகாரா செய்தாய்? என்னை அவமதித்ததற்காக உன்னிடம் 5000 ரூபாய் வாங்கியே தீருவேன்" என்றான்.

புல்சிங் மீது இன்னொரு வழக்கும் உண்டு. சமர் சாதியைச் சேர்ந்த பர்சாதி என்பவருடன் அவருக்கு ஒரு நிலத்தகராறு இருந்தது. இது தொடர்பாக ஒரு நிகழ்வில் பர்சாதியை நோக்கி, "ஏய் சமரிச்சி! இங்கிருந்து ஓடு. இல்லாவிட்டால் உன்னைச் சுட்டுக் கொல்வேன்" என்றான். சாலை வழியே தன் வீட்டிற்குச் சென்றுகொண்டிருந்த பர்சாதியின் மனைவியை நிறுத்தி, "ஏய் சமரிச்சி, இதென்ன உங்கப்பன் வீட்டு ரோடா? இந்த வழியே நீ போனால் உன்னை உதைப்பேன்" என்றும் கூறினான்.

PCRA சட்டத்தின் பிரிவு *7(d)* ன் கீழ் இவ்விரு சம்பவங்களின் அடிப்படையிலும் இரு தனித்தனி வழக்குகள் புல்சிங்கின் மீது பதிவு செய்யப்பட்டன. இப்பிரிவின் கீழ் புல்சிங்கின் குற்றங்கள் அமைகின்றனவா என்பதை அறிய உயர் நீதிமன்றம் இரு அளவுகோல்களை உருவாக்கியது.

(1) பாதிக்கப்பட்ட நபர் பட்டியல் சாதியைச் சார்ந்தவராக இல்லாத போதிலும் கூட இந்த அவமானம் நேர்ந்திருக்குமா? ஆம் எனில் *7(d)* பிரிவு இதற்குப் பொருந்தாது. மாறாக பாதிக்கப்பட்ட நபர் பட்டியல் சாதியைச் சேர்ந்தவர் என்பதால் 'மட்டுமே' இந்த அவமானம் நேர்ந்திருக்கும் பட்சத்தில், அதாவது அவர் உயர்சாதியாக இருந்திருந்தால் இந்த அவமானம் நேர்ந்திராது என்றால் புல்சிங் செய்தது தீண்டாமை எனக் கருதலாம் எனக் கூறிய நீதிமன்றம் குற்றம் சுமத்தப்பட்டவருக்கும் பாதிக்கப்பட்டவருக்குமிடையே வேறு பிரச்சினைகள் இருக்குமானால் சாதி ரீதியாகத் திட்டினாலும் கூட அது 'தீண்டாமை'யைக் கடைப்பிடித்ததாகாது என்று வரையறுத்தது. *(d)* பிரிவில் இல்லாத 'மட்டுமே' என்கிற சொல்லை நீதிமன்றம் இங்கே தன் வசதிக்கேற்ப சேர்த்துக் கொண்டது.

(ii) இரண்டாவது கேள்வி: உயர்சாதிக்காரர்களுக்கும் தாழ்ந்த சாதிக்காரர்களுக்கும் இடையிலான பிரச்சினை தனிப்பட்ட காரணங்களினால் இருக்கிறதென்றால் செய்யப்பட்ட அவமானம் 'தீண்டாமை' அடிப்படையிலாகாது. சண்டை, தகராறு எதுவும் இல்லாத நிலையில் செய்யப்பட்ட அவமானமே தீண்டாமைக் குற்றத்தின் கீழ்வரும் என்றது நீதிமன்றம்.

PCRA சட்டத்தின் மூல வடிவம், 'தீண்டாமைக் குற்றங்கள் சட்டம் - *1955*', என்பது. *1976*ல் தான் அதற்கு *PCRA* சட்டம் எனப் பெயரிடப்பட்டது. தீண்டாமை பேசுவது, கடைப்பிடிப்பது ஆகியவற்றைத் தண்டிப்பதற்காகவே இச்சட்டம் உருவாக்கப்பட்டது. தீண்டாமையை ஒழிப்பது என்கிற அரசியல் சட்டக் குறிக்கோளை நிறைவேற்றுவதற்காக உருவாக்கப்பட்டதே இது. ஒரு சட்டத்திற்கு இவ்வாறு பல விளக்கங்கள் சாத்தியமானால், சட்டம் என்ன குறிக்கோளுக்காக இயற்றப்பட்டதோ அதை நோக்கியதாக உள்ள விளக்கத்திற்கே முன்னுரிமையளிக்க வேண்டும். இதற்கு நேர்மாறாகத் தனது அளவுகோல்களை நிர்ணயித்துக் கொண்டது நீதிமன்றம். சாதீய ரீதியான இழிவுகள் தொடர்பான எந்தத் தகராறுகளுக்கும் சாதீய ஏற்றத்தாழ்வுகளே காரணமாக உள்ளன என்பதே எதார்த்தம். அவை என்னவோ இரு சமமானவர்களுக்கிடையே நடைபெறும் தனிப்பட்ட சண்டை அல்ல. "ஒரு சமரை 'சமர்' என அழைப்பது அவரை அவமதிப்பதாக இருக்கலாம். ஆனால் அது தீண்டாமை அடிப்படையிலான அவமதிப்பாக இருக்க வேண்டியதில்லை", எனவும் நீதிமன்றம் கூறத் துணிந்தது.

மேற்கண்ட இரு அளவுகோல்களின் அடிப்படையில் பல்லா, பர்சாதி என்கிற இரு சமர்களும் புல்சிங்குடன் தனிப்பட்ட விரோதம் கொண்டிருந்ததால் மேற்படி குற்றங்கள் இரண்டுமே "சாதா அவமதிப்புகள்" *(insults simpliciter)* தானே ஒழிய தீண்டாமை அடிப்படையிலானதல்ல எனத் தீர்ப்பளித்தது நீதிமன்றம். பர்சாதி, பர்சாதியின் மனைவி ஆகியோர் பட்டியல் சாதியில் பிறந்தவர்கள் என்பது வழக்குடன் தொடர்பில்லாத ஒரு சம்பவம் *(incidental)* எனவும், பல்லா எந்தச் சாதியில் பிறந்திருந்த போதிலும் அந்த அவமானம்

அன்று நிகழ்ந்திருக்கும் என்றும் நீதிமன்றம் கூறியதை ஏற்க இயலாது. PCRA சட்டத்தின் 12ம் பிரிவின்படி குற்றச்சம்பவம் தீண்டாமை அடிப்படையிலானது என்பதை நீதிமன்றம் முன் ஊகித்துக் (Presume) கொள்ள வேண்டும். ஆனால் உயர் நீதிமன்றமே பிரிவு 12ன் படியான முன் ஊகிப்பு என்னவாக இருந்த போதிலும் இவ்விரு வழக்குகளையும் பொறுத்தமட்டில் 7(d) பிரிவின் கீழ் எந்தக் குற்றமும் நடைபெறவில்லை என அதிரடியாகக் கூறியதோடு புல்சிங்கை இரு வழக்குகளிலிருந்தும் விடுதலை செய்தது.

4

1997ம் ஆண்டு மும்பை உயர்நீதிமன்றம் வழங்கிய ஒரு தீர்ப்பு. ஹரிதாஸ் என்பவர் பட்டியல் சாதியினர் ஒருவரை அவமானப்படுத்தி மிரட்டியதாக வன்கொடுமைத் தடுப்புச் சட்டத்தின் கீழ் குற்றம் சாட்டப்பட்டார். பாதிக்கப்பட்டவர் இது குறித்த புகாரைச் சற்றுத் தாமதமாகவே கொடுத்திருந்தார். இந்தத் தாமதத்திற்கு கூட ஹரிதாஸ் தான் காரணம் எனவும் புகார் கொடுத்தவர் சொல்லியிருந்தார். புகாரில் வெளிப்படும் வெறுப்பிற்கும், தாமதம் குறித்துச் சொல்லப்படும் காரணத்திற்கும் இருவருக்கும் (அதாவது குற்றம் சாட்டப்பட்ட ஹரிதாசுக்கும் பாதிக்கப்பட்ட தலித்துக்கும்) இடையே இருந்த விரோதச் சூழலே காரணம் எனக் கூறிய நீதிமன்றம் ஹரிதாசை வழக்கிலிருந்து விடுதலை செய்தது.

5

உணவு விடுதிகளில் தலித்களுக்கு எதிராகக் கடைப்பிடிக்கப்படும் இரட்டை தம்ளர் வழக்கம் தொடர்பாக கர்நாடக உயர் நீதிமன்றம் வழங்கிய தீர்ப்பொன்று: தேநீர்க் கடைகள், ஓட்டல்கள், தர்மசாலைகள் முதலியவற்றில் தீண்டாமை காரணமாக இத்தகைய வழக்கம் கடைப் பிடிக்கப்படுவது PCRA சட்டத்தின்படி குற்றம். 12 மணி நேரம் தாமதமாகப் புகார் கொடுக்கப்பட்டது எனக் காரணம் கூறி நீதிமன்றம் ஒரு ஓட்டல் உரிமையாளரின் மீதான இத்தகைய இரட்டை தம்ளர்கள் வழக்கொன்றைத் தள்ளுபடி செய்தது. தம்ளர்கள்

தனித்தனியே வைக்கப்பட்டிருந்தன எனப் புகார் தெளிவாக எழுதப்படவில்லை என்பதும், பிராசிகியூஷன் தரப்பு சாட்சிகள் உறவினர்களாக இருந்தனர் என்பதும் வழக்கைத் தள்ளுபடி செய்வதற்கான மேலும் இரு காரணங்களாகச் சொல்லப்பட்டன.

128 நெருக்கடி நிலை உலகம் வழக்கொன்றைத் தள்ளுபடி செய்தது. டம்ளர்கள் தனித்தனியே வைக்கப்பட்டிருந்தன எனப் புகார் தெளிவாக எழுதப்படவில்லை என்பதும் பிராசிகியூஷன் தரப்பு சாட்சிகள் உறவினர்களாக இருந்தனர் என்பதும் வழக்கைத் தள்ளுபடி செய்வதற்கான மேலும் இரு காரணங்களாகச் சொல்லப்பட்டன.

6

தீண்டாமை ஒழிக்கப்பட்டதன் விளைவாகப் பெறப்பட்ட உரிமைகளை ஒரு பட்டியல் சாதியினருக்கு மறுப்பது *PCRA* சட்டத்தின் 17ம் பிரிவின் கீழ் ஒரு குற்றம். அதேபோல யாரேனும் ஒருவரையோ இல்லை ஒரு சிலரையோ சைகைகளாலோ, வார்த்தைகளாலோ தீண்டாமை கடைப்பிடிக்குமாறு தூண்டுவதும், பட்டியல் சாதியினர் ஒருவரை அவமானப் படுத்துவதும், அவமானப்படுத்த முனைவதும் கூட *PCRA* சட்டத்தின் கீழ் குற்றங்களே.

துனிசந்த் என்னும் ஒரு நபர், தலித்துகள் உள்பட அந்தக் கிராமத்திலுள்ள அனைவரையும் தன் மகளின் திருமண விருந்திற்கு அழைத்திருந்தார். நங்கு, சனா என்கிற இரு பட்டியல் சாதியினர் சாப்பிட்டுக்கொண்டிருந்தபோது அங்கு வந்திருந்த உயர்சாதியினர் ஏழுபேர் தாங்கள் அங்கே சாப்பிட மாட்டோம் என்றனர். நங்கு, சனா இருவரும் அங்கிருந்து வெளியேற நேர்ந்தது. துனிசந்தும், நேரடி சாட்சிகளும் அளித்த சாட்சியங்கள் "பொதுத் தன்மையில்" *(General nature)* இருந்தது எனவும் அந்த நேரத்தில் குற்றம் சாட்டப்பட்ட எழுவரும் கூறியது என எந்தக் குறிப்பிட்ட சொற்களும் கூறப்படவில்லை எனவும் கூறிய உச்ச நீதிமன்றம் *PCRA 7*ம் பிரிவின் கீழான குற்றமல்ல இது எனக்கூறி குற்றம் சுமத்தப்பட்டவருக்கு அளிக்கப்பட்ட தண்டனையை ரத்து செய்தது.

7

இதுவரை வன்கொடுமைத் தடுப்புச் சட்டம், PCRA சட்டம் ஆகியவற்றின் கீழ் தொடுக்கப்பட்ட வழக்குகளில் பட்டியல் சாதியினருக்கு எதிராகவும், உயர்ந்த சாதியினருக்கு ஆதரவாகவும் உயர் நீதிமன்றங்களும் உச்ச நீதிமன்றமும் செயல்பட்ட சில நிகழ்வுகளைப் பட்டியலிட்டோம். இனி 'சதி' (உடன்கட்டை) தொடர்பான வழக்கொன்றில் குற்றம் புரிந்த உயர்சாதியினரைக் காப்பாற்றிய கதையைப் பார்ப்போம்:

1987 செப்டம்பர் 4ம் தேதியன்று ராஜஸ்தானிலுள்ள தியோராலா என்னுமிடத்தில் ரஜபுத்திரர்கள் நடத்திய உடன்கட்டை ஒன்று அன்று இந்திய ஊடகங்களின் கவனத்தை ஈர்த்த முக்கிய நிகழ்வு. ரூப் கன்வர் என்கிற 18 வயதுப் பெண் இறந்து போன தன் கணவனின் (மால் சிங்) சடலத்துடன், ஆடை ஆபரணங்கள் எல்லாம் அணிவிக்கப்பட்டு, உறவினர்கள் புடைசூழ ஊர்வலமாக அழைத்துவரப்பட்டு, கணவனின் சிதை மீது ஏற்றி "சதிமாதாகி ஜே" என்ற முழக்கங்களுடன் குடும்பத்தாராலேயே எரித்துக் கொல்லப்பட்டார். சட்டமன்ற உறுப்பினர்கள் உள்ளிட்ட ரஜபுத்திர சமூகத்தைச் சேர்ந்த பல முக்கிய பிரமுகர்கள் முன்னிலையில் அது நடைபெற்றது.

பெண்கள் இயக்கங்கள் கொடுத்த அழுத்தங்களின் விளைவாக 1987 அக்டோபர் 9 அன்று "ராஜஸ்தான் சதி (தடுப்பு) அவசரச் சட்டம் 1987" இயற்றப்பட்டது. சதி நிகழ்வைக் கொண்டாடுவதற்கும் இது தடை விதித்தது. "சதி தர்ம சுரக்ஷண சமிதி" என்னும் அமைப்பு தன் பெயரிலிருந்த 'சதி' என்னும் சொல்லை நீக்கிவிட்டு 'தர்ம சுரக்ஷண சமிதி' என்ற பெயரில் உருவிய வாளுடன் ரூப்கன்வரை புகழ்ந்தும், சதியை ஆதரித்தும், முழக்கங்கள் இட்ட வண்ணம் பெரும் பேரணி ஒன்றை நடத்தியது. ஆல்வார், சிகார் போன்ற இடங்களில் ஊர்வலங்கள் நடத்தப்பட்டன.

புதிய அவசரச் சட்டத்தின்படி 22 கிரிமினல் வழக்குகள் தொடரப்பட்டன. (பின்பு இந்த அவசரச் சட்டம் 'ராஜஸ்தான் சதி தடுப்புச் சட்டம் - 1987 என்ற பெயரில் நிரந்தரச்

சட்டமாக்கப்பட்டது).

1996 அக்டோபர் 11 அன்று நீம்காதாணா மாவட்ட செஷன் நீதிபதி ரூப்கன்வரை எரித்துக் கொன்றதாக குற்றம் சுமத்தப்பட்ட 32 பேரையும் குற்றமற்றவர்கள் என விடுவித்தார். எரித்துக் கொன்றதற்கு நேரடி சாட்சியங்கள் கிடையாது எனவும் ரூப்கன்வர் சிதை மீது அமர்ந்திருந்தபோது அவர் உயிருடன் இருந்தார் என்பதை நிறுவ பிராசிகியூஷன் தவறிவிட்டது எனவும் தீர்ப்பில் கூறப்பட்டது.

2004 ஜனவரி 31 அன்று சதியைக் கொண்டாடியதற்காகத் தொடுக்கப்பட்ட நான்கு கிரிமினல் வழக்குகளில் குற்றம் சாட்டப்பட்ட அனைவரும் விடுதலை செய்யப்பட்டனர். முன்னாள் அமைச்சரும் பா.ஜ.க.வின் மாநிலத் துணைத் தலைவர் ராஜேந்திரசிங் ராதோர், முன்னாள் குடியரசுத் துணைத் தலைவர் பைரோன் சிங் ஷெகாவத்தின் மருமகனும் பாரதீய யுவ மோர்ச்சா தலைவருமான பிரதாப்சிங் கச்சாரியா, ராஜ்புத் மஹா சபைத் தலைவர் நரேந்திரசிங் ரஜாவத், முன்னாள் IAS அதிகாரி ஓம்கார் சிங், வழக்கறிஞர் ராம்சிங் மனோகர் முதலானோர் சதி கொண்டாட்ட வழக்கிலிருந்து விடுதலை செய்யப்பட்டவர்களில் சிலர்.

புதிய சட்டப்படி கணவனின் இறந்த உடல் அல்லது கணவருடைய ஏதேனும் ஒரு பொருளுடன் அவரது விதவையை உயிருடன் எரிப்பதோ புதைப்பதோ குற்றம். எரிக்கப்படுபவரின் சம்மதத்துடன் அது நிறைவேற்றப்பட்டதா என்பது கேள்வியல்ல. இது தொடர்பான சடங்குகள் நிகழ்த்துவது, ஊர்வலங்கள் செல்வது முதலின தண்டனைக்குரிய "கொண்டாட்டங்கள்" ஆக வரையறுக்கப்படும். கோயில் கட்டுவது, நிதி திரட்டுவது முதலியனவும் இதில் அடங்கும்.

சதி குறித்து சட்டத்தில் கூறப்பட்டுள்ள மேற்படி வரையறையைப் புறந்தள்ளிய நீதிமன்றம், சதி என்றால் "உறுதியான குணம், கற்பு, கணவனுக்கு அர்ப்பணிப்பு, முழு வாழ்விலும் ஒரு ஆடவனுடன் மட்டுமே உறவு வைத்திருத்தல்" என்று பொருள்படும் எனப் புது விளக்கம் அளித்தது. இந்த வகையில் சீதை, அனுசுயா

முதலியவர்கள் எல்லாம் சதிகள் எனவும் அவர்கள் பெயரை முழங்குவது சதியைக் கொண்டாடுவது ஆகாது எனவும் விளக்கமளித்தார் நீதிபதி. குறிப்பான ஒரு சம்பவத்தைப் புகழ்ந்துகொண்டாடினால் மட்டுமே அது குற்றமாகும் என்றும் கூறப்பட்டது. ரூப்கன்வர் எரிக்கப்பட்டது சதி நடவடிக்கை என்பதே (நீதிமன்றத்தில்) நிறுவப்படாததால் அந்த நிகழ்வைக் கொண்டாடியது சதி கொண்டாட்டமாகாது எனவும் நீதிமன்றம் கூறியது.

8

பன்வாரி தேவி வழக்கு: ராஜஸ்தானில் பன்வாரி தேவி என்கிற கிராமப்பணியாளர் ஒருவரை 1992 செப்டம்பர் 22 அன்று ராம்கரன் குஜார் தலைமையில் வந்த ஐந்து பேர் கொண்ட குழு ஒன்று பாலியல் வன்முறைக்கு உட்படுத்தியது. 1985 முதல் அரசின் வளர்ச்சித் திட்டம் ஒன்றில் பணியாற்றி வந்த பன்வாரிதேவி குழந்தைத் திருமணத்திற்கு எதிராக வெற்றிகரமான இயக்கம் நடத்தியவர். ராம் கரன் குஜாரின் ஒரு வயது மகளின் "திருமணம்" உள்பட பல குழந்தைத் திருமணங்கள் நிறுத்தப்படுவதற்குக் காரணமாக இருந்தார் அவர். இதன் விளைவே அவர் மீதான அந்தப் பாலியல் வன்முறை. 1995 நவம்பர் 15 அன்று ஜெய்ப்பூர் மாவட்ட செஷன் நீதிபதி வழங்கிய தீர்ப்பில் குற்றம் சாட்டப்பட்ட எல்லோரும் நடுத்தர வயதினர், பொறுப்பான குடிமக்கள் எனக் கூறப்பட்டது. பொதுவாகப் பதின்வயதிலுள்ளவர்கள்தான் பாலியல் வன்முறைக் குற்றங்களை இழைப்பர் என்று கூறியதோடு நிற்காத நீதிமன்றம், "குற்றம் சுமத்தப்பட்டவர்கள் எல்லோரும் உயர்சாதி ஆண்கள், பன்வாரியோ, தாழ்ந்த சாதியைச் சேர்ந்தவள். எனவே பாலியல் வன்முறை சாத்தியமில்லை" எனக் கூறியது.

- சஞ்சாரம், 2008

(ராஜேஷ் சுக்லா எழுதிய கட்டுரையின் சுருக்கப்பட்ட தமிழ் வடிவம். நன்றி: EPW அக். 21, 2006)

12. இந்தியச் சிறைகளில் மனித உரிமைப் போராளிகள்

2007 மே 14 அன்று சட்டீஸ்கரில் கைது செய்யப்பட்ட மருத்துவர் டாக்டர் பினாயக் சென் மீதான குற்றப் பத்திரிகை 2008 சென்ற ஜனவரி 17 அன்று ராய்பூர் மாவட்ட நீதிமன்றத்தில் முன்வைக்கப்பட்டது. நாராயண் சன்யால், பியூஸ் குஹா என்னும் இரு மாவோயிஸ்டுகளும் அந்தக் குற்றப் பத்திரிகையில் இருந்தனர். பின்னவர் இருவரும் தடை செய்யப்பட்டுள்ள மாவோயிசப் பொதுவுடமைக் கட்சியினர். டாக்டர் சென் சட்டீஸ்கர் மாநில மக்கள் சிவில் உரிமைக் கழகத்தின் துணைத் தலைவர். அரசு சாரா நிறுவனம் ஒன்றின் பெயரை வைத்துக் கொண்டு மேற்படி இரு நக்சலைட்டுகளுக்கு இடையில் செய்தி கொண்டு செல்பவராக சென் செயல்பட்டார் என்பது குற்றச்சாட்டு. தேசத்துரோகம், சதி, அரசுக்கு எதிரான யுத்தம் புரிந்தது முதலான குற்றங்கள் (இந்தியக் குற்றவியல் சட்டப்பிரிவுகள் 124H, 121, 121H) (முதலியன சென் மீது சுமத்தப்பட்டுள்ளன. இந்தச் சாதாரண சட்டங்கள் தவிர 1967ம் ஆண்டு 'சட்ட விரோத நடவடிக்கைகள் தடுப்புச் சட்டம்' (Unlawful Activities Prevention Act - UAPA), 2005 ஆம் ஆண்டு 'சட்டீஸ்கர் சிறப்புப் பொது பாதுகாப்புச் சட்டம்' ஆகிய இரு அசாதாரணச் சட்டங்களின் அடிப்படையிலும் அவர் கைது செய்யப்பட்டுள்ளார். எனவேதான் அவரைப் பிணையில் எடுக்க இயலவில்லை. பிணையில் வெளிவரக்கூடாது என்பதற்காகவே

இப்படியான கொடுஞ் சட்டங்கள் பினாயக் சென் போன்றோர் மீது போடப்படுகின்றன. அதைக் காவல் துறையால் நிறுவ இயலாது என்பது அவர்களுக்கே தெரியும். இருந்தாலும் அப்படியான பிரிவுகளும் சுமத்தப்பட்டுவிட்டால் எளிதில் 'பெய்ல்' அளிக்கவிடாமல், குற்றம் நிரூபிக்கவே இல்லாமல் யாரையும் நீண்ட காலம் சிறையில் வைத்துவிட முடியும்.

இப்படியான அநீதிகள், கொடூரங்கள் ஆகியவற்றிற்கு அரசும் அதன் எடுபிடி காவல்துறைகளும் எள்ளளவும் கலங்குவதில்லை.

இந்திய அரசு அது தோன்றிய நாள் முதல் இன்றுவரை இதுபோன்ற சிறப்பு அதிகாரங்களை அளிக்கும் தடுப்புக் காவல் சட்டங்களின்றிச் செயல்பட்டது இல்லை. இந்தியா குடியரசாக அறிவிக்கப்பட்ட அதே ஆண்டிலேயே *(1950)* முதல் தடுப்புக் காவல் சட்டத்தை அன்றைய உள்துறை அமைச்சர் சர்தார் படேல் அறிவித்தார். பின் 'மிசா' *(Maintenance of Internal Security Act -MISA)*, பொதுப் பாதுகாப்புச் சட்டம்' *(Public Safety Act PSA)* என இப்படியான சட்டங்கள் தொடர்ந்தன. 'தேசியப் பாதுகாப்புச் சட்டம்' *(National Security Act NSA)* தொடர்ந்து இன்றுவரை அமலில் உள்ளது. அவசியப் பணிகள் செயல்பாட்டுச் சட்டம் *(1981)*, தடா *(TADA -1985)*, *(POTA -2001)* பொடா ..... எனத் தொடர்ந்து இத்தகைய சட்டங்கள் இயற்றப்பட்டன. அரசியல் சட்டம் மக்களுக்கு வழங்கும் அடிப்படை உரிமைகள் பலவற்றை, ஏன் கிட்டத்தட்ட எல்லாவற்றையும், இச்சட்டங்கள் பறித்தன. இதன் மூலம் அரசியல் சட்ட விரோதமான நடவடிக்கைகளை சட்டபூர்வமாகவே மேற்கொள்ளக்கூடியவைகளாக அரசுகள் தம்மை அதிகாரப்படுத்திக்கொண்டன. சட்டபூர்வமான சட்டங்களால் கட்டுப்படுத்த இயலாத சூழலின் விளைவாக இத்தகைய சட்ட விரோதச் சட்டங்களை இயற்ற வேண்டிய அவசியம் உள்ளதாக அரசுகள் வாதிட்டன. இந்தச் சட்டங்களை எதிர்த்துத் தனி மனிதர்களும், மனித உரிமை அமைப்புகளும் நீதிமன்றங்களுக்குச் சென்றபோது, அவை இத்தகைய அவசியம் அரசுக்கு உண்மையிலேயே இருந்ததா என்கிற கேள்விகளுக்குள்

செல்லாமல் பாராளுமன்றத்திற்கு இத்தகைய சட்டங்களை இயற்ற அதிகாரமுண்டா இல்லையா என்பதாகப் பிரச்சினையை மாற்றி, அத்தகைய அதிகாரமுண்டு எனக்கூறி இத்தகைய சட்டங்களுக்கு ஒப்புதல் வழங்கின (எ.டு. பி.யூ.சி.எல். எதிர் இந்திய அரசு, ரிட் மனு எண் 129/2002). பொது ஒழுங்கு கெட்டுவிட்டது. தேசப் பாதுகாப்புக்கு ஆபத்து, அரசுடன் போர்ப் பிரகடனம், அரசுக்கு எதிராகச் சதி, பயங்கரவாதம் ஆகிய காரணங்களைச் சொல்லி இத்தகைய சட்ட விரோதச் சட்டங்களுக்கான "அவசியத்தை" அரசுகள் வற்புறுத்தியதை நீதிமன்றங்கள் அப்படியே ஏற்றுக்கொண்டன. அரசின் சட்டம் இயற்றும் அதிகாரத்தை நீதிமன்றங்கள் இவ்வாறு விரிவுபடுத்தின. வேறு வார்த்தைகளில் சொல்வதானால் அரசு தனது அவசிய அதிகாரம் என எதைக் கருதுகிறதோ அதை ஏற்று, அரசியல் சட்டத்தில் அவற்றுக்கு வழங்கப்பட்டுள்ள அதிகாரத்தை மீறுவதற்கு நீதிமன்றம் உதவி செய்து ஏற்பு வழங்கியது. வழங்கி வருகின்றது.

இத்தகைய ஏற்பு வழங்குவதில் அசாதாரணச் சட்டங்களுக்கு அரசியல் சட்ட அங்கீகாரம் அளிப்பது மட்டுமின்றி இத்தகைய அசாதாரணச் சூழல்களைக் கட்டுப்படுத்துவதற்குரிய நடவடிக்கைகளுக்காக அரசு மேற்கொள்கிற சட்டவிரோத நடவடிக்கைகளை அங்கீகரிப்பதும் அடங்கும். சட்டீஸ்கரில் மாவோயிஸ்டுகளை எதிர்கொள்ள அரசே நிறுவியுள்ள ஆயுதந் தாங்கிய கூலிப்படையாகிய "சல்வாஜுடும்" (பார்க்க: எனது உலகமயத்திற்குப் பின் இந்தியா) தொடங்கி கைது செய்யப்பட்டவர் மீது மேற்கொள்ளப்படும் போதைப் பகுப்பாய்வு எனும் உண்மை அறியும் சோதனை உட்பட அடக்கம்.

கடும் எதிர்ப்புகளின் விளைவாக தடா, பொடா முதலான சட்டங்கள் திரும்பப் பெற்றுக் கொள்ளப்பட்ட போதிலும், அல்லது அதன் காலக்கெடு முடிந்தவுடன் மறுபடி நீடிக்காமல் விடப்பட்ட போதிலும் "தேசியப் பாதுகாப்புச் சட்டம், 'அவசியப் பணிகள் செயல்பாட்டுச் சட்டம்', 'சட்ட விரோத

நடவடிக்கைகள் தடுப்புச் சட்டம்' முதலியன தொடர்ந்து அமலில் உள்ளன. அதுமட்டுமல்ல. இவ்வாறு மக்கள் எதிர்ப்புகளின் ஊடாக அமலில் இருந்து நீக்கப்பட்ட கொடுஞ் சட்டங்களின் இந்தக் கொடுமையான பிரிவுகள் கொஞ்சம் கொஞ்சமாக இந்த *UAPA* போன்ற நிரந்தரச் சட்டங்களில் திணிக்கப்படுகின்றன. தற்போது ஆட்சியிலுள்ள ஐக்கிய முற்போக்குக் கூட்டணி அரசு *(United Progressive Alliance UPA) 2004*ல் பதவி ஏற்றவுடன் முன்பே அறிவித்தபடி 'பொடா' சட்டத்தை அது நீக்கிக்கொண்டது. ஆனால் அதே நேரத்தில் ஏற்கனவே இருந்து வந்த சட்ட விரோத நடவடிக்கைகள் தடுப்புச் சட்டத்தில் சில திருத்தங்களைச் செய்து, பொடா சட்டத்தின் பல மோசமான கூறுகளை அதில் இணைத்து அறிவித்தது. அதுதான். "சட்ட விரோத நடவடிக்கைகள் தடுப்புச் சட்டம் *(UAPA* - திருத்தப்பட்டது) *2004*" என இன்று அழைக்கப்படுகிறது. தற்போது அமலில் உள்ள அச்சட்டத்தைப் பயன்படுத்தியே இன்று பினாயக் சென் போன்ற மனித உரிமைப் போராளிகள் மட்டுமின்றி இதர பல அரசியல் கைதிகளும், மாவோயிஸ்டுகளும் கைது செய்யப்படுகின்றனர். இந்தச் சட்டத்தை ரத்து செய்ய வேண்டும் என்கிற கோரிக்கை இன்று மெதுவாக மேலெழத் தொடங்கியுள்ளது. ஆனால் அரசுகள் அதை விட்டுக் கொடுக்க எள்ளளவும் தயாராக இல்லை.

இந்தச் சட்டங்கள் தவிர கொடூரமான பிரிவுகளை உள்ளடக்கிய இதுபோன்ற அசாதாரணச் சட்டங்கள் மாநில அளவில் இயற்றப்பட்டு நடைமுறைப்படுத்தப்படுவதும் குறிப்பிடத்தக்கது. மணிப்பூர் மக்களின் கடும் எதிர்ப்பையும் மீறி பிடிவாதமாக நடைமுறைப்படுத்தப்படும் "ஆயுதப் படைகள் சிறப்பு அதிகாரச் சட்டம்" *(Armed Forces Special Powers Act AFS-PA) 1958*", அமைப்பு ரீதியான குற்றங்களைக் கட்டுப்படுத்தும் மஹாராஷ்டிரச் சட்டம் *(The Maharashtra Control of Organised Crime Act, 1999)*, சட்டீஸ்கர் சிறப்புப் பொதுப் பாதுகாப்புச் சட்டம் *(Chhattisgarh Special Public Security Act, 2005)* முதலியன இவ்வகையில் அடக்கம். அமைப்பு ரீதியான குற்றங்களைக் கட்டுப்படுத்தும் 'கோகா' சட்டம் *(Control of Organised Crime Act)*

இப்போது மாநில வாரியாக இயற்றப்படக்கூடிய நிலை உள்ளது. பினாயக் சென் மீது இந்த மாநில அளவிலான சட்டமும் பாய்ந்துள்ளது. இந்தச் சட்டத்தின்படி சட்டீஸ்கர் அரசு எந்த இயக்கத்தையும் சட்ட விரோதமானது என அறிவிக்க முடியும். அதனடிப்படையில் அந்த இயக்க உறுப்பினர்களை மூன்று ஆண்டுகள் வரை காவலில் வைக்கலாம். எந்தப் பேச்சையும், பொதுக் கூட்டத்தையும் சட்ட விரோதம் என அறிவித்து ஏழு ஆண்டுகள் வரை தண்டனை வழங்கலாம். இவ்வாறு அமைப்பு ரீதியாகத் திரளும் உரிமை, பேச்சுரிமை முதலான அடிப்படை அரசியல் சட்ட உரிமைகள் பறிக்கப்படுகின்றன. இந்தச் சட்டத்தின் அடிப்படையிலேயே பினாயக் சென்னுக்குப் பிணை மறுக்கப்பட்டது.

இத்தகைய சட்ட விரோத அசாதாரணச் சட்டங்கள் குறித்து இன்னொன்றையும் இங்கே குறிப்பிட வேண்டும். இந்தச் சட்டங்கள் காலாவதியான பின்னும் கூட தொடர்ந்து செயல்படும் உரிமைகளைத் தன்னகத்தே கொண்டுள்ளன. தடா மற்றும் பொடா சட்டப் பிரிவுகளின்படி இந்தச் சட்டத்தின் கீழ் தொடங்கப்பட்ட புலனாய்வுகள், வழக்கு நடவடிக்கைகள் ஆகியன இச்சட்டம் காலாவதியான பின்னும் கூட காலாவதி ஆகாதது போலவே கருதித் தொடரப்படும். எனவே ஒருமுறை தடா அல்லது பொடாவில் சிக்கியவர்களுக்கு அச்சட்டம் நீக்கப்பட்டாலும் கூட எந்தப் பயனும் இல்லை. தவிரவும் அதே வழக்கில் தொடர்புடையவர்கள் என யாரை வேண்டுமானாலும் சட்டம் காலாவதியான பின்னும் கூட எப்போது வேண்டுமானாலும் இணைத்து இச்சட்டத்திற்குள் கொண்டுவர இயலும். ஒரு சமீபத்திய எடுத்துக்காட்டு: சென்ற செப்டம்பர் 2007ல் தேனி, போடி, வருசநாடு பகுதிகளில் மாவோயிஸ்டுகள் சிலர் கைது செய்யப்பட்டனர். சுமார் 14 பேர் அப்படி அப்போது கைது செய்யப்பட்டனர். இன்று இவர்களில் சிலர் இந்த அடிப்படையில் சிறைகளிலுள்ளனர். இவர்களில் முக்கியமானவராக போலிஸ் தரப்பில் கூறப்படுபவர் சுந்தரமூர்த்தி. தர்மபுரி மாவட்டத்தில் 1992ம் ஆண்டு ஒரு பாலத்திற்கு வெடிகுண்டு வைத்ததாக தடா வழக்கொன்று

இவர் மீது சென்னை தடா நீதிமன்றத்தில் நிலுவையில் உள்ளது. எனவே இவர் தடா நீதிமன்றத்தால் அறிவிக்கப்பட்ட ஒரு குற்றவாளி. இன்று இவர் கைதானவுடன் இவர் தடா வழக்குக் குற்றவாளியாகக் கருதப்படுகிறார். முன்குறிப்பிட்ட பிரிவுகளின்படி இந்நிலை அவருக்கு ஏற்படுகிறது. ஆனால் இன்று கைதாகியுள்ள மன்மதராசா (35), ரத்தினவேலு (38), பெருமாள் (33), திருப்பதி (36) ஆகிய நால்வர் மீது இதுவரை எந்தத் தடா வழக்குமில்லை. தடா காலாவதியாகி இன்று 12 ஆண்டுகள் ஓடிவிட்டன. எனினும் இந்த நால்வரும் முன்குறிப்பிட்ட சுந்தரமூர்த்திக்கு அடைக்கலம் கொடுத்ததாகக் கூறப்பட்டு அவர்கள் இன்று தடா சட்டத்தின்கீழ் கொண்டு வரப்பட்டுள்ளனர்.

என்ன கொடுமை பாருங்கள். இதெல்லாம் சட்டபூர்வமான அரசுகள். இவர்களெல்லாம் மக்கள் மீது நீதி பரிபாலனம் செய்வோர் என நாம் நம்ப வேண்டும்.

1985 முதல் 1995 வரை உயிருடனிருந்த தடா சட்டத்தின் கீழ் கைது செய்யப்பட்ட 76,000 பேர்களில் 1.5% பேர் மீதான குற்றச்சாட்டுகளை மட்டுமே காவல்துறையால் நிரூபிக்க முடிந்தது. மீதியுள்ள 98.5% பிணையில் விடுதலையின்றிப் பல ஆண்டுகள் சிறையிலேயே கழிக்க நேர்ந்தது. அதே நிலைமை இன்று இந்த நால்வருக்கும் ஏற்பட்டுள்ளது.

இந்தச் சட்ட அபத்தங்களையும், அதனால் குடிமக்கள் கொடூரமாகப் பாதிக்கப்படுவதையும் நாம் சரியாகப் புரிந்து கொள்ள வேண்டும்.

பினாயக் சென் கதைக்குத் திரும்புவோம். வேலூரிலுள்ள மருத்துவக் கல்லூரியில் 1970ல் பட்டம் பெற்ற சென் சட்டீஸ்கர் பழங்குடி மக்கள் மத்தியில் மருத்துவப்பணி ஆற்றியவர். மாற்று மருத்துவம், நீரிழப்பு, காசம், மலேரியா, தொழுநோய் முதலானவற்றிற்கு எளிய மருந்துகளைச் செய்தல், வறுமையின் விளைவான நோய்களை எதிர்கொள்ளல் எனப் பணி செய்து வந்தார். பி.யு.சி.எல். அமைப்பில் செயல்பட்ட அவர்

மேற்குறிப்பிட்ட சட்டீஸ்கர் சிறப்புப் பொதுப் பாதுகாப்புச் சட்டம் கொண்டுவரப்பட்டபோது அதை எதிர்த்துப் போராடினார். வழக்குத் தொடர்ந்தார். பஸ்தார் மாவட்டத்தில் ஏழு பழங்குடியினர் கொல்லப்பட்ட பிரச்சினையை அவர் முன்னெடுத்தது காவல்துறைக்கு பெரும் தலைவலியாக இருந்தது. விளைவு எந்தச் சட்ட விரோத கருப்புச் சட்டத்தை அவர் எதிர்த்தாரோ அதே சட்டத்தின் கீழ் இன்று கைது செய்யப்பட்டு பிணையுமின்றி கடந்த ஏழு மாதங்களாகச் சிறையிலுள்ளார். அமர்த்தியா சென், நோம் சோம்ஸ்கி, அருந்ததிராய் முதலானோர் சென் கைது செய்யப்பட்டதைக் கண்டித்துள்ளனர். முந்தைய மாநில அரசு 60,000 பெண் நல ஊழியர்களைப் பயிற்றுவிக்கும் திட்டம் ஒன்றை நிறைவேற்றியது. அந்தக் குழுவில் அதிகாரபூர்வமாக பங்கேற்றுச் செயல்பட்டவர் சென் என்பது குறிப்பிடத்தக்கது.

சிறை வைக்கப்பட்டுள்ள இன்னொருவர் மாவோயிஸ்டுகளின் 'பீப்பிள்ஸ் மார்ச்' இதழாசிரியர் கோவிந்த குட்டி. இவர் கொச்சிக்கு அருகில் டிசம்பர் 19, 2007 அன்று கைது செய்யப்பட்டார். உத்தரகாந்த் பகுதியில் 17 ஆண்டுகள் பத்திரிகைத் துறையில் பணியாற்றி வந்த பிரசாந்த் ராஹி டிசம்பர் 2007இல் டெஹ்ராடூனில் கைது செய்யப்பட்டார். அவர் கைது செய்யப்பட்ட சரியான தேதி குறித்து காவல்துறை பொய் சொல்கிறது. குட்டியின் இதழ் வெளிப்படையாக மாவோயிசச் சிந்தனைகளை ஆதரித்தது. ஹிமாசல் டைம்ஸ், ஸ்டேட்ஸ்மேன் ஆகிய இதழ்களில் பணியாற்றிய ராஹியை மாவோயிச அமைப்பொன்றின் படைப்பிரிவுத் தலைவர் என அரசு குற்றம் சாட்டியுள்ளது. கோவிந்தன் குட்டியை முறையான எந்தச் சட்ட ஆவணமுமின்றி ஆந்திர மாநில போலீஸார் கேரளத்தில் வந்து கைது செய்தனர். வழக்கம் போல் இபிகோ 134, 124ஏ, 133பி முதலான பிரிவுகள் தவிர UAPA சட்டமும் அவர் மீது பிரயோகிக்கப்பட்டுள்ளது. சிறையில் மிக மோசமாக இவர்கள் நடத்தப்படுகின்றனர். வழக்குரைஞருடன் பேச வேண்டுமானால் கூட சிறை அதிகாரிகள் முன்னிலையில் தான் பேச வேண்டும். கைதான நாள் முதல் குட்டி சிறையில்

உண்ணாவிரதமிருக்கிறார். கட்டாயமாக அவருக்கு இன்சுலைன், குளுகோஸ் முதலியன ஏற்றப்படுகின்றன. பிரசாந்த் ராஹியைப் பற்றி ஹிமாசலப் பிரதேஷ் முதல்வர் பி.சி.கந்தது, “அந்த ஆள் ஒரு பத்திரிகையாளர் என்பதெல்லாம் சும்மா. தேசப் பாதுகாப்புக்கு எதிராகச் செயல்பட்டுக் கொண்டிருந்த நபர் அவர்” என எடுத்தெறிந்து பேசியுள்ளார். கோவிந்தன் குட்டி குறித்து மிக மோசமான தகவல்களைக் காவல் துறை, பத்திரிகைகள் மூலமாக வெளியிட்டது. இவர்களின் கைது குறித்து எப்போதாவது அங்கொன்றும் இங்கொன்றுமாகவே பத்திரிகைகள் செய்தி வெளியிடுகின்றன. நடிகர் சஞ்சய் தத் பிரச்சினைக்கு பத்திரிகைகளில் அளிக்கப்படும் முக்கியத்துவத்துடன் ஒப்பிட்டுப் பார்க்க வேண்டிய விஷயம் இது. இத்தனைக்கும் குட்டியும், ராஹியும் பத்திரிகையாளர்கள். சென் எல்லோராலும் மதிக்கப்படும் மக்கள் மருத்துவர். இந்தக் கட்டுரை அச்சில் வரும்போது கோவிந்தன் விடுதலை செய்யப்பட்டிருந்தார்.

சென்ற ஆண்டு இவ்வாறு கைது செய்யப்பட்ட மேலும் இரு மக்கள் பணியாளர்களைப் பற்றியும் இங்கே குறிப்பிட வேண்டும். உத்தரபிரதேசத்திலுள்ள மிர்ஸாபூர் பகுதியில் பழங்குடியினர், தலித்துகள் மற்றும் பெண்கள் மத்தியில் பணியாற்றிக்கொண்டிருந்த ரோமா என்கிற பெண் ஊழியர் ஆகஸ்டு 2007ல் கைது செய்யப்பட்டார். தேசியப் பாதுகாப்புச் சட்டம் (NSA) இவர் மீது பிரயோகிக்கப்பட்டுள்ளது. வனப்பகுதி மக்கள் மற்றும் தொழிலாளிகள் அமைப்பு என்ற இயக்கத்தில் பணிசெய்துகொண்டிருந்தவர் ரோமா.

பாக்ஸைட் தாதுவைக் கொள்ளையிட முனையும் கார்ப்பரேட் நிறுவனங்களுக்கு எதிராக ஒரிசாவிலுள்ள காசிபூர் பகுதி மக்கள் போராட்டத்தில் கடந்த 13 ஆண்டுகளாகத் தன்னை இணைத்துக் கொண்டு செயல்பட்டு வந்த ஒரியக் கவிஞரும், இலக்கிய இதழ் ஒன்றில் பணியாற்றியவருமான சரோஜ் மொஹந்தி சென்ற ஜூலை 2007ல் ராயாகடாவில் கைது செய்யப்பட்டார். கொள்ளை, கொலை முயற்சி வழக்குகள் இவர்கள் மீது போடப்பட்டுள்ளன. மத்தியப் பிரதேசத்திலுள்ள பேருல்,

ஹர்தமா மற்றும் கஸ்த்வா மாவட்டங்களில் பழங்குடியினர் மத்தியில் பணி செய்து வந்த ‘ஷ்ரமிக் ஆதிவாசி சங்காதன்’ மற்றும் ‘சமாஜ்வாதி ஜன் பரிஷத்’ அமைப்புகளைச் சேர்ந்த ஷமிம், அனுராக் என்னும் இரு மக்கள் பணியாளர்களுக்கு மாநிலப் பாதுகாப்புச் சட்டத்தின்படி மாவட்ட மாஜிஸ்ட்ரேட்டால் சென்ற ஜூன் மாதம் தண்டனை வழங்கப்பட்டுள்ளது.

இவர்கள் அனைவரும் யாராலும் கண்டுகொள்ளப்படாத ஆக ஒதுக்கப்பட்ட விளிம்புநிலை மக்கள் மத்தியில் பணிசெய்தவர்கள். தலித்துகள், ஆதிவாசிகள் முதலான அடித்தள மக்களின் மிகவும் அடிப்படையான மனிதத் தேவைகளுக்கான போராட்டங்களில் துணை நின்றவர்கள். அதற்காகவே கடுமையான கண்காணிப்புகள், கைதுகள், சொல்லொணாச் சித்ரவதைகள், பிணையில் விடுதலை செய்ய இயலாத சட்டங்களில் தாக்குதல்கள், நீண்ட சிறைவாசங்கள், ஊடகங்களின் வழியிலான கடுமையான அவதூறு பிரச்சாரங்கள் ஆகியவற்றை இன்று இவர்கள் சந்தித்துக்கொண்டுள்ளனர். இவர்களுக்கு ஆதரவாகக் குரல் எழுப்புவோரை விரல் விட்டு எண்ணிவிடலாம்.

உலகமயம் என்ற பெயரில் உள்நாட்டு, வெளிநாட்டு கார்ப்பரேட் நிறுவனங்களுக்கு நாட்டு மக்களின் நில , நீர், கனிம வளங்களை எல்லாம் திறந்து விடுகிற நடைமுறைகள் அதிகமாகிறபோது அமைதி வழியில் சட்டபூர்வமாகப் போராடும் இத்தகைய மனித உரிமைப் போராளிகளும், தமது கொள்கைகளின் அடிப்படையில் சமரசமின்றி தம் வழியில் நின்று போராடும் மாவோயிஸ்டுகளும் குறிவைத்துத் தாக்கப்படுகின்றனர். ஐக்கிய நாடுகள் அவை பொதுச் செயலாளரின் சார்பில் உலகெங்கிலும் மனித உரிமைகளைக் காப்பதற்காகப் போராடி வரும் செயல்வீரர்களின் நிலை குறித்து ஆய்வு செய்யச் சிறப்புப் பிரதிநிதி ஒருவர் நியமிக்கப்பட்டார். ஹினா ஜீலானி என்னும் இப்பிரதிநிதி சென்ற ஜனவரி 24,2007 அன்று தன் அறிக்கையை வெளியிட்டார். நில உரிமைகள், இயற்கை வளங்கள், சுற்றுச் சூழல் முதலான பிரச்சினைகளைக்

கையிலெடுத்துள்ள மனித உரிமைப் போராளிகளே அதிக ஆபத்திலுள்ளனர் என்பதை இவ்வறிக்கை சுட்டிக்காட்டியது. பொருளாதார, சமூக, கலாச்சார உரிமைகளுக்காகப் போராடுகிற இப்போராளிகளின் மனித உரிமைகள் அரசால் மட்டுமின்றி அரசுக்கு அப்பாற்பட்டவர்களாலும் தாக்குதல்களுக்கு உள்ளாகின்றன. எல்லாவிதமான வடிவங்களிலும் இந்தத் தாக்குதல்கள் அமைகின்றன எனக் கூறிய இவ்வறிக்கை இவர்களது பணிகள் மனித உரிமை சார்ந்தது என்பதே ஏற்கப்படாமல் தேசப் பாதுகாப்பு முதலான பெயர்களில் இவர்கள் குற்றம் சாட்டப்படுவதையும் சுட்டிக்காட்டியது. அரசின் விரோதம், பொருளாதாரப் பற்றாக்குறை, ஊடகப் புறக்கணிப்பு எனப் பல மட்டங்களில் இவர்களின் உரிமைகள் பறிக்கப்படுகின்றன. தாக்குதல்கள் நிகழ்த்தப்படுகின்றன. மோதலில் கொல்வது, ஆளையே தலைமறைவாக்குவது முதலான வடிவங்களையும் இப்போராளிகள் சந்திக்க நேர்கிறது.

பல்வேறு அரசியல் காரணங்களின் விளைவாக ஆயுதம் தாங்கிய போராட்டங்கள், பயங்கரவாதச் செயற்பாடுகள் ஆகியன மிகுந்துள்ள ஒரு காலகட்டத்தில் இன்றைய மனித உரிமைப் பணியாளர்கள் தம் பணிகளைச் செய்ய வேண்டிய நிர்ப்பந்தத்திலுள்ளனர். இத்தகைய நடவடிக்கைகளின் பின்னணியிலுள்ள அரசியல் பிரச்சினைகள் எதையும் தீர்க்காமல் மேலும் அடக்குமுறைகள், உரிமைப் பறிப்புகள், சட்ட விரோதச் சட்டங்கள் ஆகியவற்றின் மூலம் இவற்றை ஒடுக்க நினைக்கிறது அரசு. இதன் மூலம் வரலாறு காணாத அளவில் மனித உரிமைகள் மீறப்படக்கூடிய அவலம் ஏற்படுகிறது. இந்நிலையில் பாதிக்கப்பட்டவர்களுக்காகவும், அவர்களின் சிவில் உரிமைகளுக்காகவும் நிற்கும் மனித உரிமைப் போராளி எளிதில் தேசப் பாதுகாப்புக்கு எதிரானவராகக் குற்றம் சாட்டப்படுகிறார். தேசப் பாதுகாப்பு என்ற பெயரில் மக்களின் அடிப்படை மனித உரிமைகளைப் பறிக்கும் நிலையை நியாயப்படுத்தும் போக்கு இன்று உலகெங்கிலுமுள்ளது. செப்டம்பர் 11க்குப் பின் இது மோசமாகியுள்ளது. மனித உரிமையைப் பேசுவதென்பதே பயங்கரவாதத்திற்கு ஆதரவளிப்பது என்பதாகப் பேசக்

கூடியவர்கள் அதிகமாகிறார்கள்.

கார்ப்பரேட் நிறுவனங்களுக்கு எல்லாவற்றையும் திறந்து விடுகிற இன்றைய சூழலில் பொருளாதார மற்றும் அரசியல் உரிமைகளைப் பேசுகிறவர்கள் அரசின் மிகப்பெரிய எதிரிகளாகக் கருதப்படுகின்றனர் இந்த வகையிலேயே பினாயக் சென் முதலானோர் மீதான தாக்குதல்களை நாம் புரிந்து கொள்ள வேண்டும். “கனிவளமும் நீர்வளமும் மிகுந்துள்ள இடங்களில் மாவோயிஸ்டுகள் வளர்வதை எம்மால் சகிக்க முடியாது” என மன்மோகன் சிங் ஒருமுறை கூறியதை நாம் அவ்வளவு எளிதாக மறந்துவிட இயலாது.

1998ம் ஆண்டு மனித உரிமைப் போராளிகளின் பாதுகாப்புக்கான பிரகடனம் ஒன்றை ஐ.நா. அவை வெளியிட்டது. இதற்கான ஒரு சிறப்புப் பிரதிநிதியும் 2000ல் நியமிக்கப்பட்டார். மனித உரிமைகளைப் பாதுகாக்கும் இந்த மனித உரிமைப் போராளிகளின் பாதுகாப்பை அரசு உத்தரவாதம் செய்ய வேண்டுமென இப்பிரகடனம் கோருகிறது. மனித உரிமைகளுக்காகப் போராடும் உரிமை, அமைப்பு உருவாக்கும் உரிமை, உரிமை மீறல்களை ஆவணப்படுத்தும் உரிமை, இத்தகைய பணிகளுக்காக நிதி திரட்டும் உரிமை, அரசு நிறுவனங்களின் செயல்பாடுகளை விமர்சிக்கும் உரிமை, சர்வதேச அளவிலான பாதுகாப்பு அமைப்புகளிடம் உதவி கோரும் உரிமை ஆகியவற்றை இப்பிரகடனம் அங்கீகரிக்கிறது.

என்ன பிரச்சினைகள், ஒப்பந்தங்கள், இருந்து என்ன பயன்? மனித உரிமை தொடர்பான விருப்ப ஒப்பந்தங்கள் பலவற்றில் இந்தியா கையெழுத்திடவில்லை. கையெழுத்திட்ட போதும் அவற்றை மீறுவதற்கு அது தயங்கியதுமில்லை.

இதுதான் இந்தியாவின் இன்றைய மனித உரிமைகளின் நிலை.

– ‘இன்மை’, 2008

13. சிறையில் வாழும் முஸ்லிம்கள்: அண்ணா நூற்றாண்டிலேனும் நீதி கிடைக்குமா?

தமிழகச் சிறைகளில் வாடுகிற தண்டனைக் கைதிகளில் எட்டாண்டுகாலம் முழுமையாய் தண்டனை கழித்தவர்களை பேரறிஞர் அண்ணா நூற்றாண்டு தொடக்கவிழாவை ஒட்டி (செப். 15, 2008) விடுதலை செய்ய இருப்பதாக அறிகிறோம் (தினமலர், மே 18, 2008). மனித உரிமைகளில் அக்கறையுள்ள யாரும் இம்முடிவை வரவேற்பார்கள். முதல்வருக்கு நன்றி சொல்வார்கள். இம்முறை கலைஞர் அரசு ஆட்சிக்கு வந்த கையோடு இரு அண்ணா பிறந்த நாட்களிலும் (2006, 2007 செப். 15) பத்தாண்டுகள் தண்டனை முடிந்தோரை விடுதலை செய்தனர். முதல் முறை சுமார் 400 பேரும் அடுத்த முறை 190 பேரும் இவ்வாறு விடுதலையாயினர்.

ஆயுள் தண்டனை எனில் எத்தனை ஆண்டுகாலம் சிறையில் கழிக்க வேண்டும் என்பதற்கு இங்கு சரியான விளக்கம் ஏதுமில்லை. நெருக்கிப் பிடித்துக் கேட்டால் ஆயுள் தண்டனை என்றால் ஒரு ஆயுள் முழுவதும் என்று சொல்லிவிடுவார்கள். பிரிட்டிஷ் ஆட்சியில் ஆயுளுக்கும் நாடு கடத்துவார்கள் (*Transportation for life*) அல்லவா அதுவே பின்னாளில் ஆயுள் தண்டனையாக மாற்றப்பட்டது. 1894ல் இயற்றப்பட்ட சிறைச்சாலைச் சட்டத்தின் (*1894 Prison Act*)

அடிப்படையிலேயே ஆயுள் தண்டனையை இந்திய அரசு வரையறுக்கிறது. இச்சட்டத்தின் 2ம் விதியின் உட்பிரிவுகள் கீழ்க்கண்ட விளக்கங்களை அளிக்கின்றன.

(அ) அமைதியும் நல்ல சூழலும் காப்பாற்றப்படும் பொருட்டு பாதுகாப்பு நோக்கில் சிறையிலடைத்துத் தண்டிக்கப்பட்டவர்கள் சிறைக்கைதிகள் எனப்படுவர்.

ஆ) வழிப்பறி அல்லது கொள்ளையடிப்பதற்காக விஷம் ஊட்டியவர், கொள்ளையடித்தல் போன்ற திட்டமிட்ட கொடூரமான குற்றத்திற்காகத் தண்டிக்கப்பட்ட தொழில் முறையான மற்றும் பரம்பரை ரீதியிலான ஆபத்தான 'கிரிமினல்கள்' ஆகியோர் "முதல்வகைச் சிறைக் கைதிகள்" *(Class 1 Prisoners)* எனப்படுவர்.

(இ) தொழில் முறையாகவும், பரம்பரையாகவும் ஆபத்தான 'கிரிமினல்கள்' எனச்சொல்ல இயலாத, ஆனால் கொடூரமான குற்றங்களுக்காகத் தண்டிக்கப்பட்ட கொள்ளையர் அல்லது பிற நபர்கள் இரண்டாம் வகைச் சிறைக்கைதிகளாகக் கருதப்படுவர்.

(ஈ) முதல் வகையிலும் இரண்டாம் வகையிலும் அடங்காத சிறைக் கைதிகள் 'மூன்றாம் வகைச் சிறைக் கைதிகள்' எனப்படுவர்.

(உ) 'ஆயுள் கைதி' என்றால் *(i)* இருபத்தைந்து ஆண்டுகால மொத்தத் தண்டனை பெற்ற முதல் மற்றும் இரண்டாம் வகைக் கைதிகள். *(ii)* இருபதாண்டுகள் மொத்தத் தண்டனை பெற்ற மூன்றாம் வகைக் கைதிகள்.

இவ்வாறு வகைப்படுத்தப்பட்ட கைதிகள், தண்டனைக் குறைப்பு *(remission)* மூலம் விடுதலைக்குத் தகுதி பெற்றால் அவர்கள் விடுவிக்கப்படலாம் எனவும் 1894 சிறை விதி கூறுகின்றது.

எனினும் 1894 சட்டத்தின் 59 (6) பிரிவின் கீழ் உரிய மாற்றங்கள் செய்யுமாறு இந்திய அரசின் உள்துறை அமைச்சகம் 1983ல் அறிவுறுத்தியது. இதன்மூலம் 'ஆயுள் தண்டனை' மற்றும்

'நாடுகடத்தல்' ஆகியன 20 ஆண்டு காலத் தண்டனை எனப் பரிந்துரைக்கப்பட்டது. இவ்வாறு 25 ஆண்டுகள் 20 ஆண்டுகளாக்கப்பட்டன. எனினும் முன்கூட்டிய விடுதலைக்கான தண்டனைக் குறைப்பைப் பொறுத்தமட்டில் இத்தகைய தண்டனை பெற்ற ஆயுள் கைதிகளுக்குள் உரிய வேறுபாடுகளை ஏற்படுத்திக்கொள்ளும் உரிமையும் அரசுகளுக்கு வழங்கப்பட்டது.

தண்டனை வழங்கப்பட்ட கைதிகளுக்குள் இவ்வாறு வேறுபடுத்துவது எவ்விதத்தில் சரியாக இருக்கும் என்பது அறவியல், தண்டனை இயல், மனித உரிமைகள் ஆகியவற்றின் அடிப்படையில் மேற்கொள்ளப்பட வேண்டிய ஓர் ஆழமான விவாதம்.

தண்டனைகளே இல்லாத, சிறைச்சாலைகள் எல்லாம் தகர்க்கப்பட்ட ஒரு சமூகம் பற்றி மகாத்மா காந்தி பேசினார், வலுவற்ற அரசே ஒப்பீட்டளவில் விடுதலையான குடிமக்களைக் கொண்டிருக்கும் என்று கூறியவர் காந்தி. அவரிடம் இருந்த அராஜகச் *(Anarchistt)* சிந்தனைக் கூறின் ஒரு வெளிப்பாடாக இதைக் கருதலாம். நாம் அந்த அளவிற்குச் சொல்லாவிட்டாலும் கூட, தண்டிக்கப்பட்டவர்களின் மனித உரிமைகளின் அடிப்படையிலிருந்து சிலவற்றை யோசிக்க வேண்டியிருக்கிறது. சட்டபூர்வமான ஒரு சமூகத்தை நிர்வகிக்கும் உரிமையும், சட்டத்தை மீறுபவர்களைத் தண்டிக்கும் உரிமையும் அரசுக்குண்டு என்பதை நாம் ஏற்றுக்கொள்கிறோம் என முதலில் சொல்லிவிடுவோம்.

'சட்டபூர்வமான ஒரு சமூகத்திற்கும் சட்டத்தை மீறுகிற நிலைக்கும் இடையே ஏற்படுகிற இடைவெளியை தண்டனை என்கிற நடைமுறையின் மூலம் அரசுகள் நிரப்பிக்கொள்கின்றன. சிறைச்சாலை அதற்குரிய நிறுவனமாகிறது. ஆனால் இந்த தண்டனையை அளிக்கிற நிறுவனத்திற்கும் தண்டனையைப் பெறுகிற குற்றவாளிகளுக்கும் இடையிலான உறவு சமநிலையில் இருப்பதில்லை. எனவேதான் தண்டனை குறித்த எந்த ஆய்வும் தவிர்க்க இயலாமல் அதிகாரம் குறித்த ஆய்வாகவே மாறிவிடுகின்றது.

தண்டனை வழங்குவதற்கு அரசுகள் காலங்காலமாகக் கூறிவரும் நியாயங்கள் இரண்டுதான்:

ஒன்று: தண்டனை உருவாக்கும் அச்சத்தின் விளைவாக அச்சமூகத்தில் குற்றங்களின் எண்ணிக்கை குறையும். ஆனால் நடைமுறையில் எந்தக் காலத்திலும் இது உண்மையாக இருந்ததில்லை. மரண தண்டனைகளினால் கொலைக் குற்றங்கள் குறைந்ததில்லை. மக்களின் அடிப்படை உரிமைகளை மறுக்கும் கொடூரச் சட்டங்களால் பயங்கரவாத நடவடிக்கைகளோ, என்கவுண்டர் கொலைகளால் கிரிமினல் குற்றங்களோ, இல்லை நக்சலிசமோ கட்டுக்குள் கொண்டுவரப்பட்டதில்லை. குறிப்பாக அரசியல் குற்றங்களைப் பொறுத்தமட்டில், பின்னணியாக உள்ள அரசியல் பிரச்சினைகளுக்குத் தீர்வு ஏற்படாதவரை அவை குறைவதற்கு வாய்ப்பில்லை.

இரண்டு: தண்டனை மூலம் தண்டிக்கப்படுகிற குற்றவாளி திருந்துவார் என்பது தண்டனை நிறுவனங்கள் சொல்லும் இன்னொரு காரணம். இது குறித்தும் ஆழமாய்ச் சிந்திப்பவர்கள் இதையும் ஏற்பதில்லை. சட்டத்தை மீறுகிற ஒருவரை, ‘சட்டபூர்வமான’ சமூகச் சூழலிலிருந்து பிரித்து, முற்றிலும் ‘சட்டபூர்வமற்ற’, சட்டத்தை மீறியவர்களே நிரம்பிய ஒரு சூழலில் நீண்ட காலம் தடுத்து வைத்து அவரது அனைத்து உரிமைகளையும் பறித்து, அதன் மூலம் அவருக்கு மட்டுமன்றி அவரைச் சேர்ந்தவர்களுக்கும் சொல்லொணாத் துன்பத்தை ஏற்படுத்தி - ஒருவரைத் திருத்திவிடுவது சாத்தியமில்லை. அறவியல் ரீதியில் இது ஏற்றுக்கொள்ளத் தக்கதுமல்ல.

இவற்றையெல்லாம் யோசிக்கும் போதுதான் தண்டிக்கப்பட்டவர்களின் உரிமைகள் குறித்த கவனம் நமக்கு அதிகமாகிறது. தண்டிக்கப்பட்டதாலேயே ஒருவர் குடிமகன் / குடிமகள் என்கிற நிலையை இழப்பதில்லை. விருப்பம் போல் இங்கும் அங்கும் செல்கிற (*Mobility*) உரிமை தவிர வேறு எந்த உரிமையையும் ஒரு கைதி இழப்பதில்லை. ஸ்காண்டிநேவிய நாடுகளில் சிறைக் கைதிகள் தமது தகுதிக்கேற்ப வேலை செய்து, வெளியிலிருப்பவர்களைப் போலவே சம்பாதித்து, அதன் மூலம் தமது குடும்பத்தைக் காப்பாற்றும் உரிமை

அளிக்கப்பட்டுள்ளது. பல நாடுகளில் சிறைக் கைதிகளுக்குத் தாம்பத்ய உரிமையும் அளிக்கப்பட்டுள்ளது. சிறைகள் அல்லாத வேறு மாற்றுத் தண்டனை நிறுவனங்கள் குறித்தும் இன்றைய சிந்தனையாளர்கள் பேசுகின்றனர்.

சிறைச் சாலைக்குள் வழங்கப்பட்டுள்ள குறைந்தபட்ச உரிமைகளில் ஏற்றத் தாழ்வுகள் இல்லாதிருப்பது மிக முக்கியமான ஒன்று. மத ரீதியிலோ, அரசியலடிப்படையிலோ, இல்லை குற்றங்களின் அளவின் அடிப்படையிலோ இத்தகைய வேறுபடுத்தல்கள் தமிழகச் சிறைகளுக்குள் இன்று எல்லா மட்டங்களிலும் நடைமுறையிலுள்ளது வேதனை. குறிப்பாக முஸ்லிம் கைதிகள் இன்று பெரிய அளவில் இவ்வகையில் வேறுபடுத்தப்படுகின்றனர். அரசு விதிகள் தவிர சிறை அதிகாரிகளிடம் குடிகொண்டுள்ள இந்து மனநிலையும் இதில் பெரிய பங்கு வகிக்கிறது. இத்தகைய பல்வேறு வேறுபடுத்தல்கள் குறித்தும் பேசுவதற்கு இங்கே இடமில்லை. ஒன்றிரண்டைப் பார்ப்போம்.

தமிழகச் சிறைகளில் இன்று, சமீபத்தில் கோவை வெடிகுண்டு வழக்குத் தீர்ப்பை ஒட்டி விடுதலை பெற்றுச் சென்றவர்கள் தவிர, சுமார் 170 முஸ்லிம்கள் உள்ளனர். இவர்களில் பெரும்பான்மையோர் பத்தாண்டுகளாகியும் பிணையில் விடுதலை செய்யப்பட்டதில்லை. தண்டிக்கப்பட்டவர்களுக்கு பரோல், எஸ்கார்ட் இல்லாத பரோல் முதலியவையும் அளிக்கப்பட்டதில்லை. மருத்துவ அடிப்படையில் விடுப்புகளும் வழங்கப்பட்டதில்லை. அப்துல் நாசர் மதானியின் கதை நமக்குத் தெரியும். இரு கைதிகள் உள்ளேயே இறந்துபோயுள்ளனர்

ஆனால் மேற்குறித்த இந்த உரிமைகள் அனைத்து முஸ்லிமல்லாத பிற கைதிகளுக்கு வழங்கப்பட்டுள்ளது குறிப்பிடத்தக்கது. கோவை தொடர் குண்டுவெடிப்பிற்குக் காரணமாக அரசு சொல்வது அதற்கு மூன்று மாதங்களுக்கு முன்பு கோவையில் நடைபெற்ற கொடும் மதக் கலவரங்களில் 19 முஸ்லிம்கள் கொல்லப் பட்டதுதான். ஆனால் இந்தக் குற்றத்தில் கைதான யாரும் இன்று சிறையில் இல்லை. எல்லோரும் அப்போதே பிணையில் விடுதலை செய்யப்பட்டனர். இதுபோன்ற பல

விவரங்களை ஆதாரபூர்வமாக வெளிப்படுத்தித் தோழர்கள் அப்துல்கய்யூம், இமானி, இப்ராஹிம் என்கிற மூன்று முன்னாள் கைதிகள் தொகுத்துள்ள, 'தமிழகச் சிறைகளில் முஸ்லிம் கைதிகள்' என்கிற ஆவணத்தை வாசிக்கும் நடுநிலை உள்ளங்கள் அதிர்ச்சியில் உறைவது உறுதி. நக்சலைட் கைதிகளுக்கு அமைக்கப்பட்ட 'பொடா மறுபரிசீலனைக் குழு' வும் கூட முஸ்லிம் கைதிகளுக்கு அமைக்கப்படாமல் இன்று அவர்கள் சிறையிலுள்ளனர்.

இரு அண்ணா பிறந்த நாட்களிலும், நான் தொடக்கத்தில் குறிப்பிட்டவாறு சுமார் 600 கைதிகள் விடுதலை செய்யப்பட்ட போது அதில் ஒருவர் கூட முஸ்லிம் தொடர்பான வழக்குகளில் சம்பந்தப்பட்ட முஸ்லிம்கள் இல்லை. இது குறித்து, அதே நிபந்தனைகள் பூர்த்தி செய்யப்பட்டும் விடுதலை செய்யப்படாத ஜாஹிர் என்கிற கைதி தகவலறியும் சட்டத்தின் மூலம் காரணம் வினவியபோது, "அவர் புரிந்த குற்றத்தின் தன்மை கருதி 15.9.2007 அன்று வழங்கப்பட்ட பொது மன்னிப்பின்போது அவர் விடுதலை செய்யப்படவில்லை" எனக் கூடுதல் சிறைத் துறை இயக்குனர் பதிலளித்தார் (மு.மு.எண். 51493/பி.எஸ்.! 2007-3 தேதி 26.12.2007).

பொதுமன்னிப்பு யார் யாருக்குப் பொருந்தாது எனத் தமிழக அரசு உறுதியான வரையறை எதையும் செய்யவில்லை. சிறைச்சாலைச் சீர்திருத்தம் தொடர்பான அகில இந்தியக் குழு அறிக்கையின் அத்தியாயம் X பத்தி 17.2ல் உள்ள வகைப்பாட்டை அப்படியே தமிழக அரசு ஏற்றுக்கொண்டுள்ளது. மேற்கண்ட வகைப்பாடு கீழ்க்கண்ட கைதி வகையினரை முன்கூட்டிய விடுதலைக்குத் தகுதியற்றவர்கள் எனப் பரிந்துரைக்கிறது. அவை:

1. வன்புணர்ச்சி, மோசடி, கொள்ளை, பயங்கரவாதக் குற்றங்கள், அரசுக்கு எதிரான குற்றங்கள் மற்றும் இ.பி. கோ. 224, 376, 396 முதல் 400, 402, 471, 472, 489ஏ, 489பி, 489டி ஆகிய பிரிவுகளின் கீழ் தண்டிக்கப்பட்ட கைதிகள்.

2. பொருளாதாரக் குற்றங்கள், கள்ளச் சந்தை, கடத்தல் மற்றும் அதிகாரத்தையும், பதவியையும் தவறாகப் பயன்படுத்துதல்

ஆகிய குற்றங்களுக்காகத் தண்டிக்கப்பட்ட கைதிகள்.

3. ஊழல் தடுப்புச் சட்டம், பெண்களை விபச்சாரத்தில் ஈடுபடுத்துவதைத் தடுக்கும் சட்டம், போதை மருந்துச் சட்டம், உணவுக் கலப்படச் சட்டம் ஆகியவற்றில் தண்டிக்கப்பட்ட கைதிகள்.

மேற்கண்ட வகைப்பாட்டின் முதல் பிரிவில் "பயங்கரவாதக் குற்றங்கள், அரசுக்கு எதிரான குற்றங்கள்" எனப் பொத்தாம் பொதுவாகச் சொல்லப்பட்டுள்ளதைக் கவனிக்க வேண்டும். எந்த அரசியல் குற்றத்தையும் இந்த வகைப்பாட்டிற்குள் கொண்டு வந்துவிட முடியும் என்பது சிந்திக்கத்தக்கது.

தண்டனை வழங்கப்படும்போதே குற்றத்தின் தன்மைகள் முழுமையாகக் கவனத்தில் எடுத்துக்கொள்ளப்படுகின்றன. தண்டனைக் குறைப்பு என்பது தண்டனைக் காலத்தில் அவரும் அவரது குடும்பமும் படும் துயரைக் கணக்கில் கொண்டே மேற்கொள்ளப்படுகிறது. எனில் எத்தகைய குற்றத்திற்காகத் தண்டிக்கப்பட்டார் என்பது இந்தக் கணக்கீட்டில் தேவையற்ற ஒன்று. 'மூன்று கொலைகளுக்கு மேல் செய்தவர்' என்கிற அடிப்படையில் கைதிகள் வகைபிரிக்கப்பட்டதை முன்பொரு வழக்கில் உச்ச நீதிமன்றம் கண்டித்துள்ளது குறிப்பிடத்தக்கது.

'ஹரியானா அரசு எதிர் மஹேந்திராசிங்கும் மற்றவர்களும்' என்கிற வழக்கில் (அப்பீல் - கிரிமினல் 30/2005) வழங்கப்பட்ட உச்ச நீதிமன்றத் தீர்ப்பு, 2.11.2007) நீதிபதிகள் எஸ். பி. சின்ஹா மற்றும் எச். எஸ். பேடி அளித்துள்ள தீர்ப்பு முக்கியமானது.

கைதிகள் தண்டனைக் குறைப்பைக் கோருவதற்கு அரசியல் சட்ட அடிப்படையில் உரிமை பெற்றவர்கள் அல்லர் என்ற போதிலும் தண்டனைக் குறைப்பை அளிக்க வேண்டியது அரசின் சட்டபூர்வமான கடமைகளில் ஒன்று. மாநில அரசுகள் இருக்கிற விதிகளுக்குட்பட்டு அரசியல் சட்டப் பிரிவுகள் 72 மற்றும் 161 பிரிவின் கீழ் பொது மன்னிப்பு அளிக்க விதிமுறைகளை ஏற்படுத்திக் கொள்ளலாம். கைதிகளை வகை பிரிக்க மாநில அரசுகளுக்கு உரிமை உண்டு என்ற போதிலும் இவ்வாறு மேற்கொள்ளப்படும் வகைப்பாடு

குடிமக்களுக்கிடையே சமத்துவ உரிமையை அளிக்கும் அரசியல் சட்டப் பிரிவு 14க்கு முரணாக அமையக் கூடாது என்பதை மேற்கண்ட தீர்ப்பு உறுதிப்படுத்தியது.

குற்ற நடைமுறைச் சட்டத்தின் 433 ஏ பிரிவு மரண தண்டனை பெற்றுப் பின் ஆயுள் தண்டனையாகக் குறைக்கப்பட்ட கைதிகள் மட்டும் 14 ஆண்டு காலம் தண்டனை முடியும் முன்பாக விடுதலை செய்யப்படக்கூடாது என வரையறுக்கிறது. (அப்படிப் பார்த்தால் கூட ராஜிவ் கொலையில் குற்றம் சாட்டப்பட்ட நளினி 14 ஆண்டுகள் முடித்தும் விடுதலை செய்யப்படவில்லை) மற்ற யாரையும் அரசு அல்லது எட்டு ஆண்டுகள் என வரையறுத்து விடுதலை செய்ய உரிமையுண்டு. அவ்வாறு விடுதலை செய்யும் கைதிகளுக்கிடையே வேறுபாடு காட்டக் கூடாது.

முஸ்லிம் கைதிகளில் சுமார் 71 பேர் அண்ணா நூற்றாண்டின் பொது மன்னிப்பிற்குத் தகுதியாகிறார்கள். சிறுபான்மையோரின் நலம் காக்கும் அரசாகத் தன்னை முன்னிறுத்திக்கொள்ளும் கலைஞர் கருணாநிதி அவர்கள், இவர்கள் அனைவரையும் விடுதலை செய்ய வேண்டும். நீண்டகாலம் விசாரணை முடிக்கப்படாத வழக்குகளை உடனடியாக முடிக்க வேண்டும். விசாரணைக் கைதிகளுக்கு ஜாமீன் உரிமை வழங்க வேண்டும். மறுபரிசீலனைக்குழு நியமிக்கப்பட வேண்டிய வழக்குகளில் உடனடியாக அதைச் செய்யவேண்டும்.

இட ஒதுக்கீட்டிற்காக அனைத்து முஸ்லிம் இயக்கங்களும் தங்களுக்கு இடையேயான வேறுபாடுகளை ஒதுக்கிவைத்துவிட்டுப் போராடியது போல, இந்தக் கோரிக்கையிலும் ஒன்றிணைய வேண்டும்.

- சமநிலைச் சமுதாயம், ஜூலை 20, 2008

14. தொகுப்பாய்ச் சில: தேவை ஒரு மனித உரிமைப் பண்பாடு

அது 1978 என நினைக்கிறேன். இந்திராகாந்தியின் நெருக்கடி நிலை ஆட்சி முடிவுக்கு வந்து ஜனதாகட்சி ஆட்சி ஏற்பட்டிருந்த நேரம். நான் அப்போது ஒரு இளம் கல்லூரி ஆசிரியன். நெருக்கடி நிலைக் கொடுமைகள், மனித உரிமை மீறல்கள், ஜனநாயக மறுப்புகள் ஆகியவற்றினூடாக அரசியல் வயப்பட்டிருந்த துடிப்பான மனநிலைக்குச் சொந்தக்காரன். பிரதமர் மொரார்ஜி தேசாய் அன்று தஞ்சைக்கு வந்திருந்தார். ராஜப்பா நகரிலுள்ள போலீஸ் மைதானத்தில் கூட்டம். மிகுந்த உற்சாகத்தோடு, ஒரு மணி நேரம் முன்னதாகவே சென்று முதல் வரிசையில் அமர்ந்திருந்தேன். அறிவித்தபடி சரியாகக் காலை 11 மணிக்கு தேசாய் மேடை ஏறினார். அப்போதைய மாநில காங்கிரஸ் தலைவர் பா. ராமச்சந்திரன் தலைமை. குமரி அனந்தன் மொழிபெயர்ப்பு. இவர்களோடு இன்னுஞ்சிலரும் மேடையில். மேடைக்கும் முதல் வரிசைக்கும் இடையில் சுமார் 30 அடி தொலைவிருக்கும். ஒரு துணி நாடாவால் இடைவெளி பிரிக்கப்பட்டிருந்தது. மேடை ஏறியவுடன் தேசாய் கேட்டது, இந்த இடைவெளி ஏன், நாடா எதற்கு என்றதுதான். அதிகாரிகள் விளக்கியவுடன் தேசாய் சினமடைந்தார். நாடாவை அறுக்கச் சொன்னார். எங்களை நோக்கி, "முன்னே வாருங்கள், முன்னே

வாருங்கள்” எனச் சைகை செய்தார். நாங்கள் நெருங்கி ஓடி அமர்ந்தோம். மொரார்ஜி பேசத் தொடங்கினார்.

இன்று இது சாத்தியமா? குண்டு துளைக்காத மேடை, அதிரடியான போலீஸ் சோதனைகள், சிறப்புப் பாதுகாப்புப்படை, கருப்புப் பூனைகள் ... இந்த முப்பதாண்டுகளில் ஏற்பட்டுள்ள மாற்றங்களின் ஓரம்சம் இது.

இந்நூலிலுள்ள முதற் கட்டுரையில் கூறியுள்ளபடி அரசு என்கிற பிரகடனப்படுத்தும் உரிமையை அது விட்டுக் கொடுத்ததில்லை அசாதாரண, அரசியல் சட்ட விரோத அதிகாரங்களைக் கையிலெடுக்கும் நடைமுறை பல்வேறு மட்டங்களில் செயல்படுத்தப்பட்டு வந்தபோதிலும் செப்டம்பர் 11க்குப் பிந்திய உலகில் இதில் மிகப் பெரிய பண்பு மாற்றம் ஏற்பட்டுள்ளது. எந்தவிதக் கூச்ச நாச்சமும் இன்றி, உலக நாடுகளின் ஒத்துழைப்புடனும் பொதுப் புத்தியின் ஆதரவுடனும் மனித உரிமைகளைப் பறிக்கும் இந்தப் பண்பு மாற்றத்தின் பின்னணியாக இரு கதையாடல்கள் உள்ளன. அவை:

1. பயங்கரவாதத்திற்கு எதிரான போர்.

2. உலக மயம்.

இவை குறித்து இந்நூலின் உள்ளே விரிவாகப் பேசப்பட்டுள்ளதால் இங்கே விளக்கம் தேவையில்லை. ஒன்று மட்டும் முக்கியம்: இன்று வேறெப்போதைக் காட்டிலும் மனித உரிமைகளுக்கான போராட்டங்கள், இயக்கங்களின் தேவை முதலியன அதிகமாகியுள்ளது.

மனித உரிமை நடவடிக்கைகளில் ஏற்பட்டுள்ள இன்னொரு பண்பு மாற்றமும் இங்கே கவனிக்கத் தக்கது. உபேந்திர பக்சி சொல்வது போல உலகமயச் சூழலில் இன்று மனித உரிமைகளும் ஒரு “தொழிலாக” (industry) ஆகியுள்ளது. எல்லாம் உலக மயமாகியுள்ளது போல மனித உரிமைகளும் உலகமயமாகியுள்ளன. அரசுகளும், அரசு சாரா நிறுவனங்களும் இன்று மனித உரிமைகளைக் கையிலெடுத்துள்ளன. UNHRC,

NHRC, SHRC முதலான உலக அளவிலான, இந்திய அளவிலான, மாநில அளவிலான மனித உரிமை ஆணையங்கள் ஒருபுறம். உலக அளவில் நிதிப் பின்புலங்களுடன் இயங்கும் அரசு சாரா நிறுவனங்களின் *(NGO)* மனித உரிமை அமைப்புகள் மறுபுறம்.

மனித உரிமை மீறல்களுக்கு எதிராக எந்தவித நடவடிக்கை எடுக்கும் அதிகாரங்களுமில்லாத மேற்குறிப்பிட்ட அரசு நிறுவனங்கள், பெரும் மக்கள் எதிர்ப்பு தோன்றாமல் அரசுகளைப் பாதுகாத்துக்கொள்ளும் *Safety Valves* ஆகவே செயல்படுகின்றன. வெளிநாட்டு நிதி உதவியுடன் இயங்கும் அரசு சாரா நிறுவனங்களைப் பொறுத்தமட்டில் மனித உரிமைகளைப் பேசுவது ஒரு தொழிலாகிவிடுகிறது. மனித உரிமை மீறல்களால் நேர்கிற மனிதத் துயர்களே *(Sufferings)* இத்தொழிலின் கச்சாப் பொருள். தமக்குள்ள ஆள், தேர், அலுவலக பலத்துடன் இயங்கும் இவ்வமைப்புகள் பல மனித உரிமை மீறல்களை வெளிக்கொணர்வதில் ஒரு குறிப்பிடத்தக்க பங்காற்றியுள்ளன என்பதில் கருத்து மாறுபாடு இல்லை. இருந்த போதிலும் ஒரு எல்லைக்கு மேல் பிரச்சினையை அவர்கள் கொண்டு சொல்வதில்லை. அரசுடன் இணைந்து அவர்கள் பல வேலைத் திட்டங்கள், மனித உரிமைப் பயிற்சிகள் முதலியவற்றை மேற்கொள்வதும், பல்வேறு மாற்று அரசியல் சக்திகளையும், பல்வேறு சலுகைகள் மூலமாகத் தம் கட்டுப்பாட்டிற்குள் வைத்துக்கொள்வதையும் நாம் கவனிக்காதிருக்க இயலாது.

இத்தகைய சூழலில் சுயேச்சையாக இயங்கும் மனித உரிமை இயக்கங்களின் பணி ரொம்பவும் சிக்கலாகிறது. அரசு, காவல்துறை, சாதி, மத வெறி சக்திகள் ஆகியவற்றைத் தொடர்ந்து எதிர்த்துச் செயல்பட வேண்டிய நிர்ப்பந்தம் ஒருபுறம். இன்னொரு புறம் மனித உரிமைப் பணிகள் என்பன அதிக செலவைக் கோரும் செயல்பாடுகளாகின்றன. ஓர் உண்மை அறியும் குழுவை அமைப்பதென்றால், மனித உரிமைப் போராளிகள் பலரும் பல்வேறு இடங்களிலிருந்து, சில சமயங்களில் வெவ்வேறு மாநிலங்களிலிருந்து ஓரிடத்திற்கு வந்து, தங்கி, வாடகைக்கு வாகனங்கள் எடுத்துப் பகுதிகளுக்குச்

சென்று, பிரஸ் மீட் ஏற்பாடு செய்து... எனப் பல செலவுகள். சில நேரங்களில் தொடர்ந்து வழக்காட வேண்டிய நிலையும் ஏற்படுகிறது.

ஒப்பீட்டளவில் மனித உரிமைச் செயல்பாடுகளுக்குப் பிற நாடுகளில் கிடைக்கும் ஊடக ஆதரவு இங்கே கிடைப்பதில்லை. மனித உரிமைப் பிரச்சினைகளிலும் கூட பரபரப்பானவைகட்கே ஊடகங்கள் கூடுதல் முக்கியத்துவம் அளிக்கின்றன. சிறுபான்மையினருக்கெதிரான மீறல்கள் போன்ற பிரச்சினைகளுக்கு பெரும்பாலானவை உரிய முக்கியத்துவம் அளிப்பதில்லை.

அறிவுஜீவிகள், பொது மக்கள் அளவிலுங்கூட இத்தகைய பணிகளுக்குப் பெரிய ஆதரவு இருப்பதில்லை. இலக்கிய, அரசியல் சார்ந்த கூட்டங்களை நாம் நடத்தும்போது வருகிற பார்வையாளர்கள் மனித உரிமை சார்ந்த கூட்டங்களுக்கு வருவதில்லை. அச்சம், மனித உரிமை மீறல்களைச் சட்ட ஒழுங்கை நிலைநாட்டத் தேவையான செயற்பாடுகளாகப் பார்க்கும் மத்திய வர்க்கப் பொதுப்புத்தி ஆகியன இதில் முக்கியப் பங்கு வகிக்கின்றன.

இத்தனைக்கும் மத்தியில்தான் மனித உரிமைப் பணியாளர்கள் செயல்பட வேண்டியுள்ளது. இந்தப் பணியின் தேவை அதிகமாகியுள்ள சூழலில் இதையெல்லாம் சிந்திக்க வேண்டியிருக்கிறது.

மனித உரிமைப் பணி ஓர் அறம் சார்ந்த செயற்பாடு. சிவில், மனித உரிமை மீறல்களை யார் செய்தபோதும் அதைக் கண்டிக்கும் திராணியும் நேர்மையும் மனித உரிமைப் போராளிகளுக்கு இருக்க வேண்டும். இதன் பொருள் (போலீஸ்காரர்கள் வழக்கமாகச் சொல்வது போல) போலிஸ்காரர்களின் உரிமைகளைப் பேசுவதற்கும், பயங்கரவாதத்தைக் கண்டிப்பதற்கும் முன்னுரிமை கொடுக்க வேண்டும் என்பதல்ல. முன்னுரிமை மட்டுமல்ல, சம உரிமையும் கூட இவற்றுக்கு நாம் கொடுக்க இயலாது. அப்பாவி மக்களின் வாழ்வுரிமையையே பறிப்பது என்கிற

வகையில் காவல்துறை பயங்கரவாதங்களை யார்தான் ஆதரிக்க முடியும்.

பயங்கரவாதங்களுக்கு எதிராகப் பேசுவதற்கும் கடும் நடவடிக்கைகளை எடுக்கவும் இங்கே வலுவான ஒரு அரசு இருக்கிறது. காவல் துறை இருக்கிறது, ஊடகங்கள் உள்ளன. யாராலும் பேசப்படாதவர்களின் மீதான உரிமை மீறல்களை வெளிக்கொணர்வதற்கே மனித உரிமைப் போராளிகள் முன்னுரிமை கொடுக்க வேண்டியுள்ளது. வாய்ப்புள்ள நேரங்களிலெல்லாம் பயங்கரவாத நடவடிக்கைகளுக்கு யார் காரணமாக இருந்தபோதிலும் மனித உரிமைப் போராளிகள் கண்டிக்கத் தயங்கியதில்லை. மனித உரிமை மீறல்களைச் செய்யும் மிகப் பெரிய நிறுவனங்களாக சாதி மதவாத அமைப்புகளும், அரசுகளும் காவல் துறைகளுமே உள்ளன என்பதை மறந்துவிடலாகாது.

அரசு, காவல்துறை, ஊடகங்கள் ஆகியவை ஒருசில உண்மைகளைத் திட்டமிட்டு மறைக்கும் போதும், அவற்றுக்கு உரிய முக்கியத்துவம் அளிக்காதபோதும் அவற்றை வெளிக் கொணர்வதற்காகவே உண்மை அறியும் குழுக்களை அமைக்கிறோம். மறைக்கப்பட்ட உண்மைகளுக்கு முக்கியத்துவம் அளித்து, அவற்றை *High light* செய்வதே நமது நோக்கம் என்ற போதிலும் இறுக்கமான முன் முடிவுகளுடன் நாம் உண்மைகளைத் தேடிச் செல்லக் கூடாது. நமது தேடலில், நமது முடிவுகளுக்கு மாறான தரவுகள் கிடைத்தால் அவற்றைப் புறந்தள்ளவும் கூடாது. நமது முன் முடிவுகளுக்கேற்றதாக உள்ளது என்பதால் ஒரு புறக்கணிக்கத்தக்க ஆதாரத்தை மிகைப்படுத்திவிடவும் கூடாது. நமது முன் முடிவுகளுக்கெதிரான வலுவான ஆதாரங்கள் கிடைக்கும் பட்சத்தில் அவற்றைச் சொல்வதற்குத் தயங்கக் கூடாது. அவற்றைத் தவிர்த்தலும் கூடாது.

சாதி, மதக் கலவரங்களாகட்டும், இதர வழக்கு விசாரணைகள் ஆகட்டும் காவல்துறையினர் நேர்மையாகச் செயல்படும்

நிகழ்வுகளில் அதைக் குறிப்பிட்டுச் சொல்லாதிருக்கவும் கூடாது. ஒட்டுமொத்தமாய் காவல்துறையினர் நேர்மையாக நடந்து கொள்வதான ஒரு பிம்பத்தை ஏற்படுத்திவிடக் கூடாது என்பது மட்டுமே இதில் முக்கியம். ஏனெனில் அவர்கள் அவ்வாறு இருப்பதில்லை. காவல்துறை சீர்திருத்தம் தேவை என்பதை இது குறித்து ஆய்வு செய்யும் அனைவரும் ஒருமித்த குரலில் கூறுவது சிந்திக்கத் தக்கது.

“என்கவுண்டர் ஸ்பெஷலிஸ்டுகள்” எனச் சிலரை ஊட்டி வளர்ப்பது, அவர்களுக்கு பதவி உயர்வு, “வீரப் பரிசுகள்” கொடுத்துக் கொண்டாடுவது முதலானவற்றிற்கு அரசுகள் முற்றுப்புள்ளி வைப்பது மிக மிக அவசியம்.

மனித உரிமைப் பணிகளில் ஈடுபடும் தோழர்களுக்கு பல்வேறு அரசியல் சார்புகள் இருக்கக் கூடும். அந்த அரசியலுக்குரிய மொழியில் மனித உரிமைகளையும் பேசிவிடும் உந்துதலை அவர்கள் தவிர்த்துக்கொள்வது அவசியம். ஒரு நிகழ்வு குறித்த மனித உரிமை மீறல்களைப் பேசும்போது, அந்த நிகழ்வின் அரசியலை நியாயப்படுத்தும் வேலை மனித உரிமைப் பணியாளர்களுடையதல்ல. அதைச் செய்வதற்கு வேறு மேடைகளும் வேறு தளங்களும் உள்ளன. இங்கே அந்த நிகழ்வில் வெளிப்படும் மீறல்களை வெளிக்கொணர்வது மட்டுமே நமது பணி. பாதிக்கப்பட்டவரின் அரசியல் தவறாக இருந்தபோதும்கூட அவருக்கான மனித உரிமைகளுக்காகப் போராடுவதும் அவற்றைப் பேசுவதுமே நமது கடமை. நாம் பயன்படுத்தும் மொழியிலும் இந்தக் கவனம் தேவை.

நான் முன்பே சொன்னதுபோல நமக்கு முன்னுரிமையே இல்லை என்பதல்ல. நிச்சயமாக நமக்கு முன்னுரிமை உண்டு. எனினும் நாம் நடுநிலை தவறுவதாகவும், குறிப்பிட்ட அரசியல் அமைப்பின் நீட்சியாக அமைவதாகவும் ஒரு பிம்பத்தை ஏற்படுத்திக்கொண்டோமானால் பின் நமது கூற்றுக்கள் ஐயத்திற்கு உரியவையாகிவிடும் என்கிற அச்சத்தை நாம் உதறிவிடலாகாது. அதேபோல மனித உரிமைப் போராளிகளுக்கு

அடிப்படைச் சட்ட நுணுக்கங்கள் குறித்த அறிவு முக்கியம். ஆனால் நமது கூற்றுக்களும் அறிக்கைகளும் ஏதோ நீதிமன்றத்தில் தாக்கல் செய்யும் மனுவைப் போல அமைந்துவிடக் கூடாது. வாசிக்கும் மக்களின் உணர்வுகளை நிரடும் வகையில் இலக்கிய நுணுக்கத்துடன் அமைவதற்குக் கூடுதல் முக்கியத்துவம் அளிக்க வேண்டும். சட்டரீதியில் தவறாக இல்லாதவாறும், சுருக்கமாகவும், உணர்வுகளை உரசுவதாகவும் நமது அறிக்கைகள் அமைவது அவசியம்.

அறிக்கைகள் சமர்ப்பிப்பதோடு நமது பணி முடிந்துவிடுவதில்லை. சமீப காலங்களில் மனித உரிமைப் பணிகளில் ஈடுபாடு காட்டும் இளம் வழக்குரைஞர்கள் பலர் களத்தில் நின்றும், நீதிமன்றங்களுக்குச் சென்றும் துணிச்சலுடன் செயல்படுவது மிகவும் வரவேற்கத்தக்கதாகவும், உற்சாகமளிப்பதாகவும் உள்ளது. எனினும் நமது மனித உரிமைப் பணிகளுக்கும் அரசியல் பணிகளுக்குமுள்ள வேறுபாட்டை நாம் எப்போதும் கருத்தில் கொள்ள வேண்டும் என்பதற்காகவே இவற்றை எல்லாம் சொல்ல வேண்டியுள்ளது. அத்தகைய நிலை உள்ளபோதுதான் சமூகத்தின் பல தரப்புகளிலிருந்தும் மனித உரிமை ஆர்வலர்கள் நம்முடன் இணைந்து செயல்பட முன்வருவார்கள்.

தேசம், மக்கள் நலன் ஆகியவை குறித்த மைய நீரோட்டப் பார்வை ஒன்றே சரி என மைய நீரோட்ட அரசியலாளர்கள் வேண்டுமானால் கருதிக்கொள்ளலாம். மாற்று வழிமுறைகளையும் மாற்றுக் கருத்துகளையும் அவர்கள் அங்கீகரிக்க மறுக்கலாம். 'தீவிரவாதம்' எனப் பெயர் சூட்டி ஒடுக்க முனையலாம். மனித உரிமைப் போராளிகள் அப்படிக் கருத இயலாது. அரசாலும், காவல் துறையாலும் சாதி/மத அடிப்படையிலான பாசிச சக்திகளாலும் ஒடுக்கப்படும் எல்லோருக்காகவும் நிற்பதே மனித உரிமைப் போராளிகளின் தலையாயப் பணி.

15. மனித உரிமைகள்... ஏன் எதற்கு?: உலகளாவிய பின்னணி

மனிதகுலம் முழுமைக்கும் சில பொதுவான, சமஅளவிலான அடிப்படை உரிமைகள் இருக்க வேண்டும் என்கிற கருத்து மனிதன் தோன்றிய காலம் முதல் இருந்து வந்திருக்கிறது. எனினும் ஏற்றத்தாழ்வான சமூக அமைப்பாக மனித குலம் இறுகத் தொடங்கிய காலம் முதல் எல்லா மக்களுக்குமான சம அளவிலான பொது உரிமைகள் என்பன எக்காலத்திலும் நடைமுறையில் இருந்ததில்லை. இந்தியாவைப் பொறுத்தமட்டில் பொருளாதார ஏற்றத்தாழ்வுகள் தவிர சாதி அடிப்படையிலும் அடித்தட்டு மக்களுக்கு அடிப்படையான பல உரிமைகள் மறுக்கப்பட்டன.

பதினெட்டாம் நூற்றாண்டில் ஐரோப்பாவில் வளர்ச்சியுற்ற முதலாளியம், அதனைத் தொடர்ந்து உருவான பிரெஞ்சுப் புரட்சி, அமெரிக்க விடுதலை, தேசிய இனங்களின் சுயநிர்ணய உரிமைப் போராட்டங்கள் போன்றவை ஜனநாயகச் சிந்தனைகளும், சமத்துவமான அடிப்படை மனித உரிமைகள் என்கிற கருத்தியலும் உருவாவதற்குக் காரணமாயின. முதலாளிய அரசுகள் தொடக்க காலத்தில் உருவாக்கிய ஜனநாயக அமைப்புகள் உலகெங்கிலும் மனித உரிமைகள் மலர்ச்சி பெற உதவின. எனினும் வெகுவிரைவில் இச்

சமூகங்கள் கடுமையான ஏற்றத்தாழ்வு மிக்க அமைப்புகளாக மாறின. கடுமையான உழைப்புச் சுரண்டல், வேலை உரிமை மறுக்கப்படுதல், அடித்தட்டு மக்களுக்குப் பேச்சுரிமை, எழுத்துரிமை, கண்ணியமான வாழ்க்கை நடத்தும் உரிமைகள் மறுக்கப்படுதல் போன்றவை நீடிக்கவே செய்தன. ஆக, சமத்துவமான மனித உரிமைகள் என்பன நடைமுறையில் கேலிக்கூத்தாகவே அமைந்தன.

இந்நிலையில் காலங்காலமாக நிலவி வந்த பல மூட நம்பிக்கைகளுக்கு மரண அடி கொடுத்து இயற்கை அறிவியலில் புரட்சியினை ஏற்படுத்திய டார்வினிய சித்தாந்தமும், மனித சமூக வளர்ச்சி குறித்த புரட்சிகரமான சிந்தனைகளை முன்னிறுத்திய மார்க்சியமும் மனி உரிமைகள் பற்றிய சிந்தனையில் புதிய ஒளியைப் பாய்ச்சின. மூலதனத்தின் ஆட்சி ஒழிக்கப்பட்டு, பொருளாதாரச் சமத்துவம், கருத்துருவாக்க சமத்துவம், நிர்வாகச் சமத்துவம் ஆகியவை நிலைநிறுத்தப்படும்போது ஜனநாயகம், சமத்துவமான அடிப்படை மனித உரிமைகள் என்பனவெல்லாம் பொருளுடையதாகும் என்கிற கருத்தை மார்க்சியம் முன்வைத்தது. இவ்வாறு ஆதிக்கச் சக்திகளிடமிருந்து அடித்தட்டு உழைக்கும் மக்கள் ஆட்சி அதிகாரத்தைக் கைப்பற்றுவதன் அவசியமும் உணரப்பட்டது. 1917இல் உருவான ரஷ்யப் புரட்சி இத்தகைய ஒரு புதிய அடித்தட்டு மக்களின் ஆட்சியமைப்பை உருவாக்கிய ஒரு வரலாற்றுச் சாதனையைப் படைத்த போதிலும் இத்தகைய ஆட்சியமைப்பை ஒழித்துக்கட்ட முயன்ற உள்நாட்டு, வெளிநாட்டு எதிர்ப்புகளை எதிர்கொள்ள வேண்டிய சூழலில் மார்க்சியம் முன்னிலைப்படுத்திய உண்மையான ஜனநாயகத்தையும், சமத்துவமாக மனித உரிமைகளையும் நிலைநாட்டிவிட முடியவில்லை. முதலாளிய ஜனநாயகத்தில் உள்ள உரிமைகளும் கூடப் பல நேரங்களில் இத்தகைய அரசுகளால் தம் மக்களுக்கு அளிக்க முடியவில்லை. புரட்சிக்குப் பிந்திய அரசுகள் அனைத்திலும் இந்நிலை தொடரவே செய்தது.

முதலாளிய நெருக்கடிகளைத் தொடர்ந்து உருவான

பாசிசம் மோசமான மனித உரிமை மீறல்களுக்கும் உலகப் போருக்கும் காரணமாயிற்று. உலகப்போர் விட்டுச் சென்ற கொடிய அனுபவங்களும் எதேச்சதிகார அரசுகளுக்கெதிரான போராட்டங்களை ஒடுக்குவதற்காக இத்தகைய அரசுகள் மேற்கொண்ட கடும் அடக்குமுறை நடவடிக்கைகளும் மனித உரிமைகள் பற்றிய சிந்தனைகளை மீண்டும் முன்னுக்குக் கொண்டு வந்தன. இதன் விளைவாக 1948 டிசம்பர் 10ஆம் தேதியன்று ஐக்கிய நாடுகள் அவையின் உலகளாவிய மனித உரிமைப் பிரகடனம் வெளியிடப்பட்டது. இந்தியா உட்படப் பல நாடுகள் இப்பிரகடனத்தில் கையெழுத்திட்டன. இப்பிரகடனத்தின் பிரிவுகளுக்குச் சட்ட வடிவம் கொடுப்பதற்காக 1976ஆம் ஆண்டில் இரு நகல் உடன்பாடுகள் நிறைவேற்றப்பட்டன. அவை முறையே,

(அ) சமூகப் பொருளாதாரப் பண்பாட்டு உரிமைகளுக்கான சர்வதேச நகல் உடன்பாடு,

ஆ) குடி அரசியல் உரிமைகளுக்கான சர்வதேச நகல் உடன்பாடு.

இந்த உடன்பாடுகளில் கையெழுத்திட்ட நாடுகள் இவற்றில் கண்டுள்ள உரிமைகளை நிறைவேற்றுவதற்கான கடப்பாடுடையவைகளாயின.

இரண்டாவது நகல் உடன்பாட்டுடன் இணைக்கப்பட்ட விருப்ப ஒப்பந்தத்தில் குடிமக்கள் யாரும் தனது உரிமைகள் மீறப்படும்போது, சர்வதேச நிறுவனங்களில் புகார் செய்து கொள்ளும் உரிமையைப் பெறுகின்றனர்.

ஐ.நா. அவையில் உறுப்பினராக உள்ள அனைத்து நாடுகளும் மேற்குறிப்பிட்ட இரு உடன்பாடுகளிலும், விருப்ப ஒப்பந்தங்களிலும் கையெழுத்து இட்டு விடவில்லை. வங்கதேசம், பாகிஸ்தான், அங்கோலா போன்ற நாடுகள் மூன்றிலுமே கையெழுத்திடவில்லை. அமெரிக்கா, ரஷியா, இந்தியா போன்ற நாடுகள் நகல் உடன்பாடுகளில் மட்டுமே கையெழுத்திட்டுள்ளன. விருப்ப ஒப்பந்தத்தில் கையெழுத்திடவில்லை. இதனால்

இந்நாட்டு மக்கள் தங்கள் குடியுரிமை மற்றும் அரசியல் உரிமைகள் மீறப்படும்போது புகார் செய்து நீதி பெறும் உரிமையை இழந்திருப்பது குறிப்பிடத்தக்கது.

ஒரு சில வல்லரசுகளின் கட்டுப்பாட்டில் இயங்கும் ஐ.நா அவை எவ்வாறு உலக நாடுகளிடையே சமத்துவத்தையும் சமநீதியையும் உருவாக்க இயலாமல் போனதோ, அது போலவே மனித உரிமையை நிலைநாட்டித் தருவதிலும் எந்தக் குறிப்பிட்ட சாதனையையும் நிகழ்த்திவிடவில்லை. எனவே ஐ.நா அவை உருவாக்கியுள்ள மனித உரிமைப் பிரகடனம், நகல் உடன்பாடுகள், விருப்ப ஒப்பந்தம் ஆகியவற்றில் கண்டுள்ள அடிப்படை உரிமைகளை நிலைநாட்டுவதற்கே கூட மக்கள் ஆங்காங்கு மனித உரிமை அமைப்புகளை நிறுவிப் போராடுவதற்கு அவசியமேற்பட்டது. 'சர்வதேசப் பொது மன்னிப்பு இயக்கம் - *Amnesty International)* உட்பட இன்று உலகெங்கிலும் ஆயிரத்திற்கும் மேற்பட்ட மனித உரிமை அமைப்புகள் தத்தம் நாட்டு மனித உரிமை மீறல்களுக்கு எதிரான கடும் போராட்டங்களில் ஈடுபட்டுள்ளன. மனித உரிமைகளை ஒரு வேண்டாத நெருக்கடியாகவும், பகையாகவும் கருதும் நரேந்திர மோடி அரசில் இன்று 'ஆம்னெஸ்டி இண்டெர் நேஷன்னல்' அமைப்பு இந்தியாவில் தம் அலுவலகங்களை இப்போது மூடியுள்ள நிலை ஏற்பட்டுள்ளதை நாம் கவனத்தில் கொள்ள வேண்டும்.

ஒரு அரசின் கீழுள்ள மனிதர்கள் அனைவரும் ஒரே குடும்பமாகக் கருதப்பட வேண்டும். இந்தக் குடும்பத்தின் ஒவ்வொரு உறுப்பினருக்கும் ஒரே மாதிரியான சம அளவிலான அடிப்படை உரிமைகள் உண்டு. இந்த அடிப்படை உரிமைகள் அனைத்திற்கும் நாம் பாத்தியதை உடையவர்களாக இருக்கிறோம். அதாவது இவ்வுரிமைகள் என்பன நாம் இயல்பாகப் பெற்றிருப்பவை. கெஞ்சிப் பெறவேண்டியதோ, யாரிடமிருந்தாவது கையளிக்கப்படுவதோ அல்ல. நாம் பாத்தியதை உடையவர்களாக இருப்பது தவிர மனிதர்கள் என்கிற அடிப்படையில் நமது சக மனிதர்களின் உரிமைகளைப்

பாதுகாக்கும் கடமையும் நமக்குண்டு. இனம், மதம், மொழி, பால், சாதி சொத்துரிமை, சமூகநிலை ஆகியவற்றின் அடிப்படையிலான எந்த வேறுபாடுகளைப் பொறுத்தும் இந்த அடிப்படை உரிமைகளில் வேறுபாடுகள் ஏற்படக் கூடாது. ஆனால், ஒவ்வொரு நாளும் நடைமுறையில் இவ்வுரிமைகள் பறிபோய்க்கொண்டிருக்கின்றன. வேண்டிய உணவையும், இருப்பிடத்தையும் பெறும் உரிமை நமக்கு ஏட்டளவில் இருக்கிறது. ஆனாலும் பலர் தினமும் பட்டினியால் மரணமுறுகின்றனர். வேலை பெறும் உரிமை எல்லோருக்கும் உண்டு. ஆனாலும் கோடிக்கணக்கானோர் வேலையின்றிப் பரிதவிக்கின்றனர். ஒவ்வொருவருக்கும் கருத்துரிமையும் அக்கருத்துகளுக்காக இயக்கம் அமைத்துப் போராடும் உரிமையும் உண்டு. ஆனாலும் இலட்சக்கணக்கானோர் கொண்ட கருத்துகளுக்காக இன்று சிறையில் வாடுகின்றனர். சித்திரவதைக்கு உள்ளாகின்றனர். இந்திய அரசு இன்று தொடுத்துள்ள ஆகக் கொடூரமான பீமா கொரேகான் வழக்கில் முழுக்க முழுக்கப் பொதுவெளிகளில் வெளிப்படையாக இயங்கி அறம் பேசிய அறிஞர்கள் இன்று இரண்டாண்டுகளுக்கும் மேலாகக் கொடுஞ்சிறைகளில் அடைபட்டுக் கிடப்பதும், சிறைக்குள்ளேயே செத்து மடிவதும் உலகறிந்த உண்மைகள்.

மக்கள் சாதி ரீதியாகவும், பொருளாதார ரீதியாகவும் கடும் ஏற்றத்தாழ்வுகளுக்கு ஆட்படுகின்றனர். எண்ணற்ற ஏழை எளிய மக்கள் அடிப்படைக் கல்வி மற்றும் மருத்துவ வசதிகளின்றி அல்லல்படுகின்றனர். தாழ்த்தப்பட்டோர் தீண்டாமைக்குள்ளாகின்றனர். அபலைகள் ஆணாதிக்கக் கொடுமைகளுக்கு ஆளாகின்றனர். மனித உரிமை மீறல்கள் எங்கு நடந்தாலும் எப்படி நடந்தாலும் அது சமூக நலத்திற்கும், மனித கண்ணியத்திற்கும் எதிரானதே. எனவே மனித உரிமைகளைப் பாதுகாப்பதென்பது அனைவருக்கும் ஓர் அடிப்படைச் சமூகப் பொறுப்பாகிறது. அரசியல் ரீதியான வேறுபாடுகளுக்கெல்லாம் அப்பாற்பட்டு இம்மாபெரும் கடமையை நிறைவேற்றுவதற்கு நாமனைவரும் கடமைப்பட்டவர்களாக இருக்கிறோம் என்கிற அடிப்படையில் உலகெங்கிலுமுள்ள மனித உரிமை இயக்கங்கள்

செயல்படுகின்றன. ஆதரவு திரட்டுகின்றன. போராடுகின்றன. குறிப்பிடத்தக்க அளவிற்கு உரிமைகளை மீட்டிருக்கின்றன.

இந்தியச் சூழல்:

மனித உரிமைகள் மிகக் கொடூரமான அளவில் மீறப்படுகின்ற நாடுகளிலொன்று இந்தியா என்பதைச் சர்வதேசப் பொது மன்னிப்பு இயக்கம் போன்றவை வலியுறுத்தியுள்ளன. நிலவுடைமைக் கொடுமை, சாதிக்கொடுமை, ஆணாதிக்கம், குண்டர் அரசியல் ஆகியவற்றின் அடிப்படையில் தினந்தோறும் மனித உரிமைகள் மீறப்பட்ட போதிலும் இந்திய மைய அரசின் ஆளுகைக்குட்பட்ட மக்களின் மனித உரிமைகளைப் பறிக்கும் மிகப் பெரிய ஒழுங்கமைக்கப்பட்ட திரளாக விளங்குவது துணை ராணுவப் படைகள், போலீஸ் ஆகியவைகளேயாகும். உத்தரப் பிரதேசத்தைச் சேர்ந்த ஷாகாபாத் போலீசுக்கெதிரான தீர்ப்பை வழங்கும்போது (1961) அலகாபாத் உயர் நீதிமன்ற நீதிபதி ஏ. என். முல்லா அவர்கள், “குற்ற எண்ணிக்கையின் அடிப்படையில் ஒப்பிடும்போது இந்தியாவில் உள்ள குற்றவாளிக் கும்பல்களில் எதுவும் ஒருங்கு திரட்டப்பட்ட குற்றவாளிக் கும்பலாகிய இந்தியப் போலீசின் கிட்டக்கூட நெருங்க முடியாது. இதை மிகவும் பொறுப்புணர்வோடுதான் சொல்கிறேன்.” - எனக் கூறியது இன்றும் பொருந்தும். போலீசில் நல்லவர்களும் இருக்கிறார்களே, அவர்கள் பொருட்டு இந்தத் தீர்ப்பை மறு பரிசீலனை செய்ய வேண்டுமென உ.பி. முல்லா அவர்களின் இந்தத் தீர்ப்பிற்கு எதிராக அரசு மேல்முறையீடு செய்தபோது, அதனைத் தள்ளுபடி செய்த முல்லா அவர்கள், “ஒரு கூடை நாறிய மீன்களில் நாறாத மீனைத் தேடும் முட்டாள் நானல்ல” எனக் கூறியதும் சிந்திக்கத்தக்கது.

மூன்றாந்தரக் கொடுமைகள்:

மோதல் என்ற பெயரில் கடத்திச் சென்று நிராயுதபாணியாக்கிச் சுட்டுக் கொல்வது (தர்மபுரி, வட ஆற்காடு 1980 81, இன்னும் இந்திய, தமிழக ‘என்கவுண்டர் ஸ்பெஷலிஸ்டுகள் கொன்று குவித்த எண்ணற்ற மக்கள் இப்படிக் கொல்லப்பட்டவர்களில்

அடக்கம்); நூற்றுக்கணக்கானோரைச் சுட்டு ஆற்றுக்குள் வீசுவது (மீருட் 1987) என்பன போன்ற சர்வதேச அளவில் காவல்துறையினர் கடைப்பிடிக்கும் நடைமுறைகள் தவிர, இந்தியாவிற்கே உரித்தான சிறப்பு நடவடிக்கைகளாகச் சந்தேகத்தின் பேரில் கைது செய்யப்பட்டவர்களின் கண்களைக் கோணி ஊசியால் குத்தி அமிலத்தை ஊற்றிக் குருடாக்குவது (பகல்பூரில் 25 பேர், 1980), முழங்காலை முறித்து நிரந்தர ஊனமாக்குவது (வாரணாசியில் 12 பேர்) கிராமங்களில் புகுந்து கும்பல் கும்பலாக பாலியல் வன்முறைக்குள்ளாக்குவது (உ.பி. நாராயண்பூர், 1980; அஸ்ஸாம் 1990), போன்றவற்றை இந்தியப் போலீஸ் அன்றாடம் செயல்படுத்தி வருகின்றது. சந்தேகத்தின் பேரில் கைது செய்யப்பட்டவர்களைத் தலைகீழாகக் கட்டித் தொங்கவிட்டு அடிப்பது, குப்புறப்படுக்க வைத்துக் கால்களின் மீது மர உருளையை வைத்து அதன் மீது ஒரு போலீஸ், குண்டரை நிற்க வைத்து உருட்டுவது, மூத்திரத்தைக் கொடுத்துக் குடிக்கச் செய்வது, பெண்களைப் பாலியல் ரீதியாகக் கொடுமை செய்வது, வன்புணர்ச்சி செய்வது, ஆசனவாயில் லத்தியைச் செருகிக் கிழியும் வரை துன்புறுத்துவது போன்ற கொடுமைகள் இந்தியக் காவல் நிலையங்களிலும் சிறைச்சாலைகளிலும் நிறைவேற்றப்படுவது பலமுறை நீதிமன்றங்களிலேயே நிரூபணமாகியுள்ளன. விசாரணைக்காக அழைத்துச் செல்லப் பட்டவர்களில் 1987ஆம் ஆண்டு மட்டும் 48 பேர்களும், 1988ஆம் ஆண்டு 57 பேர்களும் காவல் நிலையத்திலேயே கொல்லப்பட்டுள்ளனர் என்கிறது சர்வதேசப் பொது மன்னிப்பு இயக்க அறிக்கை (1989).

அனைத்து மனித நியாயங்களுக்கும் அப்பாற்பட்ட, கற்பனையில் கூட எண்ணிப்பார்க்க முடியாத வக்கிரத்தின் உச்சிக்கே சென்றுவிட்ட பல கொடுமைகளை இந்தியப் போலீஸ் நடைமுறைப்படுத்தியிருக்கிறது. எம். எஸ். அப்பாவு என்ற ஆசிரியரை அவருடன் கைது செய்யப்பட்ட அவரது மாணவர்களை விட்டு அடிக்கச் சொல்லி வற்புறுத்தியதும் (1976 டிசம்பர் 19), ருக்மணி என்ற தாழ்த்தப்பட்ட பெண்ணை நிர்வாணமாக்கி அவரது 14 வயது மகனைக் கொண்டு

வன்புணர்ச்சிக்கு நிர்ப்பந்தித்ததும் (1980 ஜூன் 18, ம பி.), பல்க்கார் சிங் என்ற சீக்கியரை நிர்வாணமாக்கித் தலைகீழாகத் தொங்கவிட்டு உடலுறுப்புக்களில் மின்சாரத்தைப் பாய்ச்சியதும் (நவம்பர், 1987) இதற்குச் சில எடுத்துக்காட்டுகள். மேற்குறித்த மூன்றாந்தரச் சித்திரவதைகள் தவிர உணவு, தண்ணீர் ஆகியவற்றைப் பல நாட்களுக்கு மறுப்பது, தூங்கவிடாமல் செய்வது, தொடர்ந்து மாறி மாறிக் கேள்விகள் கேட்டுத் துன்புறுத்துவது என்பன போன்ற சித்திரவதைகளும் இந்தியப் போலீசின் அன்றாட நடவடிக்கைகள்தான்.

பஞ்சாப், காஷ்மீர் போன்ற இடங்களில் பயங்கரவாதிகள் என்ற பெயரில் தினசரி பலர் சுட்டுக் கொல்லப்படுவது ஒருபுறம். ஸ்ரீநகரில் விசார்நாக் என்ற இடத்தில் ஆசிரியர் ஒருவர் பாடம் நடத்திக்கொண்டிருந்த வகுப்பறைக்குள் புகுந்து ஒரு முஸ்லிம் மாணவனை மட்டும் பெயரைக் கொண்டு கண்டுபிடித்துச் சுட்டுக் கொன்றதை (மார்ச் 31, 1990) நீதிபதி வி. எம். தார்க்குண்டே தலைமையிலான மனித உரிமைக் குழுக்களின் அறிக்கை சுட்டிக் காட்டுகிறது. அமைதியாய் மக்கள் கூடியுள்ள இடங்களில் ஆயுதப் படைகளைக் கொண்டு நிராயுதபாணிகளைச் சுட்டுக் கொல்வது ஒருபுறம். ஆந்திரப் பிரதேசத்தில் இந்தர்வல்லி கிராமத்தில் நடைபெற்ற ரயத் கூலி சங்க மாநாட்டில் துப்பாக்கியால் சுட்டு 60 பேர் கொல்லப்பட்டதை (ஏப்ரல் 20, 1981) நாம் அவ்வளவு எளிதாய் மறந்துவிட முடியாது. காஷ்மீர் போன்ற இடங்களில் மாதக் கணக்கில் ஊரடங்குச் சட்டம் போட்டு மக்களைக் கொடுமை செய்வது இன்னொருபுறம். ஸ்ரீநகரில் சென்ற ஏப்ரல் 7ஆம் தேதியிலிருந்து 19ஆம் தேதி வரை தொடர்ந்து ஊரடங்கு சட்டம் அமலில் இருந்த கொடுமையை மேற்குறிபிட்ட அறிக்கை சுட்டிக் காட்டுகிறது.

கொடுமைகளுக்குள்ளாவது போராளிகள் மட்டுமல்ல, அப்பாவி மக்களுந்தான். குற்றவாளிகளைத்தானே சித்திரவதை செய்கின்றார்கள், போராளிகளைத்தானே கொல்கிறார்கள், அரசுக்குப் பணிந்து நடக்கும் வரை நமக்கென்ன என ஒரு

சாதாரண மனிதனும் இங்கு நிம்மதியாக இருந்துவிட முடியாது. பயணத்திலிருந்த தம்பதியரைக் காரிலிருந்து இறக்கி, கணவரைச் சுட்டுக் கொன்று, மனைவியை நிர்வாணமாக்கி நடத்திச் சென்று வன்புணர்ச்சி செய்தது. (பாக்பட்டில் மாயா தியாகி, 1980), திரைப்படம் பார்த்துவிட்டு வந்த தம்பதியரில் மனைவியை மட்டும் கடத்திச் சென்று வன்புணர்ச்சி செய்து, தேடிவந்த கணவனை அடித்துக் கொன்றது (ஹைதராபாத்தில் ரமீசா பீவி) என்பதெல்லாம் நாடறிந்த உண்மைகள். சந்தர்ப்பச் சூழலினால் இயக்கவாதிகளைத் தெரிந்திருந்த ஒரே காரணத்திற்காகத் தோழியர் இருவருடன் கைதாகிச் சித்திரவதை செய்யப்பட்டு இடுப்புக்குக் கீழ் உணர்ச்சியிழந்த கல்கத்தா நகரைச் சேர்ந்த கொலரா உயர்நிலைப் பள்ளித் தலைமை ஆசிரியை அர்ச்சனா குகா மற்றும் சுலோசனா, சினேகலதா போன்ற நடிகையர், சலீம் என்ற மருத்துவ மாணவர், ராஜகோபால் என்ற மின்வாரிய ஊழியர் ஆகியோரின் கதைகள் உயர் பதவிகள் மற்றும் சமூகத்தில் பிரபலமாய் இருப்பது என்பதெல்லாம் கூடக் காவல்துறைக் கொடுமைகளிலிருந்து யாரையும் தப்புவித்துவிடாது என்பதற்குச் சான்றுகள் பகரும்.

பொய்க் கைதுகள்

வாரண்டைக் காட்டிக் கைது செய்வது, விசாரணைக்கு அழைத்துச் செல்லும் போது ரசீது கொடுப்பது, கைது செய்த 24 மணி நேரத்திற்குள் நீதிபதி முன் நிறுத்துவது போன்ற நடைமுறைகளை இந்திய போலீஸ் எந்நாளுமே மேற்கொண்டதில்லை என்பது தவிர, கைது செய்வது என்பதையே மக்களுக்கு எதிரான ஒரு ஆயுதமாகவும் பயன்படுத்தி வருகிறது. லஞ்சம் வாங்கிக் கொண்டும், ஆதிக்கச் சக்திகளைத் திருப்திப்படுத்துவதற்காகவும் தனக்குப் பணியாதவரைப் பழி வாங்குவதற்காகவும் தினந்தோறும் ஏராளமானோர் கைது செய்யப்படுகின்றனர். தேசியக் காவல்துறைக் குழுவின் ஆய்வின்படி இந்தியாவில் கைது செய்யப்படுபவர்களில் 40 சதம் பேர் அநியாயமாகக் கைது செய்யப்படுகின்றனர். இது அரசுத் தரப்பு வாக்குமூலம் என்பது கவனிக்கத்தக்கது. இதே

போல இந்தியச் சிறைகளில் அடைக்கப்பட்டுள்ள (ஜூன் 30, 1979 அன்றைய கணக்கின்படி) 1,38,893 பேர்களில் 57,683 பேர் (41.5%) மட்டுமே தண்டனைக் கைதிகள், இதர 79,248 பேர்களும் (57%) குற்றம் நிரூபணமாகா விசாரணைக் கைதிகள்தான் என்றும் தேசியக் காவல் துறைக் குழுவின் அறிக்கை சொல்கிறது. விசாரணைக் கைதிகளில் பலர் பல ஆண்டுகளாகச் சிறையில் அடைபட்டுள்ளனர். இந்திய அரசின் மீது போர் தொடுத்ததாக 365 சீக்கியர்கள் எந்த விசாரணையுமின்றி ஜோத்பூர் சிறையில் சுமார் நான்காண்டு காலம் வைக்கப்பட்டிருந்த கொடுமையை உலகறியும். 1988இல் கைது செய்யப்பட்ட 3082 பேரில் அக்டோபர் 24 ஆம் தேதி வரை 2257 பேர்கள் விசாரணை இல்லாமல் சிறையில் வைக்கப்பட்டுள்ளதாகப் பஞ்சாப் காவல் துறை இயக்குனர் கூறியுள்ளார். விசாரணையில்லாமல் சிறையில் அடைக்கப்பட்டவர்களுள் சிறுவர்களும் குழந்தைகளும் கூட அடக்கம். அனாதையான இச் சிறுவர்கள் செல்வாக்குள்ள கைதிகளால் உழைப்பு மற்றும் பாலியல் ரீதியான சுரண்டலுக்கு ஆளாகின்றனர்.

நமது சிறைகள் மாங்குயில் கூவிடும் பூஞ்சோலைகள் அல்லவே அல்ல

போதுமான மின் வசதி, கழிப்பிட வசதி, நீர் வசதி ஆகிய எதுவுமே இல்லாத இந்தியச் சிறைகளில் அனுமதிக்கப்பட்டுள்ள கொள்ளளவுக்கு மேல் கைதிகள் அடைக்கப்பட்டுள்ளனர். 90 சதம் உடல் ஊனமுற்ற டாக்டர் சாய்பாபா அவர்களுக்கு உடற் கடன்களைக் கழிக்கக் குறைந்தபட்ச வசதியுடன் தேவையான ஒரு கழிப்பறையைக்கூட அளிக்காத கொடுமைகள் எல்லாம் பத்திரிகைகளில் பதிவு கண்டதை மறந்துவிட முடியுமா? பீமா கொரேகான் வழக்கில் கைதான ஃபாதர் ஸ்டேன் சாமி அவர்கள் உணவை உறிஞ்சி குடிக்க ஒரு 'ஸ்ட்ரா' கொடுக்க மறுத்ததையும், உரிய மருத்துவம் இல்லாமல் அவரைச் சாகவிட்டதையும் எப்படி மறக்க முடியும். குடியேற்ற ஆட்சிக் காலத்திய விதிமுறைகளும் அன்று உருவாக்கப்பட்ட சிறைக் கையேடுகளும் இன்றும் அமலில் உள்ளன. சாட்டை அடி

கொடுத்தல், கதர்க் குல்லாய் அணிதலைத் தடைசெய்தல் போன்ற காலத்திற்கு ஒவ்வாத விதிமுறைகள் போன்றவை எல்லாம் இச்சிறை கையேடுகள் பலவற்றில் இன்றும் உள்ளன. இந்தக் கையேடுகளும் கூட கைதிகளுக்குப் புரியுமாறு அவர்களது தாய்மொழிகளில் கிடைப்பதில்லை. ஆங்கிலத்தில் இருப்பவையும் கூடக் கைதிகளின் பார்வைக்கு வைக்கப்படுவதில்லை. குடியேற்ற ஆட்சிக்காலத்தில் நிர்ணயிக்கப்பட்ட உணவுப் பகிர்வு சற்றும் நியாயமற்றது என்பது தவிர, அப்படி அனுமதிக்கப்பட்ட உணவுங்கூட சரியான அளவில் கைதிகளுக்கு வழங்கப்படுவதில்லை. உரிமைகளைக் கேட்பவர்களும், சிறை அதிகாரிகளுக்கு மாமூல் கொடுக்காதவர்களும் மிகக் கொடுமையாகச் சிறையில் சித்திரவதைக்கு உள்ளாக்கப்படுவது பலமுறை நீதிமன்றங்கள்வரை வந்து அம்பலமாகியுள்ளன. (எ.டு. சுனில் பத்ராவின் உச்ச நீதிமன்ற மனு 1009-1979). சிறைக் கொடுமைகளின் விளைவாகப் பலர் சிறையிலேயே சாக நேரிடுகிறது. 1978ஆம் ஆண்டு மட்டும் மேற்கு வங்கச் சிறைகளில் செத்துப்போன நக்சலைட்டுகளின் எண்ணிக்கை 393 என அந்த அரசே ஏற்றுக்கொண்டுள்ளது *(illustrated Weekly Aug 31, 80).* உரிமைகளைக் கேட்பவர்களை உற்றார் உறவினர் வந்து அடிக்கடி பார்க்க இயலாத அளவிற்குத் தூரச் சிறைகளுக்கு மாற்றுவது என்பதை ஒரு கொடிய தண்டனையாகச் சிறை அதிகாரிகள் மேற்கொள்கின்றனர். மேற்குறிப்பிட்ட சுனில் பத்ராவின் மனுவின் அடிப்படையில் உச்ச நீதிமன்றத்தால் விசாரணைக்காக நியமிக்கப்பட்ட டாக்டர் சித்தாலே தனது அறிக்கையில் இதனைக் குறிப்பிட்டுள்ளது கவனிக்கத்தக்கது. கைதியாகச் சிறையில் அடைக்கப்படுவதாலேயே ஒருவர் இந்திய அரசியல் சட்டம் வழங்கும் அடிப்படை உரிமைகளைப் பெறுவதற்குத் தகுதியற்றவராகி விடுவதில்லை என மேற்குறிப்பிட்ட வழக்கில் உச்ச நீதிமன்றம் தீர்ப்பு வழங்கியுள்ளதும் குறிப்பிடத்தக்கது.

விசாரணை இல்லாமல் சட்டபூர்வமாகவே சிறையிலடைத்தல்

இருக்கிற சட்டங்களையும் அதிகாரங்களையும் பயன்படுத்தி மக்களை ஒடுக்குவது மட்டுமின்றி விசாரணை இல்லாமல்

கைது செய்து சிறையில் அடைப்பது, தடுப்புக் காவலில் வைப்பது, ஜாமீன் உரிமையை மறுப்பது, விசாரணையை ரகசியமாக வைத்துக்கொள்வது போன்ற அதிகாரங்களை எடுத்துக்கொள்ளும் தேசியப் பாதுகாப்புச் சட்டம் (NSA), பயங்கரவாதத் தடுப்புச் சட்டம் (TADA) போன்றவற்றை இந்திய அரசு நிறைவேற்றி வைத்திருக்கிறது. அரசு உத்தரவு மூலம் ஒருவர் தடுப்புக் காவலில் வைக்கப்படுகிறார். சிறையில் அடைக்கப்படுவதென்பது இந்தியத் தண்டனைச் சட்டம் 53 பிரிவின்படி தண்டனையாகும். ஆனால் விசாரணையின்றி இவ்வாறு தண்டனைக்குள்ளாக்குவது என்பது அரசியல் சட்டம் வரையறுக்கும் அடிப்படை உரிமைகளுக்கு (பிரிவு 21) எதிரானது. வெள்ளையர் காலத்திய கொடிய சட்டமாகிய ரௌலத் சட்டம் கூட இவ்வாறு விசாரணையில்லாமல் தண்டிப்பதை ஏற்றுக்கொள்ளவில்லை என்பது குறிப்பிடத்தக்கது. சட்டம் ஒழுங்கு, தேசப் பாதுகாப்பு போன்றவற்றைக் காரணம் காட்டியே அரசு, தடுப்புக் காவல் நடவடிக்கைகளை மேற்கொள்கிறது. இருக்கிற சட்டங்களைக் கொண்டு முறையான விசாரணையுடன் கூடிய வகையிலேயே அரசு சந்தேகப்படுபவர்கள் மீது நடவடிக்கை எடுக்க வழி இருக்கிறது. குற்றவியல் சட்டம் 41, தண்டனைச் சட்டம் 153, 153A, 153B ஆகியவற்றின் மூலமே இந் நடவடிக்கைகளை மேற்கொள்ள முடியும் எனில், தடுப்புக் காவல் சட்டங்கள் அரசுக்குக் கூடுதலாய் என்ன அதிகாரங்களைத் தந்துவிடுகின்றன? தண்டனைக்கு உள்ளாக்கப்படுவதற்கு முறையான விசாரணையும், குற்ற நிரூபணமும் தேவையில்லை என்கிற அதிகாரங்கள் மட்டுமே இவற்றின் மூலம் அரசு கூடுதலாய்ப் பெறும் பயன்கள். தடுப்புக் காவல் சட்டங்களின் உள் நோக்கங்களை மேலும் விளக்க வேண்டியதில்லை.

காவல்துறை திறம்படச் செயற்பட இவைகளெல்லாம் அவசியந்தானா?

புகழ் பெற்ற மனித உரிமைச் சட்ட வல்லுனர் ஏ.ஜி. நூரானி அவர்கள் குறிப்பிடுவது போல (*Indian Express, Aug 18, 1980*) 1947க்கு முன்னும் பின்னும் பலமுறை பல சிக்கலான சூழல்களை இது

போல அநீதியான கூடுதல் அதிகாரங்கள் இல்லாத நடைமுறைச் சட்டங்கள் மூலமாகவே அரசு சமாளித்துள்ளது. தவிரவும் அயர்லாந்து விடுதலைப் போராளிகள் மிகக் கடுமையாக அரசுடன் போராடிக்கொண்டிருந்தபோது *(1970)* அன்றைய வட அயர்லாந்துப் பிரதமர் பிரியன் ஃபால்க்னர், கொடும் வன்முறையாளரைக் கூட விசாரணையின்றிச் சிறையிலடைக்க தான் விரும்பவில்லை எனவும் அவர்களை சாதாரண சட்ட நடைமுறைகளைக் கொண்டே சமாளித்துவிட முடியும் எனவும் குறிப்பிட்டுள்ளதும் (மேற்படி கட்டுரை) சிந்திக்கத்தக்கது.

மூன்றாந்தர சித்திரவதைகள் மூலமாகவே போலீஸ் திறம்படச் செயல்பட முடியும், கொடிய குற்றவாளிகளிடமிருந்து உண்மைகளை வேறெப்படிக் கறக்க முடியும் என்பது போன்ற சிந்தனைகளெல்லாம் சாதாரண மக்களிடமே கூட ஆழப் பதிந்திருப்பதை நாம் நடைமுறையில் காணமுடியும். கொஞ்சம் சிந்தித்துப் பார்த்தால் இது தவறான கருத்து என்பது விளங்கும். குற்றவியல் தடய ஆய்வுகள் என்பன மிகப் பெரிய அளவில் இன்று வளர்ந்துள்ளன. நவீன அறிவியலும் தொழில் நுட்பமும் இதில் மிகப் பெரிய பல சாதனைகளைச் செய்துள்ளன. தவிரவும் பிரம்மாண்டமான அரசு எந்திரத்தின் ஓரங்கமாய்க் கோடானு கோடி நிதி ஒதுக்கீட்டில் உருவாக்கப்பட்டுள்ள பல்வேறு புலனாய்வுத் துறைகளும் *(RAW, Q* பிரிவு முதலியன*)*, மையப் புலனாய்வுத் துறை, மாநிலப் புலனாய்வுத் துறை போன்றவை*)* செயல்பட்டு மிக எளிமையாகவும், நவீனமாகவும் உண்மைகளைக் கண்டறியும் வாய்ப்பிருக்கும்போது மூன்றாந்தரச் சித்திரவதைகள் மூலமாகவே உண்மைகளைக் கண்டறிய முடியும் என்பது ஏற்றுக்கொள்ள முடியாததாகும். தவிரவும் உண்மைகளைக் கண்டறிவதற்காகவே சந்தேகத்திற்குரிய ஒருவரைக் குருடாக்குவது, முடமாக்குவது அல்லது பாலியல் வன்முறைக்கு உள்ளாக்குவது என்பதெல்லாம் அடிப்படை மனித கண்ணியத்திற்கும், ஆயிரம் குற்றவாளிகள் தப்பிய போதும் ஒரு நிரபராதி தண்டிக்கப்படக் கூடாது என்கிற நீதி விசாரணை அடிப்படைக்கும் புறம்பானதாகும். தவிரவும் தேசியக் காவல்துறை ஆணைய அறிக்கை போன்றவை

கூட இத்தகைய மூன்றாந்தரச் சித்திரவதைகள் மூலமாகவே போலீஸ் திறம்படச் செயல்பட முடியும் என ஏற்றுக் கொண்டதில்லை. டெல்லி நகரக் காவல் துறை ஆணையர் திரு. விஜய்கரணின் ஆண்டறிக்கை ஒன்றில் *(1989)* முந்திய ஆண்டு முழுவதும் மூன்றாந்தர நடவடிக்கைகளைத் தாங்கள் நிறுத்தி வைத்துப் பார்த்ததில் டெல்லி போலீசின் செயல்பாட்டுத் திறனில் எந்தக் குறைவும் ஏற்படவில்லை எனக் கூறியுள்ளதும் கவனத்திற்குரியதாகும் *(Indian Express, March 30, 1990)*. தவிரவும் இத்தகைய நடவடிக்கைகளை மேற்கொண்டதன் விளைவாக போலீசின் செயல்திறன் கூடியதில்லை என்பதும் கவனிக்கத்தக்கது. துபேரோ பஞ்சாப் காவல் துறைக்குப் பொறுப்பேற்றுக்கொண்ட போது சுமார் *60* முதல் *70* பயங்கரவாதிகளை இல்லாமல் செய்துவிடுவதன் மூலம் பஞ்சாப்பில் அமைதியை நிலைநாட்டிவிடமுடியும் எனக் குறிப்பிட்டார். டிசம்பர் *89* வரை அரசே அறிவித்த கணக்கின்படி *691* பயங்கரவாதிகள் கொல்லப்பட்ட போதும் அங்கே துபேரோ கூறியபடி அமைதி நிலைநாட்டப்படவில்லை என்பதும் சிந்திக்கத்தக்கதாகும் *(Indian Express, May27, 1990)*.

மனித உரிமை அமைப்புகளும் இல்லாவிட்டால்

இன்னொன்றும் கவனிக்கத்தக்கது. இத்தகைய கொடுமைகள் வெளியில் வருவதென்பது நூற்றுக்கு ஒன்றிரண்டு சந்தர்ப்பங்களில் மட்டுமே. அதுவுங்கூட மனித உரிமை உணர்வுடையோரின் செயல்பாடுகளின் விளைவாகவே. சுனில் பத்ரா என்கிற மனசாட்சியுள்ள கைதி ஒருவரின் முயற்சியால்தான் பிரேம்சந்த் என்ற கைதிக்கு இழைக்கப்பட்ட கொடுமைகளோடு திகார் சிறையின் இதர கொடுமைகளும் வெளிவந்தன. ராம்குமார் மிஸ்ரா என்கிற ஒரு இளம் வழக்குரைஞரின் முயற்சியின் விளைவாகவே பகல்பூரில் *31* கைதிகள் *1979 -80* ஆம் ஆண்டுகளில் குருடாக்கப்பட்ட உண்மைகள் உலகிற்கு வெளிச்சமாயின. மனித உரிமை அமைப்புகளின் முயற்சியின் விளைவாகவே டெல்லியில் இந்திரா காந்தியின் மரணத்தைத் தொடர்ந்து *(1984)* சீக்கியர்களின் மீது நடத்தப்பட்ட கொலை

வெறியாட்டத்தின் உண்மைப் பரிமாணமும், காஷ்மீரில் ஆளுநர் ஜெகன் மோகன் கட்டவிழ்த்து விட்டிருந்த *(1989 - 90)* ஊரடங்கு சட்டக் கொடுங்கோன்மையும் உலகிற்குத் தெரியவந்தன. இத்தகைய முன்முயற்சிகள் சாத்தியமில்லாததன் விளைவாக வெளியுலகிற்கு வராமலே போன கொடுமைகள்தான் ஏராளம். சர்வதேசப் பொதுமன்னிப்பு இயக்கம் *(Amnety International)* போன்றவற்றின் ஆய்வுகளுக்காக அவற்றின் மீது இந்தியா வசைமாரி பொழிவதும் வாடிக்கையாகி விட்டது. இன்று இந்தியாவில் தன் அலுவலகத்தை மூடவும் நேர்ந்துள்ளது. இந்திய வரலாற்றிலேயே முதன் முதலாகத் தேசிய முன்னணி அரசு சர்வதேசப் பொது மன்னிப்பு இயக்கத்திற்கு ஒத்துழைப்பு அளிப்பதாக அறிவித்திருப்பதைக் காங்கிரசுக் கட்சி எதிர்த்து வருவதையும், பொதுமன்னிப்பு இயக்கத்தினர் ஆய்வுக்காக இந்தியாவுக்கு வரும்போது தமது கட்சியினர் மறியல் செய்வர் என முன்னாள் பிரதமர் ராஜீவ் காந்தி எதிர்க்கட்சித் தலைவராக இருந்தபோது அறிவித்ததையும் *(Indian Express,* ஜூலை *3,1990)* எப்படி மறக்க முடியும். ஒப்பீட்டிற்காக ஒன்றைச் சுட்டிக் காட்டுவது அவசியமாகிறது. டேனியல் ஓர்டேகாவின் தலைமையிலான இடதுசாரி அரசு நிகரகுவாவை ஆண்டபோது அவ்வரசு, சர்வதேசப் பொது மன்னிப்பு இயக்கத்தின் விசாரணை நடவடிக்கைகளுக்குப் பூரண ஒத்துழைப்பு வழங்கியதை அவ்வியக்கத்தின் அறிக்கை *(1987)* சுட்டிக்காட்டியுள்ளது. தவிரவும் அமெரிக்க உளவுப் படையின் தூண்டுதலின் பேரில் ஹோண்ட்ரா பயங்கரவாதிகளின் கூட்டாளிகளாக இருக்கலாம் என்கிற ஐயத்தில் நிகரகுவா ராணுவம் மூவரைக் கடத்திக் கொன்றது விசாரணையில் தெரியவந்த போது சம்பந்தப்பட்ட படைப்பிரிவைச் சேர்ந்த ஏழு பேருக்கு அந்த அரசு முப்பதாண்டுச் சிறைத் தண்டனை வழங்கியதும் குறிப்பிடத்தக்கது.

கண்துடைப்பு விசாரணைகள்

இந்தியாவில் எந்த போலீஸ் அதிகாரியையும் மனித உரிமை மீறல்களுக்காக இப்படி எல்லாம் தண்டித்ததில்லை.

இக்கொடுமைகள் தொடர்பாகக் கண்துடைப்பாக நியமிக்கப்படும் விசாரணைக் குழுக்களின் அறிக்கைகளின் மீதும் நடவடிக்கை எடுப்பதில்லை. சில எடுத்துக் காட்டுகள்:

(A) காவலில் சாவு தொடர்பான நீதிபதி சர்க்கார் தலைமையிலான குழு *(1976)* முடக்கப்பட்டது.

(B) விசாரணை முடிவுகள் போலீசுக்கெதிராக இருக்கும் என உறுதியாகத் தெரிய வந்தபோது பார்கவா குழு கலைக்கப்பட்டது.

(C) ஆந்திராவில் மோதலில் கொல்லப்பட்ட நக்சலைட்டுகள் பற்றிய தார்க்குண்டே குழு *19* மரணங்கள் திட்டமிட்ட கொலைகளே என அறிவித்தது. அறிக்கையின் மீது நடவடிக்கை இல்லை.

(D) நெருக்கடி நிலை காலத்திய போலீஸ் கொடுமை பற்றிய ஷா குழு அறிக்கை, தமிழகச் சிறைக் கொடுமைகள் குறித்த இஸ்மாயில் குழு அறிக்கை ஆகியவற்றின் மீதும் நடவடிக்கை இல்லை.

(E) மீரட்டில் *(1987)* ராணுவம் *(PAC)* இசுலாமியர்களுக்கு எதிராக நடத்திய கொலைவெறித் தாக்குதல் பற்றிய அரசு ஆய்வுக் குழுவின் அறிக்கை வெளியிடப்படவில்லை.

எல்லாத் துறைகளிலும் குண்டர் அரசியல், தனியாருக்கு ராணுவங்கள்!

சமீப காலங்களில் அரசு, விவசாயிகள் மற்றும் தொழிலாளர் போராட்டங்களைக் கொடுமையாக ஒடுக்கிவருவதையும் நாம் அறிவோம். தர்ணாப் போராட்டங்களுக்குக் கூட அனுமதி மறுப்பதிலிருந்து அமைதியாய்க் கூடியுள்ளவர்கள் மீது துப்பாக்கி பிரயோகம் செய்வது வரை இதில் அடக்கம். சமீப காலங்களில் இன்னொரு போக்கையும் நாம் கவனிக்க வேண்டும். அரசு அடக்குமுறை தவிர 'பூமி சேனா' என்கிற பெயரில் நிலவுடைமையாளர் வைத்துள்ள ஆயுதந்தாங்கிய

கூலிப் படைகளும் பெருமுதலாளிய நிறுவனங்கள் பாதுகாப்புக் காவலர்கள் *(Security Guards)* என்ற பெயரில் சட்டபூர்வமாக வைத்துள்ள ஆயுதந்தாங்கிய படையினரும் கூலி உயர்வு கேட்டுப் போராடுவோரின் மீது ஆயுதத்தாக்குதலை மேற்கொள்வது என்பவையும் கடந்த காலத்தில் நாம் கண்டவைதான். காசியாபாத்தில் (உ.பி) ஆரிப் இந்தியா லிமிடெட் நிறுவனத்தின் பாதுகாப்புப் படையினர் சுட்டபோது (செப்டம்பர் 7,1977) எழுபது பேர் காயமடைந்தனர். பிர்லாவின் இந்தால் கோ நிறுவனத்தின் காவல் படையினர் சுட்டபோது (டிசம்பர் 21.1977) எட்டுப் பேர் காயமுற்றனர். சென்ற ஜூன் 23ஆம் தேதியன்று ராஜஸ்தானில் போலீசுக்கு முன்பாகவே தகார் என்கிற நிலவுடமைச் சாதியினர் கஞ்சர் என்கிற பழங்குடியினரின் கிராமத்தைத் தாக்கிச் சூறையாடி, வீடுகளைக் கொளுத்தி ஒரு பெண் உட்பட பத்து பேரைக் கொன்றதும் 45 பேரை ஆபத்தான வகையில் தாக்கியதையும் பத்திரிகைகளில் *(Indian Express, June 28, 1990)* படித்தோம். கடந்த 1981–86 ஆம் ஆண்டுகளில் மட்டும் தாழ்த்தப்பட்டவர் மற்றும் பழங்குடியினர் மீதான குற்றங்களின் எண்ணிக்கை 1,15,055 எனத் தாழ்த்தப்பட்டவர் மற்றும் பழங்குடியினருக்கான தேசியக் குழுவின் ஆய்வு கூறுகிறது *(Indian Ex press, April, 23, 1990)*. இந்தக் காலகட்டத்தில் ஒட்டுமொத்தமான குற்ற வீதம் 10 சதம் குறைந்துள்ளதென்றாலும் தாழ்த்தப்பட்டவர் மற்றும் பழங்குடியினர் மீதான குற்றவீதம் 4 சதம் மட்டுமே குறைந்துள்ளது எனவும் அவ்வறிக்கை கூறுகிறது. இத்தகைய குற்றங்களுக்கு எதிராகக் காவல் துறையினர் நடவடிக்கை எடுப்பதில் தயக்கங்காட்டுவதை இதற்கான காரணங்களில் ஒன்றாகவும் அவ்வறிக்கை கூறுகிறது. பீகாரில் கடியாத் கிராமத்தைச் சேர்ந்த ஆறு பழங்குடிப் பெண்கள் சுந்தர் பகாரி காவல் நிலையத்தைச் சேர்ந்த போலீசாரால் வன்புணர்ச்சி செய்யப்பட்டது (ஏப்ரல், 1988) தொடர்பான வழக்கைக் காவல் நிலையத்தில் பதிவு செய்ய மறுத்து விட்டது குறிப்பிடத்தக்கது *(Amnesty Report, 1989)*. இவை எல்லாம் தவிர பெண்களுக்கு எதிரான குடும்ப ரீதியான கொடுமைகளையும் நாம் தினந்தோறும் செய்தி இதழ்களில் காணமுடிகிறது.

தமிழ்ச் சூழல்

"போலீசையும் நிலவுடைமையாளரையும் தூக்கி எறிவது பற்றி நீங்கள் பேசினால் அதற்காக உங்கள் மீது தேசத்துரோகக் குற்றச்சாட்டு (122 அ பிரிவு) சுமத்தும் ஒரே மாநிலம் இந்தியக் கூட்டரசிலேயே தமிழ்நாடு ஒன்றுதான். அவ்வார்த்தைகளை நீங்கள் சொல்லியிருக்க வேண்டும் என்கிற அவசியங்கூட இல்லை. போலீசாரே நீதிபதியிடம் நீங்கள் அவ்வார்த்தைகளைக் கூறியதாகவும் அவ்வாறு கூறுவது தேசத்துரோக, அரசு கவிழ்ப்புக் குற்றங்களாகும் என்றும் கூறுவார்கள். உங்களுக்கு ஜாமீன் மறுக்கப்படும். முதல் தகவல் அறிக்கைகளோ. பிரேதப் பரிசோதனை அறிக்கைகளோ இங்கு அனைவரும் பார்ப்பதற்குரியவை அல்ல. தமிழ்நாடுதான் முதன் முதலாகத் தனது காவல் துறை ஆவணங்களையெல்லாம் கம்ப்யூட்டர் மயமாக்கியது. வட ஆற்காடு, தருமபுரி மாவட்டங்களில் 14 இளைஞர்கள் வரை கொல்லப்பட்டிருந்த நேரத்தில் காவல் துறை இயக்குனராக இருந்த டி.ஜி.பி. அப்துல்லா, பதவி ஓய்விற்குப் பிறகு சவூதி அரேபியாவிற்கு இந்தியத் தூதுவராக அனுப்பப்பட்டார். கொலைகள் நடந்தபோது வேலூர் பகுதி டி.ஐ.ஜி.யாக இருந்த வால்ட்டர் தேவாரத்திற்காகப் பிறகு சிறப்புச் சேவை செய்ததற்காக குடியரசுத் தலைவர் பதக்கம் வழங்கப்பட்டது எனத் தமிழகப் போலீஸ் குறித்து பத்திரிகையாளரும் மனித உரிமைப் போராளியுமான கிளாட் ஆல்வாரஸ் பதிவு செய்தது குறிப்பிடத்தக்கது (Indian Express, Jan 10 1982).

மேற்குறிப்பிட்ட இரு போலீஸ் அதிகாரிகள் தலைமையில் சீராளன், பாலன் உள்ளிட்ட சுமார் 20 இளைஞர்கள் கொடுமையான முறையில் கொல்லப்பட்ட செய்தி உலகறிந்த ஒன்று. இது குறித்து உண்மை அறியச் சென்ற மனித உரிமை ஆர்வலர்களையும் பத்திரிகையாளர்களையும் அடித்து நொறுக்கியும் மதுரையில் ஊர்வலத்திற்காக நின்றிருந்த முன்னாள் நீதிபதி தார்க்குண்டேயைத் தாக்கியும் பெருமை தேடிக் கொண்டதும் தமிழகப் போலீஸ்தான். வங்கிக்

கொள்ளை ஒன்றில் ஈடுபட்ட தமிழக விடுதலைப் படை என்கிற அமைப்பைச் சேர்ந்த திரு. தமிழரசனும் அவரது தோழர்களும் பொன்பரப்பி கிராமத்தில் மிருகத்தனமாக அடித்துக் கொல்லப்பட்ட போது (1988) அவ்வாறு கொல்வதற்குக் காரணமானவர்கள் மீது போடப்பட்ட முதல் தகவல் அறிக்கை மீது எவ்வித நடவடிக்கையும் எடுக்காததோடு அவர்களில் ஐவருக்கு அண்ணா விருது அளித்துக் கௌரவித்து ஊக்குவித்த பெருமையையும் முதன் முதலில் சாதித்தது தமிழக அரசும் அதன் போலீசும்தான். குற்றவாளிகளின் மீது தண்டனைச் சட்டங்களின் அடிப்படையில் நடவடிக்கை எடுப்பதே நியாயமானது. மாறாகக் கொடூரமான முறையில் உயிருடன் கல்லால் அடித்துக் கொல்வதை அரசே இவ்வாறு ஊக்குவித்தது. மேற்குறிப்பிட்டவர்கள் தவிர பச்சையப்பன், மச்சக்காளை என்கிற நக்சலைட்டுகளும் கூட போலீசாரால் நிராயுதபாணிகளாகக் கொல்லப்பட்டவர்கள்தான். வேலூர் விடுதி ஒன்றிலிருந்து கைது செய்து அழைத்துச் செல்லப்பட்ட நக்சலைட் தலைவர் அப்புவின் உடல் கூட அவரது உறவினர்களுக்குக் காட்டப்படவில்லை.

போலீஸ் காவலில் கொல்லப்படுவதிலும் முதலிடம் - பெற்றிருப்பது தமிழகம்தான் எனச் சொல்லப்படுகிறது. காத்தமுத்து என்பவரைக் கைலி திருடினார் எனச் சந்தேகப்பட்டுக் கைது செய்து கொண்டு போன புதுவை போலீஸ் இரண்டு நாள் கழித்துக் (டிசம்பர் 27,1989) கொலை செய்து கையில் விலங்கோடு பெட்ரோல் ஊற்றி எரித்ததும், வடிவேலு என்பவர் வாலாஜாபாத் காவல் நிலையத்தில் கொல்லப்பட்டதும், கல்பனா சுமதி என்கிற பள்ளி ஆசிரியை தருமபுரி மாவட்டம் தளி கிராமக் காவல் நிலையத்தில் பலமுறை வன்புணர்ச்சி செய்யப்பட்டதும் சமீபத்தில் நீதிமன்றங்களில் உறுதிசெய்யப்பட்டுள்ளன. 1989 இல் புதுவைக்கருகிலுள்ள சொரப்பூரில் போலீஸ் முறையற்ற வகையில் துப்பாக்கிச் சூடு நடத்தி இரண்டு தாழ்த்தப்பட்டவர்களைக் கொன்ற கொடுமை மனித உரிமை அமைப்புகள் மூலமாகவே வெளியுலகிற்குத் தெரியவந்தது.

தமிழகப் போலீஸ் கொடுமைகளில் ஒரு சோற்றுப் பதமாக ஓரிரண்டு மட்டுமே இங்கே கொடுக்கப்பட்டுள்ளன. இக்கொடுமைகளுக்கெதிரான மனித உரிமை இயக்க முயற்சிகளும் தமிழகத்தில் 1940 முதலே தொடங்குகிறது. தமிழக மனித உரிமை அமைப்பின் தந்தை எனச் சொல்லத்தக்க மேயர் திரு. எஸ். கிருஷ்ணமூர்த்தி அவர்களால் தொடங்கப்பட்ட (1940) 'சிவில் லிபர்ட்டிஸ் அசோசியேஷன்' அன்று பொதுவுடமையாளர் மீது தொடுக்கப்பட்ட தாக்குதலை எதிர்த்துக் குரல் கொடுத்தது. 1942ல் சேலம் சிறைக் கொடுமைகளைத் தொடர்ந்தும் 1948ல் பொதுவுடமைக் கட்சியினர் கொலை செய்யப்பட்டபோதும், ஆர். எஸ். எஸ். உறுப்பினர்கள் கைது செய்யப்பட்ட போதும், 1951–52ல் அரசு ஊழியர்கள் போராடிய போதும், 1962ல் இந்திய–சீனப் போரைத் தொடர்ந்து மார்க்சிஸ்ட் கட்சி ஊழியர்கள் கைது செய்யப்பட்ட போதும், 1967ல் நக்சல்பாரி எழுச்சியைத் தொடர்ந்து திரு. அப்பு அவர்கள் கொல்லப்பட்டபோதும், தருமபுரி வடஆற்காடு மாவட்டங்களில் மோதல் என்ற பெயரில் நக்சலைட்டுகள் கொல்லப்பட்டபோதும், திருவாளர்கள் பி.வி. சீனிவாசன், புலவர் கலியபெருமாள், ஏ.எம். கோதண்டராமன், கந்தசாமி, தியாகராசன், பஞ்சலிங்கம் போன்றோர் சிறையில் வைக்கப்பட்டபோதும், தமிழக மனித உரிமை அமைப்புகள் குரல் கொடுத்தன. மனித உரிமை அமைப்புகளின் முன் முயற்சிகளின் விளைவாக மூன்று நக்சலைட்டுகளுக்கு வழங்கப்பட்ட மரண தண்டனைகளும் ரத்தாயின. சீராளன் கொல்லப்பட்டதைக் கண்டித்து, பொன்னேரியிலிருந்து திருப்பத்தூர் வரை பதினெட்டு மைல் தூரத்திற்கு ஒரு ஊர்வலத்தையும் தமிழக மனித உரிமை அமைப்புகள் நடத்தின. தமிழகத்திலிருந்த கொத்தடிமை முறையை அம்பலப்படுத்தி அவர்களை விடுவித்ததில் "குடியுரிமைக்கான மக்கள் ஒன்றியத்தின்" பங்கு குறிப்பிடத்தக்கது. அதேபோல "மக்கள் உரிமைக் கழகம்", "மக்கள் ஜனநாயக உரிமைக் கழகம்" போன்ற அமைப்புகளும் கடந்த காலத்தில் மக்கள் உரிமைப் பிரச்சினைகளைக் கையிலெடுத்துப் போராடியுள்ளன.

கடந்த 50 ஆண்டு காலத் தமிழக மனித உரிமை இயக்க

வரலாற்றைப் பார்க்கும்போது அதில் பல்வேறு ஏற்ற இறக்கங்களைக் காண முடிகிறது. தவிரவும் கடந்த பத்தாண்டுகளில் தமிழக மனித உரிமை அமைப்புகள் பல சிறு குழுக்களாய் துண்டுபட்டு வெவ்வேறு பெயர்களில் செயலூக்கமின்றித் தேங்கிக் கிடக்கின்றன. இன்றைய நிலையில் தமிழகத்திலுள்ள எந்த ஒரு மனித உரிமை அமைப்பும் பரந்துபட்ட சனநாயகச் சக்திகளை ஒன்றிணைத்து அரசுக்கும் போலீசுக் கொடுமைகளுக்கும் எதிராக நிறுத்துமளவிற்குச் செயலூக்கமுடன் இல்லை என்பதே உண்மை.

ஆனால் இதே நேரத்தில், ஈழப் போராளிகளாலும், பிரிவினை வாதிகளாலும் அமைதிப் பூங்காவான தமிழகம், பஞ்சாப், கஷ்மீரைப் போல மாறிவரும் ஆபத்திருப்பதாக இங்கேயுள்ள ஒருசில அரசியல் கட்சிகள் குரலெழுப்பி கடும் அடக்குமுறை நடவடிக்கைகளை மேற்கொள்வதற்கு அரசைத் தூண்டின. இன்னொரு பக்கம் மதரீதியான அமைப்புகளும் சாதி ரீதியான அமைப்புகளும் வேறெப்போதைக் காட்டிலும் தீவிரமாகச் செயல்படத் தொடங்கின. சிறுபான்மையினருக்கெதிரான வெறுப்பு அமைப்பு ரீதியில் தூண்டிவிடப்படுவதும் நிகழ்கிறது. எதிர்வரும் காலத்தில் இத்தகைய நடவடிக்கைகளின் விளைவாக மனித உரிமை மீறல்கள் அதிக அளவில் நடக்கப்போவது உறுதியாய்த் தெரிகிறது. இச்சூழலில் மனித உரிமைப் பாதுகாப்பில் நாட்டமுடைய அனைவரும் கட்சி வேறுபாடுகளையும் குறுங்குழுச் சிந்தனைகளையும் மீறி ஒன்றிணைந்து சனநாயகச் சக்திகளைத் திரட்டி மனித உரிமை இயக்கமாய் ஒருங்கிணைவது இன்றைய காலகட்டத்தின் முதன்மைத் தேவையாகிறது. இந்தத் தேவையின் அடிப்படையில் எந்த ஒரு குறிப்பிட்ட அரசியல் கட்சி அல்லது குழுவின் வெகுமக்கள் அமைப்பாகவும் இல்லாமல் பரந்துபட்ட சனநாயகச் சக்திகளை ஒன்றிணைத்து மனித உரிமைப் பாதுகாப்பிற்காகப் போராடும் இயக்கமாகத் தமிழ்நாடு - புதுவையில் இவ்வமைப்பு உருவாக்கப்படுகிறது.

குறிப்பு :1990ல் “மனித உரிமை இயக்கம், தமிழ்நாடு - புதுவை” என்கிற பெயரில் ஒரு இயக்கத்தை உருவாக்கும் முயற்சியில்

பலமுறை திண்டிவனத்தில் பேரா. கல்யாணி அவர்களின் இல்லத்தில் கூடி அறிக்கை ஒன்று எழுதப்பட்டது. பலமுறை கூடி விவாதித்து உருவாக்கப்பட்ட இவ்வறிக்கையின் முகப்புரை மட்டும் இங்கே தரப்படுகிறது. இயக்க விதிகள் பகுதி நீக்கப்பட்டுள்ளது. இதில் குறிப்பிடப்படும் அனைத்து எடுத்துக் காட்டுகளும் ஆதாரபூர்வமானவை. அனைத்தும் *1990* க்கு முற்பட்டவை. சமீபத்திய பா.ஜ.க ஆட்சியில் போராளி ஸ்டான் சாமி சிறையில் போதிய சிகிச்சை இன்றி இறக்க நேரிட்டது முதலான தகவல்கள் இக்கட்டுரைகள் இப்போது *(2022)* இந்தப் பதிப்பிற்காக மெய்ப்பு திருத்தியபோது இணைக்கப்பட்டது.

16. போலி மோதல் படுகொலைகள்

குஜராத்தில் வன்சாரா, ராஜ்குமார் போன்ற ஐ.பி.எஸ் அதிகாரிகளே முன்னின்று நடத்திய போலி மோதல் படுகொலைகள் *(2005)* அம்பலப்படுத்தப்பட்டு அவர்கள் கைது செய்யப்பட்டதை *(Ap 2007)* ஒட்டி இந்தியா முழுவதிலும் காவல் துறையின் இந்தச் சட்ட விரோதக் கொடூரங்கள் குறித்த கண்டனங்கள் எழுந்தன. சென்ற ஜூன் *26 2007* அன்று மும்பையில் மனித உரிமை அமைப்புகளின் தேசியக் கூட்டமைப்பின் சார்பாக *(NCHRO)* போலி மோதல்களை எதிர்த்து மாநாடு ஒன்றும் நடத்தப்பட்டது.

மோதல் என்ற பெயரில் காவல்துறையினர் படுகொலைகளை நிகழ்த்துவதில் முன்னிற்கும் மாநிலங்களில் தமிழகமும் ஒன்று பயங்கரவாதிகள் நக்சல்பாரிகள், தாதாக்கள் என வெளிப்படையாக குடிமக்களைக் கொன்று குவிக்கும் இந்தப் பண்பாடு *1975-77* நெருக்கடி நிலை காலத்தில் அதிகமாகியது. நெருக்கடி நிலையை ஒட்டி மனித உரிமை மீறல்கள் தொடர்பாக உருவான ஆரோக்கியமான விவாதங்கள், ஏற்பட்டிருந்த ஜனநாயக விழிப்புணர்வு ஆகியவற்றால் சற்றே அடக்கம் காட்டிய காவல்துறை, காலிஸ்தான், காஷ்மீர் போராட்டங்களைக் காரணம் காட்டி மீண்டும் 'என்கவுண்டர்' கொலைகளில் இறங்கியது. ஆளும் அரசியல் கட்சிகளின்

பூரணமான ஆதரவுடன் இவை அரங்கேறின. சட்டம் ஒழுங்கு, தேச ஒற்றுமை, உள்நாட்டுப் பாதுகாப்பு, பயங்கரவாத எதிர்ப்பு என்றெல்லாம் சொல்லாடி இங்கே ஒரு போலீஸ் - இராணுவ ஆட்சி உருவாக்கப்பட்டது. இந்திரா காந்தி படுகொலைக்குப் பின் குடிமக்கள் அனைவரும் சந்தேகத்திற்குரியவர்களாக அணுகப்பட்டனர். தடா, பொடா முதலான ஆள் தூக்கி அடக்குமுறைச் சட்டங்கள், 'இசட் பாதுகாப்பு', 'கருப்புப்பூனை' என்பதெல்லாம் நிர்வாகத் திறனின் அடையாளங்களாகவும், பெருமைக்குரிய அரசியல் அந்தஸ்தாகவும் ஆக்கப்பட்டன.

போராட்டப் பகுதிகளின் பாதுகாப்பைக் காரணம் காட்டி குடிமக்கள் யாரையும் எந்த நேரத்திலும் இழுத்துச் செல்லவும், காணாமற்போனவர்களாக அறிவிக்கவும், படுகொலை செய்யவும் அதிகாரம் படைத்ததாக அரசும், காவல்துறையும் ஆயின. நெருக்கடி நிலையில் குடிமக்களுக்கு உயிரைக் காப்பாற்றிக் கொள்ளும் உரிமை கிடையாது என அரசு கூறியதையும், அதை நீதிமன்றங்கள் ஏற்றுக்கொண்டதையும் நாம் மறந்துவிட இயலாது. 1996ம் ஆண்டு மத்திய புலனாய்வுத்துறை (சிபிஐ) உச்ச நீதிமன்றத்திற்கு அளித்த அறிக்கை ஒன்றின்படி 1984-95 காலகட்டத்தில் அமிர்தசரஸ் நகரில் மட்டும் சட்ட விரோதமாக 2097 உடல்கள் எரிக்கப்பட்டன. அங்கு மட்டுமல்ல, பஞ்சாப் மாநிலம் முழுவதும் இது நடந்துள்ளது என்பதை மனித உரிமை அமைப்புகள் வெளிக்கொணர்ந்தன. காணாமல் போனதாக அறிவிக்கப்பட்டவர்களில் சுமார் 60சதம் பேர் இவ்வாறு கொல்லப்பட்டார்கள். கைது செய்தது மட்டுமல்ல, அவர்களது சொத்துக்களையும் போலீஸார் சூறையாடியிருந்தனர். என்கவுன்டர் செய்து விடுவோம் என மிரட்டிக் குடும்பத்தினரிடம் பெருந்தொகைகள் பறிக்கப்பட்டன. மரண தண்டனைக்கு ஆளான அப்சல் குரு முதல் மேலப்பாளையம் முஸ்லிம்கள் வரை என்கவுன்டர், பொடா மிரட்டல்களுக்கு பயந்து, கொஞ்சநஞ்ச சொத்துக்களையும் விற்றழித்து வழக்குகள் நடத்தியதும் காவல்துறைக்கு காணிக்கையாக்கியதும் ஏராளம்.

காவல்துறை அநீதிகளுக்கு எதிரான மேற்குறிப்பிட்ட

வழக்குகளில் உச்ச நீதிமன்றம் பொறுப்பை தேசிய மனித உரிமை ஆணையத்திடம் தட்டிக் கழித்தது. இந்திரா ஜெய்சிங், ராம் நாராயண்குமார் போன்ற புகழ்பெற்ற மனித உரிமைப் போராளிகள் சுமார் 10 ஆண்டுகள் போராடியும் குற்றம் செய்த காவல்துறையினர் தண்டிக்கப்படவில்லை. ஆந்திரம், தமிழ்நாடு போன்ற இடங்களில் நக்சல்பாரிகள் எனப்படும் மார்க்சிய, லெனினிய, மாவோவிய இயக்கங்களைச் சேர்ந்தோரை ஒழிப்பதற்கு என்கவுன்டர் முறையை அறிமுகப்படுத்தின மாநில அரசுகள். எண்பதுகளில் தேவாரத்தின் தலைமையில் தருமபுரி, வடஆற்காடு மாவட்டங்களில் 20க்கும் மேற்பட்ட நக்சல்பாரி இயக்க இளைஞர்கள் இவ்வாறு கொல்லப்பட்டனர். உள்நாட்டுப் பாதுகாப்புக்கு மிகப்பெரிய ஆபத்தாக நக்சல்பாரிகள் சுட்டிக்காட்டப்பட்டனர். நக்சல்பாரிகள் செயல்படும் மாநிலங்கள் அனைத்திலும் அரசாங்கங்களே முன்னின்று சட்ட விரோதமான கொலைப் படைகளை நடத்தின. சட்டீஸ்கரில் இதற்குப் பெயர் சல்வாஜுடும், ஆந்திராவில் நல்லமல்லா நாகம், நர்ஸாநாகம் எனப் பல பெயர்களில் இவை அமைக்கப்பட்டுள்ளன. பாதுகாப்பு தொடர்பான செலவு என்கிற பெயரில் அரசாங்க நிதியிலிருந்து இவர்களுக்கு ஊதியம் வழங்கப்பட்டது. ஆந்திர மாதிரியைப் பின்பற்றி பிற மாநிலங்களிலும் நக்சலிசத்தை ஒழிப்போம் என பிரதமரே வெளிப்படையாகப் பேசினார். சட்ட ஒழுங்கை நிலைநாட்டுவது என்கிற பெயரில் அரசே சட்ட விரோதக் கொலைகள் செய்வதை என்ன சொல்வது? இதில் மத்திய மாநில அரசுகள் எல்லாமே கூட்டுக் களவாணிகள்தான். காங்கிரஸ், பா.ஜ.க திமுக, அதிமுக என்றெல்லாம் வேறுபாடுகள் கிடையாது. குஜராத் காவல்துறை அதிகாரி வன்சாரா மேற்கொண்ட ஷெராபுதீன் படுகொலையில் குஜராத், இராஜஸ்தான், ஆந்திரா ஆகிய மூன்று மாநிலங்கள் கூட்டாகச் செயல்பட்டது குறிப்பிடத்தக்கது.

தொண்ணூறுகளில் இது இன்னும் அதிகமானது. குண்டர்கள் தாதாக்கள் மற்றும் கிரிமினல்களை ஒழிப்பதற்கு என்கவுன்டர்கள் பெரிய அளவில் விரிவாக்கப்பட்டன. மும்பை நகரம் இதில் முதலிடம் வகித்தது. இந்தியா என்கவுன்டர்களின் தலைநகர்

என்றழைக்கப்பட்டது. 50, 100 என மோதல் படுகொலை செய்த அதிகாரிகள் போற்றப்பட்டனர். இவர்களைப் பற்றி புத்தகங்கள் சினிமாக்களெல்லாம் வந்தன. பிரதிப் வர்மா என்கிற போலீஸ் அதிகாரிக்கு ‘அய்தக் 100’ என்று செல்லப் பெயர். அதாவது 10 என்கவுன்டர் கொலைகள் செய்தவன். ‘அய்தக் 56’ என்கிற இந்தித் திரைப்படம் இவனது வாழ்க்கை வரலாறாம். அதில் நாயகனாக நடிக்க நானா படேகருக்கு பிரதிப் வர்மா எப்படி என்கவுன்டர் செய்வது எனப் பயிற்சி கொடுத்த கதையையும் பத்திரிகைகள் பதிவு செய்தன. பிரதிப்பின் சிஷ்யன் தயாநாயக். இவன் 83 என்கவுன்டர் செய்தவன். பிரதிப்பின் இன்றைய ஸ்கோர் 105.

மேற்குறித்த இருவரும் இன்று தற்காலிக வேலை நீக்கம் செய்யப்பட்டு நீதிமன்றங்களுக்கு அலைந்துகொண்டுள்ளனர். இரண்டு குழுக்கள் இருந்தால் ஒரு குழுவினரிடம் பணம் வாங்கிக்கொண்டு இன்னொரு குழுவைச் சேர்ந்தவரை என்கவுன்டர் செய்ததாக வழக்கு. எட்டாயிரம் ரூபாய் மாதச் சம்பளம் வாங்கும் தயாநாயக்கின் இன்றைய சொத்து 100 கோடி ரூபாய்.

அவுட்லுக் (மே 14, 2007) இதழ் என்கவுன்டர் ஸ்பெஷலிஸ்டுகள் ஆல்பம் ஒன்றை வெளியிட்டுள்ளது. உ.பி.யைச் சேர்ந்த நவநீ சிகோரா (50), பிரிஜ்லால்), ராஜேஸ்வர்சிங் (23), டெல்லியைச் சேர்ந்த ரஜ்பீர்சிங், ஜம்மு காஷ்மீரின் ஹன்ஸ்ராஜ் பரிஹார் (50+) ஆந்திராவின் முரளி (25) ஆகியோர் இதில் அடக்கம். நம்மூர் தேவாரம், விஜயகுமார், வெள்ளதுரை ஆகியோர் இதில் விடுபட்டுள்ளனர். இன்று நக்சலைட்டுகளைப் பிடிப்பதற்கான சிறப்புப் படைத் தலைவராக நியமிக்கப்பட்டுள்ள விஜயகுமாரின் அதிகாரத்தில் சுமார் 12 மோதல் படுகொலைகள் நிகழ்த்தப்பட்டுள்ளன. சந்தன வீரப்பன் குழுவினர் கொல்லப்பட்டதும் இதில் அடக்கம். வீரப்பனைப் பிடிப்பதெனச் சொல்லி நூற்றுக்கணக்கான பழங்குடியினர் சித்திரவதை செய்யப்பட்டதையும், 50க்கும் மேற்பட்டோர் கொல்லப்பட்டதையும் நாம் அறிவோம். இதை சதாசிவம்

ஆணையம் வெளிப்படுத்தியுள்ளது.

இந்த வீரதீரச் செயல்களைப் பாராட்டி ஜெயலலிதா அரசு கோடிக்கணக்கான ரூபாய்களையும், வீட்டு மனைகளையும் பரிசளித்த கதை வெட்கக்கேடானது. தேவாரத்திற்குக் கொடுக்கப்பட்ட வீட்டு மனை மட்டுமே ஒரு கோடி ரூபாய் பெறும் என ஒரு இதழ் குறிப்பிட்டிருந்தது. இவர்கள் செய்யும் மோதலைவிட வேதனையானது இந்தக் கொலைஞர்கள் இப்படி வழிபாட்டுக்குரியவர்களாக மாற்றப்படுவது.

பிடித்துக் கொண்டு போய் வைத்து சித்திரவதை செய்துவிட்டுப் பின் கொலை செய்து மோதல் நடந்ததாக அறிவிப்பது தவிர, காவலில் உள்ளவர்களைக் கொல்வது தவிர சிறையிலிருப்பவர்களைச் சொல்லி வைத்து என்கவுன்டர் செய்யும் கலையில் முன் நிற்பது தமிழகம். சில ஆண்டுகளுக்கு முன்னர் ராஜாராம், சரவணன் என்ற இரு தமிழ்த் தேசியக் கொள்கை கொண்ட இளைஞர்களை காவல் நீட்டிப்பதற்கென சென்னை மத்திய சிறையிலிருந்து சைதாப்பேட்டை நீதிமன்றத்திற்கு அழைத்து வந்து திரும்பிச் செல்லும் போது கொன்றது நினைவிற்குரியது. காவல் நீட்டிப்பிற்கு வழக்கமாக காலையில்தான் இவர்களைக் கொண்டு வருவார்கள். ஆனால் அன்று அவர்கள் இருவரையும் மாலையில் கொண்டு வந்தார்கள். சைதாப்பேட்டை நீதிமன்றத்திலிருந்து சென்ட்ரல் ரயில் நிலையம் அருகில் இருந்த அன்றைய மத்திய சிறைக்கு அண்ணாசாலை வழியாகக் கொண்டுசெல்வதே வழக்கம். ஆனால் அன்று கோட்டூர்புரம் வழியாகக் கொண்டு வந்து டிராபிக்கை எல்லாம் நிறுத்திவிட்டுச் சுட்டுக் கொன்றனர். அரசியல்வாதிகள், போலீஸ், சிவில் நிர்வாகம் எல்லாம் இதில் ஒன்றாக இணைவது கவனிக்கத்தக்கது.

திமுக அரசும் இதில் சளைத்ததில்லை. இம்முறை ஆட்சிக்கு வந்தவுடன் சரமாரியாக மூன்று, நான்கு என்கவுன்டர்களைக் கருணாநிதி அரசு செய்தது. பத்திரிகைகளால் சொல்லப்பட்ட காரணம் என்ன தெரியுமா? ஜெயலலிதா ஆட்சியைக் காட்டிலும் கலைஞர் ஆட்சியில் சட்டம் ஒழுங்கு குறைந்துவிட்டதாக

ஓர் உணர்வு ஏற்படக்கூடாதாம். அதற்காக அந்த நால்வர் பலியிடப்பட்டனர்.

சென்ற ஆண்டு போலி மோதலில் கொல்லப்பட்ட மணல்மேடு சங்கரின் கதை ரொம்பப் பரிதாபமானது. முன்பெல்லாம் என்கவுன்டர் முடிந்த பின்புதான் இன்னார் கொல்லப்பட்டார் எனப் படத்துடன் பத்திரிகையில் செய்தி வரும். இப்போது அடுத்தடுத்த என்கவுன்டர் யாரை நோக்கி இருக்கும் என முன்கூட்டியே செய்திகள் வருகின்றன. சங்கரை சிறையிலுள்ள போதே என்கவுன்டர் செய்யப்போவதாக போலீஸ் கூறுவதாக பஞ்சாயத்துத் தலைவரான சங்கரின் அம்மா எல்லோரிடமும் புலம்பினார். மனித உரிமை அமைப்புகள் இச்செய்தியை நீதிமன்றத்திற்குக் கொண்டு சென்றன. நீதிமன்றம் வினவியபோது அப்படியெல்லாம் ஒன்றுமில்லை என்று சொன்னது அரசு. அடுத்த சில வாரங்களில் சங்கர் கொல்லப்பட்டார். யாரும் கண்டுகொள்ளவில்லை.

எதற்கெல்லாம், எப்படியெல்லாம் மோதல் படுகொலைகள் செய்யப்படுகின்றன என்பதைப் பாருங்கள். பணத்திற்காகக் கொல்வதைப் பார்த்தோம். ஷராபுதினைக் கடத்திச் சென்று கொன்று, மனைவி கவுசர் பீவியை பாலியல் வன்முறை செய்து கொன்றெரித்து, எஞ்சிய உடற்பாகங்களைக் கிணற்றில் போட்டு மூடியும், ஒரே சாட்சியான துளசிராம் கஜபதியையும் கொன்ற வன்சாரா கும்பலும் கூட தொழில் போட்டியாளரான ஒரு சலவைக் கல் வியாபாரியிடம் பணம் வாங்கிக் கொண்டே இதைச் செய்ததாகக் கூறப்படுகிறது.

அரசியல்வாதிகள் தம்மையும், தம் ஆட்சியையும் காப்பாற்றிக் கொள்ளவும் என்கவுன்டர்கள் பயன்படுகின்றன. குஜராத் முதல்வர் மோடி உயிர் எப்போதும் ஆபத்திலுள்ளது என்கின்ற பிம்பத்தைக் கட்டமைப்பதற்காக இதுவரை 21 என்கவுன்டர்கள் அரங்கேற்றப்பட்டன. 19 வயதுக் கல்லூரி மாணவி இஷ்ரத் ஜெஹான் உட்பட யாரையும் லஸ்கர் இ தொய்பா, ஜெய்ஷ் ஏ முஹம்மது, அய்.எஸ்.அய்., நக்சலைட் எனக் காரணம்

சொன்னால் யாரும் கண்டுகொள்ள மாட்டார்கள். இஷ்ரத் ஜெஹான் என்ற அந்த மாணவி லஸ்கர் இ தொய்பா என்பதற்கு ஒரே ஆதாரம் அவரது பெயரும், மதமும்தான்.

இப்படி முத்திரை குத்தப்பட்டு கொல்லப்படும்போது அவர்களது உடல்கள் மட்டுமின்றி அவற்றோடு பல ஆதாரங்களும், தடயங்களும் அழிக்கப்படுகின்றன. வீரப்பன் கொலையோடு அவருடன் தொடர்புடைய அரசியல்வாதிகள், ராஜ்குமார் கடத்தலின் போது கைமாறியதாகச் சொல்லப்பட்ட பணம், தெல்கி, ரஜினி வரை தொடர்புபடுத்திப் பேசப்பட்ட செய்திகள் எல்லாம் அழிக்கப்படவில்லையா? கையில் எந்த ஆயுதமும் இல்லாத அந்த 19 வயதுப் பெண்ணைச் சுட்டுக் கொல்வதைக் காட்டிலும் கைது செய்து விசாரிப்பதல்லவா பயங்கரவாதத்தை ஒழிக்கப் பயன்படும்? என்கவுன்டரில் கொல்லப்பட்ட உடல்களை உறவினர்கள் குளிப்பாட்டி புதைக்கக்கூட அனுமதிக்காமல் அவசர அவசரமாக காவல்துறையே எரிப்பது ஏன்?

மோதல் என்பது எதிர்பாராத நிலையில் எதிரிகளுடன் ஏற்படக்கூடிய எதிர்கொள்ளல். இதில் எதிரி கொல்லப்படத்தான் வேண்டும் என்பதல்ல. எல்லா மோதல்களிலும் எதிரிகள் தப்பிச் செல்வதும் எப்படி?

இப்படி எத்தனையோ 'ஏன்'களையும், 'எப்படி'களையும் உள்ளடக்கியவைதான் என்கவுன்டர் கொலைகள்.

வன்முறைகளையும், பயங்கரவாதத்தையும் கிரிமினல் நடவடிக்கைகளையும் அரசு கண்டுகொள்ளக் கூடாது என நாம் சொல்லவில்லை. சட்ட ஒழுங்கை நிலைநாட்டும் கடமை அரசுக்கு உண்டு என்பதை நாம் ஏற்றுக்கொள்கிறோம். இந்த நிலைநாட்டலில் உள்ள காவல் கூறையும் *(Policing aspect)* நாம் ஏற்றுக் கொள்கிறோம். இத்தகைய நடவடிக்கைகளில் சுயபாதுகாப்பிற்காகக் கொலையும் செய்ய இ.பி.கோ. 96, 97, 100 பிரிவுகள் ஏற்பு அளித்த போதும் வன்முறையையும் உயிர்க் கொலையையும் தவிர்ப்பதே குற்ற நடவடிக்கைச் சட்டம்

வலியுறுத்தும் செய்தி. குறிப்பாக 46 பிரிவு இதை அழுத்தம் கொடுத்து வலியுறுத்துகிறது.

சுயபாதுகாப்புக்காகச் சுட்டதாக போலீசே உரிமை கொண்டாடி அத்தோடு பிரச்சினையை ஊற்றி மூடிவிட இயலாது. என்கவுன்டர்களை ஒரு குற்றமாகப் பதிவு செய்து விசாரணை மேற்கொள்வது அவசியம். அவ்வாறு பதிவு செய்யாமையும், விசாரணை மேற்கொள்ளாமையும் சட்டத்திற்கு எதிரானது. அரசியல் சட்டத்தின் 21ம் பிரிவின்படி உயிர் வாழ்தல் குடிமக்களின் அடிப்படை உரிமைகளில் ஒன்று. 14ம் பிரிவின்படி சட்டத்தின் முன் அனைவரும் சமம். போலீஸ் செய்தாலும், மற்றவர்கள் செய்தாலும் கொலை கொலையே.

1994 மார்ச் 30 அன்று ஆந்திர மாநில சிவில் உரிமைக் கழகம் 1991-93 கால கட்டத்தில் ஆந்திரத்தில் நடைபெற்ற 496 போலி மோதல் கொலைகளைப் பட்டியலிட்டு, தேசிய மனித உரிமை ஆணையத்திடம் (NHRC) புகார் மனு ஒன்றை அளித்தது. அது தொடர்பான விசாரணையின் போது என்கவுன்டர் தொடர்பான ஆணையம் அமைக்க அளிக்கப்பட்ட பரிந்துரைகளாவன:

(I) கொலை செய்யப்பட்டவரை, என்கவுன்டர் நடந்த பின், குற்றம் சுமத்தப்பட்டவராக அறிவித்து குற்ற நடைமுறைச் சட்டம் 307 பிரிவின்கீழ் முதல் தகவல் அறிக்கையைப் பதிவு செய்து, பின் குற்றவாளி இறந்துபோனதால் வழக்கை முடித்துக் கொள்வதாக அறிவிப்பது சட்ட விரோதமானது. ஆனால் அப்படித்தான் நடக்கின்றன.

(2) மோதல் கொலைகள் ஒவ்வொன்றிலும் குறிப்பிட்ட காவல் நிலையத்தில் பொறுப்பிலுள்ள அதிகாரி குற்ற நடைமுறைச் சட்டப் பிரிவுகள் 154, 170, 173 மற்றும் 190 ஆகியவற்றின் கீழ் முறையான விசாரணை செய்வது அவசியம்.

(3) இந்தியச் சான்று சட்டம் 105 (Evidence act) பிரிவின்படி சுயபாதுகாப்பிற்காகக் கொல்லும் உரிமையைப் பயன்படுத்தியதை நீதிமன்றத்தில் என்கவுன்டர் செய்தவர் நிறுவ வேண்டும்.

(4) ஒவ்வொரு கொலையும் அது தற்காப்பிற்காகச் செய்யப்பட்டிருந்த போதும் கூட, கைது செய்யப்பட வேண்டிய குற்றமே. எனவே புலன் விசாரணை செய்வது அவசியம். மாநில உளவுத்துறை அல்லது வேறு ஏதேனும் சுதந்திரமான புலன் விசாரணை அமைப்பு ஒன்றின் மூலம் ஒவ்வொரு என்கவுன்டர் கொலையும் புலன் விசாரிக்க வேண்டுமென மாநில அரசுக்குப் பரிந்துரை செய்யப்படுகிறது.

இது தவிர தேசிய மனித உரிமை ஆணையத்தின் தலைவர் நீதிபதி எம்.என். வெங்கடாசலையா முதலமைச்சருக்கு எழுதிய மார்ச் 29, 1997 தேதியிட்ட கடிதத்திலும் மேற்குறித்தவை வற்புறுத்தப்பட்டன. புலன் விசாரிக்கும், காவல் நிலையத்தைச் சேர்ந்தவர்களே என்கவுன்டர் செய்தவர்களாக இருக்கும் பட்சத்தில் வேறு சுதந்திரமான புலன் விசாரணை நிறுவனம் விசாரிக்க வேண்டுமெனவும், இத்தகைய விசாரணையின் அடிப்படையில் காவல்துறையினர் மீது வழக்குத் தொடரப்பட்டால் மோதலில் பலியானவர்களின் குடும்பத்தார்களுக்கு ஈட்டுத் தொகை வழங்க வேண்டுமெனவும் கூட வெங்கடாசலையா குறிப்பிட்டிருந்தார்.

டி.கே.பாசு: மே.வங்க அரசு, அசோக் ஜோது: உ.பி. அரசு ஆகிய ரிட் வழக்குகளில் நீதியரசர்கள் குல்தீப் சிங், ஏ. எஸ். ஆனந்த் ஆகியோரும், பி.யு.சி.எல். : இந்திய அரசு வழக்கில் நீதியரசர்கள் ஜீவன் ரெட்டி மற்றும் சுஹால் சென் ஆகியோரும் வழங்கிய தீர்ப்பையும் விசாரணை மேற்கொள்ள வழங்கப்பட்ட ஆணையையும் சுருக்கம் கருதித் தவிர்க்கிறேன்.

மோதலில் கொல்லும் காவல் துறையினரை வீரதீர சாகசக்காரர்களாகக் காட்டுவது, அவர்கள் சொல்லும் பொய், புனைகதைகள் அனைத்தையும் அப்படியே வெளியிடுவது ஆகியவற்றின் மூலம் என்கவுன்டருக்கு ஆதரவான ஒரு மனநிலையை ஊடகங்கள் உருவாக்குவதும் கண்டனத்திற்குரியது. விஜயகுமாருக்கும் விஜயகாந்துக்கும் என்ன வித்தியாசம்? முன்னவர் என்கவுன்டர் செய்தார். பின்னவர் சின்னகவுண்டர்

செய்தார் என்பது போன்ற "ஜோக்குகளை" வெளியிட்டு மத்திய தர வர்க்கத்தினரைப் புல்லரிக்கச் செய்வது என்பதெல்லாம் மனித உரிமை நோக்கில் மிகவும் கவலைக்குரியது.

என்கவுன்டர் கொலைகள் விசாரணையின்றி அனுமதிக்கப் படுவதன் மூலம் என்றென்றும் நெருக்கடி நிலை அறிவிக்கப்பட்ட சமூகமாக நம்முடையது மாற்றப்படுகிறது. சட்டபூர்வமற்ற ஒரு நிலையை சட்டபூர்வமாக்குவதாக பரிசறிவித்தல்கள், புகழ் பாடல்கள் முதலியன அமைகின்றன. அரசியல் சட்டம் வழங்கியுள்ள அடிப்படை உரிமைகளை இழந்த இம்மக்கள், குடிமக்கள் என்கிற நிலையிலிருந்து குடிமக்கள் அல்லாதவர்கள் என்கிற நிலைக்குத் தள்ளப்படுகின்றனர்.

என்கவுன்டர் கொலைகள், குற்றம் சுமத்தப்பட்டவர்களை நீதிமன்றத்திற்கே அழைத்து வராமல் காவல் நீட்டிக்கும் வீடியோ கான்பரன்சிங், பல நாடுகளில் தடை செய்யப்பட்டுள்ள உண்மை அறியும் சோதனைகள் ஆகியவற்றின் மூலம் காவல்துறையின் உரிமை அபரிமிதமாக்கப்படுதல் ஜனநாயகத்திற்குக் கேடு.

- சென்னையில் ஜூலை 2007ல் நடத்தப்பட்ட போலி மோதல் கொலைகள் எதிர்ப்பு மாநாட்டின் போது வினியோகிக்கப்பட்ட அறிக்கை.

Further Readings

உள்ளே நூலில் ஆங்காங்கு குறிப்பிட்டுள்ள மேற்கோள் நூற்கள் - கட்டுரைகள் தவிர)

1. *Upendra Baxi, The Future of Human Rights, Oxford, 2003.*
2. *Upendra Baxi, Human Rights in a Posthuman World, Oxford, 2007.*
3. *Ujjwal Kumar Singh, Political Prisoners in India, Oxford, 2001.*
4. *Ujjwal Kumar Singh, The State, Democracy and Anti-Terror Laws in India, Sage, 2007*
5. *Rani Dhavan Shankardass (ed.) Punishment and The Prison, Sage, 1999.*
6. *A.G. Noorani, Minority Rights and Human Rights, EPW, May 6, 2006.*
7. *A.G. Noorani, Liberty Vs Security: The Canadian Model, EPW, July 14, 2007.*
8. *South Asian Human Rights Documentation Centre, Narcoanalysis: A Dangerous Mirrage, EPW, July 14, 2007:*

9. *Rakesh Shukla, judicial Pronouncements and Caste, EPW, Oct. 11, 2006.*

10. *Monika Sakhrah, Maharukh Adenwalla, Deach Penality: Case for its Abolition - EPW, March 12, 2005.*

11. *Mukul sharma, Laws without Justice in the Name of Sccurity. The Hindu, . Dec. 17, 2007.*

12. *Siddharth Varadarajan, Salwa Judum and International Humanitarion law, The Hindu, Sep 8, 2007.*

13. *அ. மார்க்ஸ், தடா: சட்டம் ஒரு வன்முறை, பி.யூ.சி.எல். (புதுவை, தென்னாற்காடு, 1995)*

அக்டோபர் 2008 இல் இந்நூல் முதன் முதலில் வெளிவந்தபோது இந்நூல், “எங்கெல்லாம் மனித உரிமை மீறல்கள் நடைபெறுகின்றனவோ, அங்கே யாரும் அழைக்காமலேயே நேரில் சென்று மீறல்களை எதிர்த்துத் தன்னந்தனியாகப் போராடத் தயங்காத வழக்குரைஞர் பொ. இரத்தினம் அவர்களுக்கு” சமர்ப்பிக்கப்பட்டது.

www.ingramcontent.com/pod-product-compliance
Ingram Content Group UK Ltd.
Pitfield, Milton Keynes, MK11 3LW, UK
UKHW042132021026
15589UKWH00003B/786

9 789393 882127